# വക്കുടഞ്ഞ വാക്ക്

## ഡോ. പ്രമീളാദേവി. ജെ.

സാഹിത്യത്തിലും സാമൂഹ്യസേവന രംഗത്തും വ്യക്തിമുദ്ര പതിപ്പിച്ച ഡോ. പ്രമീളാദേവി ജെ. കേരള സംസ്ഥാന വനിതാ കമ്മീഷൻ അംഗം, കേരള സാഹിത്യ അക്കാദമി എക്സിക്യൂട്ടീവ് അംഗം, ഫാം ഇൻഫൊർമേഷൻ ബ്യൂറോ അംഗം, നാഷണൽ ആന്റിഹരാസ്മെന്റ് സെൽ അംഗം, സെൻട്രൽ ബോർഡ് ഓഫ് ഫിലിം സർട്ടിഫിക്കേഷൻ അംഗം, നാക് അംഗം, ഇഗ്നോ വിവർത്തനപഠന വിഭാഗം കൂടാതെ വിവിധ കോളേജുകളിൽ ഇംഗ്ലീഷ് ഡിപ്പാർട്ട്മെന്റ് മേധാവി എന്നീ നിലകളിൽ പ്രവർത്തിച്ചിട്ടുണ്ട്. താരതമ്യസാഹിത്യത്തിൽ പിഎച്ച്ഡി നേടിയിട്ടുണ്ട്. സദസ്യതിലകൻ ടി. കെ. വേലുപ്പിള്ള അവാർഡ്, മഹാകവി കുട്ടമത്ത് അവാർഡ്, സമസ്ത കേരള സാഹിത്യ പരിഷത്ത് അവാർഡ്, കേരള സാഹിത്യ അക്കാദമിയുടെ യുവ കവികൾക്കുള്ള പുരസ്ക്കാരം, എസ്. ബി. ഐ കവിതാ പുരസ്ക്കാരം, മഹാകവി മൂലൂർ അവാർഡ്, വെൺമണി സാഹിത്യ പുരസ്ക്കാരം, ഇടശ്ശേരി അവാർഡ്, പൂന്താനം അവാർഡ്, മുതുകുളം പാർവതി അമ്മ അവാർഡ്, എന്നീ പുരസ്ക്കാരങ്ങൾ സാഹിത്യവുമായി ബന്ധപ്പെട്ടു നേടിയിട്ടുണ്ട്. മലയാളത്തിൽ ഏഴു കവിതാസമാഹാരങ്ങളും ഇംഗ്ലീഷിൽ മൂന്നു കവിതാസമാഹാരങ്ങളും പ്രസിദ്ധീകരിച്ചിട്ടുണ്ട്. ഇൻഡോ ബ്രിട്ടീഷ് എക്സലൻസ് അവാർഡ് ഫോർ വുമൺ അച്ചീവർ ഓഫ് ദ ഇയർ 2015 ഏർപ്പെടുത്തിയത് ബ്രിട്ടീഷ് പാർലമെന്റ് ആണ്. തത്വമസി കൾച്ചറൽ എക്സലൻസ് അവാർഡ്, കോട്ടയം ലയൺസ് ക്ലബ് ഏർപ്പെടുത്തിയ ബെസ്റ്റ് വുമൺ അച്ചീവർ അവാർഡ് 2014, നിലയ്ക്കൽ എക്യുമെനിക്കൽ സൊസൈറ്റി ഏർപ്പെടുത്തിയ കമ്മ്യൂണൽ ഹാർമണി അവാർഡ് 2000, സ്ത്രീ ശാക്തീകരണത്തിനുള്ള വാസുദേവ കീർത്തി അവാർഡ് എന്നിവ സാമൂഹ്യപ്രവർത്തന രംഗത്തെ മികവിനു ലഭിച്ച അംഗീകാരങ്ങളാണ്. എഴുത്ത്, അധ്യാപനം, സാമൂഹ്യപ്രവർത്തനം എന്നിവ കൂടാതെ അഭിനയ രംഗത്തും മികവു തെളിയിച്ചിട്ടുണ്ട്. ഒരു ഡസനോളം ചിത്രങ്ങളിൽ അഭിനയിക്കുകയും കുറച്ചു ഹ്രസ്വചിത്രങ്ങൾ സംവിധാനം ചെയ്യുകയും ചെയ്തിട്ടുണ്ട്. ഫിലിപ്പീൻസിൽ നടന്ന മനില പീസ് മീറ്റിൽ വുമൺ ഇൻ പീസ് എന്ന വിഷയം അവതരിപ്പിച്ചു. പതിനയ്യായിരത്തിലേറെ വേദികളിൽ വിവിധ വിഷയങ്ങളെക്കുറിച്ച് രാജ്യത്തിനകത്തും പുറത്തും സംസാരിച്ചിട്ടുണ്ട്.

**വിലാസം:**
ആനക്കൽ, കാത്തിരപ്പള്ളി
കോട്ടയം 686508
drprameeladevi@gmail.com

എഡിറ്റർ: ഡോ. പ്രമീളാദേവി. ജെ.

# വക്കുടഞ്ഞ വാക്ക്

(കഥാസമാഹാരം)

FEMINGO BOOKS
2023

വില: 270 രൂപ

**Vakkudanja Vaakukal**
***Edited By: Dr. Prameeladevi J.***
Malayalam Stories Collection

Published by:-
**FEMINGO BOOKS**
femingobooks@gmail.com
Ph: 90740 98776, 8301034604

*Cover Design:*
*Maxlab*



Edition:
First Editon March 2023
Copies: 1000

Price: Rs. 270

ISBN: 978-93-91085-35-3

---

## പ്രസാധകക്കുറിപ്പ്

**വ**ക്കുടഞ്ഞ വാക്ക്, ആധുനിക ചെറുകഥാ രംഗത്തു ജ്വലിച്ചു നിൽക്കുന്ന എഴുത്തുകാരികളുടെ ഉജ്വലമായ രചനകളുടെ നിറവാണ്. കവിയും അധ്യാപികയും രാഷ്ട്രീയ പ്രവർത്തകയും സാമൂഹ്യ പ്രവർത്തകയുമായ ഡോ. പ്രമീളാദേവിയുടെ ശ്രദ്ധാപൂർണമായ തിരഞ്ഞെടുക്കലിലൂടെ, സ്ത്രീകൾ കഴിഞ്ഞ കുറച്ചു വർഷങ്ങൾക്കിടയിൽ മുഖ്യധാരാ പ്രസിദ്ധീകരണങ്ങളിൽ എഴുതി പ്രസിദ്ധീകരിച്ച മലയാളത്തിലെ മികച്ച ചെറുകഥകൾ ക്രോഡീകരിക്കുകയാണ്. ഇതിൽ, 'പടിയിറങ്ങിപ്പോയ പാർവതി'യുമായി മലയാളിയെ വിസ്മയിപ്പിച്ച ഗ്രേസി ടീച്ചർ പന്നിത്താരയെന്ന കഥയുമായി സാന്നിധ്യമേകുമ്പോൾ, ഇന്ദുമേനോൻ 'പഴരസത്തോട്ട'ത്തിലെ മാന്ത്രികതയിൽ വായനക്കാരെ കുടുക്കിയിടുന്നു. 'അങ്കമാലിയിലെ മാങ്ങാക്കറിയും നിന്റെ അപ്പവും വീഞ്ഞും' രേഖ കെ എഴുതിയത് കുറച്ചു കാലം മുൻപാണ്. പക്ഷേ, ആ കഥയിന്നും മലയാള ചെറുകഥാലോകത്ത് തെല്ലും പ്രഭ മങ്ങാതെ നിലകൊള്ളുന്നു. പ്രവീണയുടെ 'ഒസ്യത്ത്'ും, 'രാരിച്ചൻ എന്ന പൗരൻ' എഴുതിയ ജിസ ജോസും എഴുത്തിടത്തിൽ സ്ഥാനമുറപ്പിച്ചവരാണ്. 'വല്ലി' എന്ന ഒറ്റ നോവലിൽ ജെസിബി സാഹിത്യ പുരസ്ക്കാരത്തിന്റെ അന്തിമപട്ടികയിൽ ഇടം പിടിച്ച ഷീല ടോമി എഴുതിയ കഥയുമുണ്ട് 'വക്കുടഞ്ഞ വാക്കി'ൽ. ധന്യാ രാജ്, സജിനി എസ്, അഖില കെ എസ്, പ്രിയ ജോസഫ് എന്നിവരുടേയും ശ്രദ്ധേയമായ കഥകളാണ് ഈ പുസ്തകത്തിൽ ഇടം പിടിച്ചിരിക്കുന്നത്. ഫെമിൻഗോ ബുക്സിന്റെ പ്രവർത്തനം രണ്ടാം വർഷത്തിലേക്കു കടക്കുമ്പോൾ ഇത്തരത്തിലൊരു പ്രൗഢഗംഭീരമായ പുസ്തകം പ്രസിദ്ധീകരിക്കാൻ സാധിച്ചതിൽ അങ്ങേയറ്റം അഭിമാനിക്കുന്നു. വായനക്കാർക്കു മുന്നിൽ 'വക്കുടഞ്ഞ വാക്ക്' സാദരം സമർപ്പിക്കുന്നു.
സ്വീകരിക്കുക

**ദുർഗ മനോജ്**
*പ്രസാധക*

# കഥകൾ

## വക്കിനും വാക്കിനുമിടയിൽ

പെണ്ണനുഭവത്തിന്റെ പരുപരുത്തതും വിജനവുമായ ഭൂമികയിൽ നിന്നുതിരുന്ന എഴുത്തിന്, പുരുഷവീക്ഷണത്തിന്റെ അക്ഷരങ്ങളിൽ നിന്നു വിഭിന്നമായൊരു കടുപ്പവും ആർദ്രതയും ഉണ്ട്. ഈ രണ്ടു ഗുണവിശേഷങ്ങളും പരസ്പരവിരുദ്ധങ്ങളാണെങ്കിലും അവ പെൺ വരികളിൽ ഒരേസമയം അലിഞ്ഞുചേർന്നിരിക്കുന്നു. തനിക്കു മേൽ ക്കോയ്മ നേടാൻ ചിലതുണ്ട്, ചിലതിൽ നിന്നും വിടുതൽ നേടാനുമുണ്ട് എന്ന തിരിച്ചറിവ് പെൺരചനകളുടെ പൊതുസ്വഭാവമായി നിരീക്ഷിക്കപ്പെടുന്നുണ്ട്. എഴുത്തു വശപ്പെടുത്താനും എഴുതിത്തെളിയാനും അവസരമില്ലാതിരുന്ന പഴയകാലത്തിന്റെ പാരതന്ത്ര്യവഴികൾ എരിച്ചുകളഞ്ഞുകൊണ്ടു വേണം അക്ഷരങ്ങളെ തന്റേതാക്കാനെന്ന ബോധ്യമുള്ളതുകൊണ്ട് ഓരോ എഴുത്തുകാരിയും നൂൽപ്പാലത്തിലെ നടപ്പിന്റെ ജാഗ്രതയോടെയാവും തൂലിക കയ്യിലെടുക്കുന്നത്. തന്റെ രചനാരീതിയും ഭാഷയും ശില്പഭദ്രതയുമൊക്കെ വായനക്കാരുടെ ഉള്ളിലിടമുണ്ടാക്കേണ്ടതുണ്ടെന്ന ദൃഢബോധവും എഴുത്തുകാരികൾക്കുണ്ട്. വൈയക്തികവും സാമൂഹികവുമായ വീക്ഷണത്തോടെയായിരിക്കും അവൾ എഴുത്തുപണിക്ക് ഇരിക്കുന്നത്. താനെഴുതുന്ന ഓരോ വാക്കും വരിയും തന്നെ നിർവചിക്കാൻ പോകുന്നുവെന്ന ബോധ്യവും ആത്മവിശ്വാസവും (ആശങ്കയും?) ഉണ്ടാവും അവൾക്ക്. ഈ ബോധ്യത്തിന്റെ ബലിഷ്ഠമായ അടിത്തറയിൽ പടുത്തുയർത്തുന്ന പെൺരചനകൾ ഉൾക്കനം കൊണ്ടും ബാഹ്യസൗന്ദര്യം കൊണ്ടും ശ്രദ്ധേയമായിരിക്കും. അത്തരത്തിൽ ശ്രദ്ധേയമായ ചില കഥകളാണ്, പെൺ സർഗ്ഗാത്മകതയുടെ പ്രകാശങ്ങളാണ് 'വക്കുടഞ്ഞ വാക്ക്'. അശ്രദ്ധകൊണ്ട് അവഗണനകൊണ്ട് അഥവാ അത്യുപയോഗം കൊണ്ട് വക്കടർന്നു പോയവ അല്ലേ മിക്കപ്പോഴും പെൺജീവിതങ്ങൾ? ചുണ്ടിന്റെ വക്കിനും

എഴുതപ്പെട്ട വാക്കിനുമിടയിൽ കുടുങ്ങിക്കിടക്കുന്ന ജീവിതങ്ങളിൽ ചിലതിന്റെ തെളിച്ചക്കാഴ്ചകൾ ഇവിടെ കാണാം.

സ്ത്രീജീവിതത്തിന്റെ സ്നിഗ്ദ്ധതകളും കാലദേശാതീതമായി അവളനുഭവിച്ചുപോരുന്ന ദുരിതപർവ്വങ്ങളുമാണ് ഇന്ദുമേനോന്റെ പഴരസത്തോട്ടം നമുക്ക് മുൻപിൽ നിവർത്തുന്നത്. പ്രത്യക്ഷമായ യുദ്ധങ്ങൾ മാത്രമല്ല അവളിലെ സ്ത്രീത്വത്തെ ആക്രമിച്ചു തോൽപ്പിക്കുന്നത്; പ്രണയ/ദാമ്പത്യയുദ്ധങ്ങളും അവളെ നിർദയം അരിഞ്ഞുവീഴ്ത്തുന്നുണ്ട്. ജനിച്ചു വീഴുന്ന നേരം മുതൽ, പുരുഷ കേന്ദ്രീകൃതസമൂഹം നിർണയിച്ചിട്ടുള്ള അഴകളവുകൾ സ്വായത്തമല്ലെങ്കിൽ, അവൾ പരിഹാസമേൽക്കേണ്ടി വരും. മനോഹരിയായൊരു നദിയുടെ പേരാണ് അവൾക്ക് കിട്ടിയതെങ്കിലും ഐരാവതിയെന്നു വിളിക്കപ്പെടാൻ ആയിരുന്നില്ല കാഴ്ചയ്ക്കു സുന്ദരിയല്ലാത്ത ആ പെൺകുട്ടിയുടെ വിധി; അവൾ ഐരാവതം എന്നു പരിഹസിക്കപ്പെട്ടു; പ്രണയകാപട്യത്തിനിരയാക്കപ്പെട്ടു. ഒടുവിൽ മാതൃത്വം പോലും നിഷേധിക്കപ്പെട്ടു. പക്ഷേ, നേർയുദ്ധങ്ങളുടെ ചോര ചവിട്ടിനടന്നു ശീലിച്ച, തന്റെ നാടിനെ നശിപ്പിച്ച അധിനിവേശക്കാരെ തോൽപ്പിക്കാൻ സ്വന്തമുടൽ തന്നെ ആയുധമാക്കി മാറ്റിയ, പ്രേമത്തിന്റെ വിലകെട്ട മധുരത്തിൽ പൊതിഞ്ഞ് പകയുടെ പുണ്ണുകളിലൂടെ അവരെ തോൽപിച്ച റൂഢിത്തായ്, ഐരാവതിയുടെ കണ്ണുതുറപ്പിച്ചു; അടിവയറ്റിലെ തുടിപ്പ് അവൾക്കൊരു പുനർജന്മം നൽകുന്നതിനു തൊട്ടുമുൻപ്. യുദ്ധവും രതിയും ആസക്തിയും ചതിയും ചോരച്ചാലുകളും രുചികളുമെല്ലാമിടകലരുന്ന കഥാഗതിയും ഭാഷയും തീവ്രമായൊരനുഭവമാണ്.

ഗ്രേസിയുടെ 'പന്നിത്താര' അവസാനിക്കുന്നത്, 'മനുഷ്യമ്മാരടേം ചോരേന്ന് ചെല ഓർമ്മകള് മാഞ്ഞു പോവൂല്ല!' എന്ന നിസ്സഹായതയോടെയാണ്. ആരും കണ്ണെടുക്കാതെ നോക്കിനിന്നുപോകുന്ന മാദകസുന്ദരിയായ ചേച്ചിയുടെ അനിയത്തി, ഒരാളുടേയും കണ്ണിൽപ്പെടാനുള്ള വകുപ്പൊന്നുമില്ലാത്ത ഒരുവൾ, ഞാനിനിയെങ്ങാനും ചത്തുകെട്ടുപോയ ഒരുത്തി ആണോ എന്നവൾ സ്വയം അവിശ്വസിക്കുന്നു. ഈ ലോകം ജയിക്കാനായി, പിടിച്ചടക്കാനായി ജനിച്ചവരുടേത് മാത്രമാണെന്ന് വേദനയോടെ സമ്മതിച്ചു കൊടുക്കേണ്ടിവരുന്നവരിൽ ഒരുവളുടെ കഥയാണ് പന്നിത്താര. ആരാലും പരിഹരിക്കാനാവാത്ത അസമത്വങ്ങളുടെ ലോകത്ത് ജീവിക്കുമ്പോൾ ചിലർ അപ്രസക്തരാകുന്നു; മറ്റുചിലർ സദാ വെള്ളിവെളിച്ചത്തിൽ മുങ്ങിക്കുളിച്ച് നിൽക്കുന്നു. തോറ്റവളുടെ നിരാലംബ

മായ നിർദ്ദയമായ ആത്മാലാപത്തിന്റെ ഭാഷ ഈ കഥയെ ഹൃദ്യമായ വായനാനുഭവമാക്കുന്നു.

'അങ്കമാലിയിലെ മാങ്ങാക്കറിയും നിന്റെ അപ്പവും വീഞ്ഞും', തോൽവിയുടേയും ജയത്തിന്റേയും സമവാക്യങ്ങളെ തലകീഴായി മറച്ചിടുന്ന ഒരു പുതിയ പകിടകളിയുടെ കഥയാണ്. രേഖ. കെയുടെ ഈ കഥ വിശദാംശങ്ങളിലൂടെ നടന്നുകയറുന്നു ചില ഉള്ളുരുക്കങ്ങളിലേക്ക്. ആരാണ് തെറ്റുചെയ്തതെന്നോ നിരപരാധിയാരെന്നോ നിശ്ചയിക്കാനാവാത്ത ജീവിതമെന്ന ദുരൂഹസമസ്യയുടെ അഴിച്ചെടുക്കൽ, പരസ്പരഭിന്നങ്ങളായ ദ്വന്ദങ്ങളുടെ സഹവാസമാണ് നിത്യജീവിതമെന്നോർമ്മിപ്പിക്കുന്ന കഥാഗതി. ഒരേസമയം നായകനും പ്രതിനായകനുമായി മാറിമാറി കെട്ടിയാടുന്ന വേഷപ്പകർച്ചകളുടെ അർത്ഥശൂന്യത. ഇതെല്ലാമാണീ കഥ മുന്നോട്ട് വയ്ക്കുന്നത്.

ഇതരവായനകളുടെ ലോകത്താണ് നാം ജീവിക്കുന്നത്. പതിവുള്ള കാഴ്ചപ്പാടുകളിൽ നിന്നും പതിവു മനസ്സിലാക്കലുകളിൽ നിന്നും വിഭിന്നമായ കാഴ്ചകളും ഉൾക്കൊള്ളലുകളും ഉണ്ടാകുന്നതിലൂടെയാണല്ലോ രചനാലോകം വികസിക്കുന്നത്. ഷീലാ ടോമി എഴുതിയ വെറോണിക്കയുടെ കൂട്ടുകാരി എന്ന കഥ ഇത്തരത്തിലുള്ള ഒരു ഇതര വായനയുടെ ഉൽപന്നമാണ്. ദൈവപുത്രനെന്നു വിശ്വാസികൾ വാഴ്ത്തുന്ന യേശുവിനെ, മനുഷ്യനായി നോക്കിക്കാണുകയാണ് കഥാകാരിയിവിടെ. വിപ്ലവകാരിയും മഹാദയാലുവും ധീരനും അതുകൊണ്ടുതന്നെ ഒറ്റപ്പെട്ടവനുമായ യേശുവിനെയാണ് നാമീ കഥയിൽ വായിക്കുന്നത്. കഥാതന്തുവിനനുയോജ്യമായ ഭാഷയുടെ ആകർഷകത്വവും ശ്രദ്ധേയം. യേശു കാനായിലെ കല്യാണവിരുന്നിൽ വെള്ളം വീഞ്ഞാക്കിയതായി ബൈബിൾ രേഖപ്പെടുത്തുമ്പോൾ, കള്ളനായ കലവറകാരന്റെ പൂഴ്ത്തിവെപ്പ് കയ്യോടെ പിടികൂടി ആ ലഹരി തുളുമ്പുന്ന മേൽത്തരം വീഞ്ഞ് വിളമ്പുകയാണ് അവൻ ചെയ്തതെന്ന് കഥാകാരി അടക്കം പറയുന്നു. ഭംഗിയുള്ള അവതരണം.

'രാരിച്ചൻ എന്ന പൗരൻ' എന്ന കഥ സ്ത്രീജീവിതത്തിന്റെ ദുരിതങ്ങളിലേക്കു തുറന്നുവെച്ച ജനാലയാണ്. 'പെണ്ണുങ്ങളുടെ ജീവിതംന്നു പറഞ്ഞാ കുരിശിന്റെ വഴിയാടാ' എന്നു നെടുവീർപ്പിടുന്ന അമ്മായി നടന്നുതീർത്ത കുരിശുമല കയറ്റം കഥയിലാകമാനം ചോരപ്പാടുകൾ വീഴ്ത്തുന്നു. 'പെണ്ണുങ്ങൾ മാത്രമല്ല ചില ആണുങ്ങളുടെ ജീവിതവും അങ്ങനെ തന്നെയാ' എന്ന് കൂട്ടിച്ചേർക്കാനൊരു

ങ്ങുന്ന രാരിച്ചനെന്ന കഥാനായകൻ, ശുദ്ധഹൃദയനായ നാട്ടിൻപുറത്തുകാരന്റെ അരക്ഷിതത്വങ്ങളും ഭീതികളും നിറഞ്ഞ, ഏകാന്തതയിൽ തള്ളിനീക്കേണ്ടി വരുന്ന തന്റെ ജീവിതത്തെക്കുറിച്ചുള്ള സങ്കടങ്ങൾ പുറത്തുകാട്ടാൻ പോലും അശക്തനാണ്. കഷ്ടപ്പാടും പ്രാരാബ്ദങ്ങളും ഭർത്താവിന്റെ അവിശ്വസ്തതയുമെല്ലാം കൂടി കശക്കിയെറിഞ്ഞ ഒരു പെൺജീവിതം സൂക്ഷ്മതയോടെ വരഞ്ഞു കാട്ടുന്നുണ്ട് കഥാകാരി; എല്ലാറ്റിനും പുറമേ ഭർത്താവിനെ വേണ്ട വിധം പരിചരിച്ചില്ലെന്ന ദുഷ്പ്പേരുമവൾക്ക് ചുമക്കേണ്ടിവരുന്നു. ഉള്ളിൽത്തട്ടുന്ന ആഖ്യാനശൈലിയാണ് ജിസ ജോസിന്റേത്.

വി. പ്രവീണയുടെ 'ഒസ്യത്ത്', മൂന്നു കഥാപാത്രങ്ങളുടെ കാഴ്ചയിലൂടെയാണ് ഉരുത്തിരിയുന്നത്. മനുഷ്യപ്രയത്നങ്ങളുടെ നിരർത്ഥകതയിലേക്കു സ്നേഹാദ്രമെങ്കിലും ക്ഷണമാത്രമായ ബന്ധങ്ങളുടെ നിരാലംബതയിലേക്കും വിരൽ ചൂണ്ടുന്നുണ്ട് 'ഒസ്യത്ത്'. കാണാതെ കാത്ത നിധിയുടെ ഉടമയായിരുന്നിട്ടും പട്ടിണിയും പരിവട്ടവും മറികടക്കാനുള്ള അവിശ്രമസമരമായിരുന്നു ഔസേപ്പച്ചന് ജീവിതം; ഒടുവിൽ എൺപതിന്റെ പടികടന്നപ്പോഴാണ് കബളിപ്പിച്ച് മറഞ്ഞിരുന്ന കനകം കൺമുന്നിൽ വന്നുപെട്ടത്. സ്വന്തം കുഞ്ഞിനെയൊന്ന് താലോലിക്കാൻ പോലും തെല്ലു സാവകാശം കിട്ടാതെ ഓടിയും വീണും ഉരുണ്ടു പിരണ്ടെഴുന്നേറ്റ് വീണ്ടുമോടിയും മല്ലടിച്ചു നേടിയ ജീവിതം അപ്പോൾ അയാളെ നോക്കി പല്ലിളിച്ചു കാട്ടി. ഒരു പകൽ മുഴുവൻ പ്രണയപരവേശത്തോടെ ഓടിയോടി ഒടുവിൽ ആറടി മണ്ണു മാത്രം സ്വന്തമാക്കിയ വിഖ്യാത കഥാപാത്രത്തെ നമ്മൾ ഇവിടെ ഓർമിച്ചു പോകുന്നു. തന്റെ കഠിനാധ്വാനങ്ങളുടെയെല്ലാം ആകെത്തുകയെന്നു തിരിച്ചറിഞ്ഞ ആ നിമിഷം, ഒരു കന്നാസിലെ മണ്ണെണ്ണയത്രയും തലയിലൊഴിക്കാനാണ് അയാൾക്കു തോന്നിയത്. നോട്ടുകെട്ടുകൾ അടുക്കിക്കൂട്ടിവെച്ച് കട്ടിലിൽത്തന്നെ തന്റെ പട്ടടയൊരുക്കുമ്പോൾ, വിധിയോട്, ദൈവത്തോട്, ജീവിതത്തോടു തന്നെയുള്ള ഒരു പകരംവീട്ടലായിത്തീർന്നു അത്. ശക്തമായ ഭാഷ, കൈയ്യടക്കത്തോടെയുള്ള എഴുത്ത്.

മനുഷ്യമനസ്സിന്റെ നാനാർത്ഥങ്ങൾ തേടിയുള്ള സഞ്ചാരമാണ് ധന്യരാജിന്റെ 'നാനാർത്ഥ'മെന്ന കഥ. ചരിത്രപണ്ഡിതനായ, തികഞ്ഞ അക്കാദമികമായ ജെ. കെ ജയദേവന്റെ ഭർത്താവ്, കുടുംബനാഥൻ എന്നീ നിലകളിലുള്ള അനാസ്ഥ, അയാളുടെ ഭാര്യയ്ക്കുണ്ടാക്കിയ നിരാശയും ഒറ്റപ്പെടലും അവരെ നയിച്ചത് വിചിത്രമായൊരു പകരം വീട്ടിലേക്കായിരുന്നു. തനിക്ക് വളരെ അടുപ്പമു

ണ്ടെന്നു കരുതിയിരുന്ന ജലജ, അമ്മായിയുടെ ഉള്ളറകളുടെ നാനാർത്ഥങ്ങൾ അനാവരണം ചെയ്യപ്പെടുന്നിടത്ത് കഥപറച്ചിലുകാരിയുടെ അമ്പരപ്പ് പൂർണമാകുന്നു. ഉള്ളിലുള്ളതിലേക്ക്, പുറംജീവിതം കൊണ്ടുമാത്രം ദിവസങ്ങൾ തള്ളിനോക്കുന്നവരുടെ പ്രതികരണങ്ങളിലേക്ക് ഒരെത്തിനോട്ടമാണീ കഥ.

പ്രിയ ജോസഫിന്റെ കാറൽമാർക്സ് ചരിതം, രണ്ട് ബി യിൽ പഠിക്കുന്ന ഒരു കുട്ടിയുടെ കാഴ്ചയാണ്. പഠിക്കാൻ അതിസമർത്ഥനായിരുന്ന ജോസ് ചേട്ടൻ, ആ വീട്ടിലോ നാട്ടിലോ ആരും കണ്ടിട്ടില്ലാത്ത കാറൽ മാർക്സിന്റെ പ്രലോഭനത്തിൽപ്പെട്ട് പഠിപ്പ് പാതിവഴിയിൽ ഉപേക്ഷിച്ചു ചെന്നുചേർന്നത്, ഒരു രാഷ്ട്രീയ പ്രസ്ഥാനത്തിന്റെ കൊലയാളി സ്ക്വാഡിലാണത്രേ. കുടുംബത്തിൽ ആർക്കും ഇഷ്ടമല്ലാത്തത അയാളോട് അലിവുള്ളത് ആ രണ്ടാം ക്ലാസുകാരിയുടെ അമ്മയ്ക്കു മാത്രം; അയാൾക്കും വാത്സല്യത്തിന് നിറവാണ് കുട്ടിയുടെ അമ്മയോട്. പക്ഷേ, കാറൽ മാർക്സ് എന്ന ചെകുത്താൻ ബാധിച്ചുകഴിഞ്ഞ ഒരാളോട് ഇനി വീട്ടിൽ കയറരുത് എന്നാജ്ഞാപിക്കേണ്ടി വരുന്ന അമ്മയുടെ തേങ്ങലുകളും ജനാലയിലൂടെ നരച്ച താടിക്കാരൻ കാറൽമാക്സിന്റെ നോട്ടം ഏറ്റുവാങ്ങിയ (ആ നോട്ടം ആജീവനാന്തം അവൾക്കൊപ്പം പൊറുക്കാനുള്ളതാണ് താനും!) കുട്ടിയും അവശേഷിപ്പിക്കുന്നത്, ഒരു ഭൂതകാലസന്ദർശനത്തിന്റെ മാത്രമല്ല, ഏതുകാലത്തുമുണ്ടായിക്കൊണ്ടിരിക്കുന്ന ചില മുറിവുകളാണ്. കുട്ടിയുടെ ചെറുപേടികളിലും ചില്ലറ വേവലാതികളിലും കൂടിയുള്ള കഥാഗതി നന്നായിട്ടുണ്ട്.

അഖില കെ.എസിന്റെ ഒരേ നിറമുള്ള രണ്ടു വാക്കുകൾ, സമൂഹമിന്നും പൂർണ്ണമായും ഉൾക്കൊള്ളാത്ത ബന്ധങ്ങളുടെ പേരിൽ ഒറ്റപ്പെട്ടുപോയ ഒരു പ്രൊഫസറുടെ കഥയാണ്. ആൾ പാശ്ചാത്യനാണ്; എങ്കിലും ഏതു ദേശത്തുമുണ്ടല്ലോ ഒരു പരിധിവരെയെങ്കിലും പരിചിതവും പതിവുമല്ലാത്തതിനോടുള്ള അസഹിഷ്ണുത. ഡോക്ടർ ഹൻസ് ഗീരാസ് സ്വവർഗ്ഗ പ്രേമിയാണ്. അക്കാരണത്താൽ സ്വന്തം മകൾ അയാളെ തിരിഞ്ഞുനോക്കുന്നില്ല. അയാളുടെ ഭാര്യ, ഒരു രാത്രി മുഴുവൻ അയാളെ തോക്കിൻ മുനയിൽ നിർത്തി അയാളുടെ സമ്പാദ്യമത്രയും അപഹരിച്ചു കടന്നുകളഞ്ഞവളാണ്. നിസ്സഹായതയിൽ അയാൾക്കു തുണയാകുന്നത് രണ്ടു ഗവേഷകവിദ്യാർഥികൾ മാത്രം. കഥാന്ത്യത്തിൽ ഡോക്ടറുടെ പഴയ പങ്കാളി തിരിച്ചെത്തുന്നു. സമൂഹം നിർണയിക്കുന്ന ശരിതെറ്റുകൾക്കപ്പുറത്താണ് ഏതൊരു സ്നേഹബന്ധവുമെന്ന ഓർമ്മപ്പെടുത്തൽ പോലെ,

ഏതു കാലത്തും ഏതു നാട്ടിലും മനുഷ്യാവസ്ഥയുടെ ഏകാന്തതകൾ ഒരേപോലെയാണെന്ന് കുറിച്ചിടുന്ന ശാന്തമായൊരു കഥ.

സ്വപ്നവും യാഥാർത്ഥ്യവും കഥയും ജീവിതവുമെല്ലാം കെട്ടുപിണഞ്ഞുകിടക്കുന്ന, വേർതിരിവിന്റെ മതിലുകൾ അലിഞ്ഞില്ലാതാകുന്ന ഇരുൾനിലമാണ് സജിനി എസിന്റെ ആദിമരാത്രിയിൽ നാം കാണുന്നത്. തുടക്കത്തിൽ ഒരു വിവാഹരാത്രിയുടെ അന്തരീക്ഷമാണുള്ളതെങ്കിൽ കഥാന്ത്യത്തിൽ നാം എത്തിച്ചേരുന്നത്, ഭ്രമാത്മകമായ ഒരു ലോകത്താണ്. മണിയറയിൽ നിന്നും ഇരുളടഞ്ഞൊരു ഗുഹയിലേക്ക്, തമോഗർത്തങ്ങൾ പോലെ ആകർഷണ ശക്തിയാൽ എന്തിനെയും ഉള്ളിലേക്കു വലിച്ചെടുപ്പിക്കുന്ന, വിഴുങ്ങുന്ന ഒരു മറുലോകത്തിലേയ്ക്ക്, പഴങ്കഥ പറയാൻ തിരക്കുകൂട്ടുന്ന പഴയ ചവിട്ടുനാടകക്കാരനായ അപ്പാപ്പന്റെ ആജ്ഞയിൽ നിന്നും വിടുതൽ കിട്ടാത്ത നായികാനായകന്മാർ കയറിപ്പോകുന്നു. തമ്മിൽത്തമ്മിൽ ഒരു ശ്വാസം കൊണ്ടുപോലും സ്പർശിക്കാനാകാത്തവിധം അവർക്കിടയിലുയരുന്നുണ്ട് വലിയൊരു മറ. വാറ്റുചാരായത്തിന്റെ ലഹരിയിളക്കുന്ന പഴയൊരു പതിനഞ്ചുകാരി പുതുപ്പെണ്ണിന്റെ ഓർമ്മകളിൽ പതഞ്ഞുയരുന്ന അപ്പാപ്പന്റെ കഥാലോകത്തുനിന്ന്, ഇരുട്ടിന്റെ വൻകോട്ടയ്ക്കകത്തു നിന്ന് മോചനത്തിനുള്ള വഴി തിരയുന്ന നവവധൂവരന്മാരിലാണ് കഥ അവസാനിക്കുന്നത്. അതിർവരമ്പുകൾ മായുന്നിടത്താണ് ഭാവനയുടെ പ്രളയപ്പരപ്പെന്നു നമ്മെ ഓർമ്മിപ്പിക്കുന്നു ഈ രചന.

വിഭിന്നങ്ങളായിരിക്കുമ്പോൾത്തന്നെ, അദൃശ്യവും അത്രപെട്ടെന്നു നിർവചിക്കാനാകാത്തതുമായൊരു നൂലിഴയാൽ പരസ്പരബന്ധിതമാണ് ഈ സമുച്ചയത്തിലെ കഥകളെല്ലാം. ചുട്ടുപൊള്ളിക്കാൻ പോന്നവ. ചുറ്റിപ്പിണഞ്ഞു കൂടെപ്പോരുന്നവ. വായനക്കാർക്ക് ഈ പെൺപ്രപഞ്ചം സമർപ്പിക്കുന്നു.

**ഡോ. പ്രമീളാദേവി ജെ.**

1

# പഴരസത്തോട്ടം

## ഇന്ദുമേനോൻ

ടിക് ഒരു തുള്ളി മഴ ബാലുവിന്റെ കവിളിൽ വന്ന് ഒറ്റി. മഴ വരുന്നുണ്ട്. അവൻ ആശ്വാസത്തോടെ കവിൾ തുടച്ചു. ആത്മവിശ്വാസത്തോടെ കൈകളിലേക്കു നോക്കി. അവന്റെ പുറംകയ്യിൽ ചോരയുടെ പാട പുരണ്ടിരുന്നു. സംഭവിച്ചതെന്തെന്ന് അമ്പരപ്പോടെ ഓർത്തു. പ്രൊഫ. ശക്തിവേൽ കയററത്തു പ്രത്യക്ഷനായി. ആളുകൾ ആർപ്പിട്ട് കയ്യടിച്ചുകൊണ്ടിരുന്നു. പ്രൊഫസർ പിന്തിരിഞ്ഞു നിൽക്കുകയായിരുന്നു. ഒറ്റ മാന്ത്രികക്കറക്കത്തിൽ അയാൾ മുൻപോട്ടു തിരിഞ്ഞു. കിറുകൃത്യമാർന്ന മായാജാലം. കഴുത്തിൽ കുരുങ്ങിയമർന്ന മായക്കയർ. തുറിച്ചു നിശ്ചലമായ കണ്ണുമണികൾ. പുറത്തേക്കു തള്ളിയ പ്രേതനാവ്. മാന്തിക്കീറിയ മാന്ത്രികക്കളസം.

ഏകാധിപതികളായ തായ് രാജാക്കന്മാരുടെ വലിയ യുദ്ധക്കോട്ടകൾ, ഖജനാവിന്റെ താക്കോൽ, നാലതിർത്തി രഹസ്യഭൂപടരേഖകൾ ഇതെല്ലാം ഒളിച്ചുവച്ചവളെപ്പോലെ ഗർവമായിരുന്ന റൂഢിത്തായുടെ ജരവരകളിൽ തെളിഞ്ഞ മുഖം. അത് മുതലയുടെ മുറ്റാർന്ന പള്ളയിറച്ചിയുടെയും വേട്ടയിൽ കേടുപെടാതെ കിട്ടിയ പന്നിത്തുടയുടെയും മാംസത്തീവേവ് ഗന്ധത്തിലൊന്നു ചുളിഞ്ഞു. യുദ്ധകാല വറുതിക്കൊപ്പം, വേനലും ജലം വറ്റിച്ചുതീർത്ത അവരുടെ തൊലിയിലെ വൃദ്ധമരുപ്പാടങ്ങൾ വിണ്ടു. മനുഷ്യരുടെ രക്തം വീണുചാലു കെട്ടിയ അവയിലെ വിള്ളൽക്കീറുകൾ. റൂഢിത്തായുടെ വരണ്ട കവിൾചർമത്തിൽ കനലിന്റെ വെട്ടം മൂന്നാലുവട്ടം തെളിഞ്ഞു മങ്ങി.

മുതലയുടെ പതുപതുപ്പാർന്ന രക്തഹൃദയം കമ്പിയിൽ കോർത്തു പുകച്ചുകൊണ്ട് അവർ നിന്നു. പ്രേതകഥയിലെ ദുർമന്ത്രവാദിത്തള്ളയെപ്പോലെ പതിഞ്ഞ മൂക്കും കുഴിയിൽ വീണ കണ്ണുകളും

കൂനുന്തിയ നട്ടെല്ലും. ഐരാവതിയെ നോക്കി അവർ ചിരിക്കുമ്പോൾ, 'വാ മുറുക്കുണ്ണീ വാ മുറുക്ക്' എന്നു പറയണമെന്ന് ഐരാവതി ആശിച്ചു. തോക്കിൻ പാത്തികൊണ്ടു ചാർളി കമ്പനി കുത്തിയടർത്തിയ പല്ലിൻവേരുകൾ എല്ലുകുറ്റിപോലെ ചിരിയെ നിറച്ചു. പൊട്ടിപ്പോയവരുടെ മൃതപ്പോടിൽ കരിങ്കാല വേദനയുടെ ഇരുട്ടുകൾ മുഴുവനും പതിഞ്ഞു കിടന്നു. തൊണ്ണിൽ കറഞ്ഞ ചോരയുടെ വിഷാദമഞ്ഞ. മുഖത്തെ ഈ വരകൾ മുഴുവനും ഒരു പട്ടാളക്കാരൻ കത്തികൊണ്ടു വരഞ്ഞ കീറിലാണെന്നതു രഹസ്യമെന്നോണം അവരുടെ വാർദ്ധക്യം മറച്ചുപിടിച്ചിരുന്നു.

അവർക്കിരുവർക്കും പിറകിൽ പടോങ് സമുദ്രവും കമല സമുദ്രവും കൂട്ടിമുട്ടുന്ന ചെറിയ മണൽതിട്ട. സുനാമി വന്ന് തകർത്തുപോയ പാറക്കെട്ടുകൾ. ബീച്ചിൽ പ്രാർത്ഥിക്കുന്ന മനുഷ്യരുടെ കൂട്ടം. അവർ ആകാശത്തേക്കു പറത്താനായി കൊളുത്തിവച്ച എണ്ണവിളക്കുകൾ. സഞ്ചാരവാലിൽ ഓറഞ്ചു നിറമുള്ള വിചിത്ര നക്ഷത്രങ്ങളെപ്പോലെ ബുദ്ധപ്രാർത്ഥനകളും കൊണ്ട് ആകാശത്തേക്കു തീയായി അവ പറന്നുപൊയ്ക്കൊണ്ടിരുന്നു.

ബംഗ്ലാത്തെരുവിൽ ബുദ്ധപൂർണിമയ്ക്കുള്ള ഒരുക്കങ്ങൾ പൂർത്തിയായിരുന്നു. വെളിച്ചത്തിന്റെ മദാകശരീരത്താൽ തെരുവ് അത്യാകർഷകമായി നിന്നു. കല്ലുനിറഞ്ഞ കിന്നരിത്തൊപ്പികളും മോഹച്ചിറകുകളും തൊങ്ങലുടുപ്പും മുത്തുപാവാടകളും ധരിച്ച് ലേഡിബോയ്സ് നിരത്തിലേക്കിറങ്ങിനിന്ന് തങ്ങളുടെ അഴകൊണ്ട ഉഭയ ഉടലിനായി 'തായ്ബാത്ത്... തായ്ബാത്ത്...' എന്നു ക്ലീബശബ്ദത്തിൽ കമിതാക്കളോട് വിലപേശിക്കൊണ്ടിരുന്നു.

വഴിയോരബാറുകളിൽ മദ്യ ഗ്ലാസുകളുരസുന്നതിന്റെ ഇറിയുണർത്തും ശബ്ദം. പൊട്ടി നുരഞ്ഞുയരുന്ന വിശിഷ്ട വീഞ്ഞുപതകളുടെ കുമിള ശബ്ദം... ഐസിൽ ബിയർ പതഞ്ഞുപൊന്തി നക്കിനനയ്ക്കുന്നതിന്റെ ശബ്ദം.

ഗോ ഗോ ബാറിലെ കണ്ണാടിക്കു പിറകിൽ തന്റെ തീറ്റക്കാരെ പ്രതീക്ഷിച്ച് ഉടൽ പ്രദർശിപ്പിക്കുന്ന കൊക്കേഷ്യൻ പെൺകുട്ടികൾ. വിഷാദം പുരട്ടിയ കടുംചായങ്ങളിൽ നഗ്നമാറിടം നീട്ടി, 'റഷ്യൻ റഷ്യനെന്ന്' അവനവനെ വിലപേശുന്നവർ, റസ്റ്ററന്റിലെ ചില്ലുകൂട്ടിൽ ഗോലിക്കണ്ണുകളിൽ കടലുള്ള നീലലോബ്സ്റ്റർ, ആന ഞണ്ടുകൾ, കാരറ്റ് തിന്നുന്ന മുയലുകൾ, പഴശാലകളിൽ ഏഷ്യനപൂർവതയുടെ വിവിധ ഗന്ധങ്ങൾ, ഡ്യൂറിയാൻ മടുപ്പും ഡ്രാഗൺപഴപ്പുളിപ്പും, ഷാറോണിന്റെ മധുരനീറ്റലും ചേർന്നു തെരുവിൽ സഞ്ചാരി

കളുടെ വിശപ്പളന്നു.

വഴിയോരത്ത് ഫെറ്റിഷ് വസ്തുക്കൾ വിറ്റുകൊണ്ടിരുന്ന നോപ് ജീറ, കൊട്ടയിൽ അറപ്പിക്കുന്ന വസ്തുക്കൾ, പിശാചുക്കളുടെ മുഖംമൂടികൾ, ശരീരാവയവങ്ങളുടെ സോപ്പുകൾ, മുലകൾ, ജന നേന്ദ്രിയങ്ങൾ, വിസർജ്യങ്ങൾ. അവൾ തീട്ടത്തിന്റെ കീച്ചെയിൻ നീട്ടി ഐരാവതിയെ പ്രതീക്ഷയോടെ വിളിച്ചു. ഐരാവതി ചെടി പ്പോടെ കണ്ണുവലിച്ചു.

'ഒരടയാളവും ഇല്ലാത്ത മനോഹരമായ തൊലിയാണു ഞങ്ങളു ടെ ആളുകൾക്ക്. മൈലാസംഭവത്തിനുശേഷം രക്ഷപ്പെട്ട ഞങ്ങൾ മൂന്നുപേർക്കും അടയാളമുള്ള ശരീരമാണു ബാക്കി കിട്ടിയത്. മക ളേ, നീ കരുതിയതുപോലെയല്ല അത്.'

റൂഢിത്തായ് മുതലയുടെ പുകച്ച കരളിനു മീതേക്കു മുളകും പുളിയും കലർത്തിയ തായ്സോസ് ഒഴിച്ചു. തീ നന്നായി ആളി. ഇറച്ചി വെന്തതിന്റെ കൊതിയുണർത്തിയ ഗന്ധം പരന്നു. ഐരാവ തി വിശപ്പോടെ നിന്നു.

തായ്ലാൻഡിൽ വരുന്നതുവരെ സസ്യാഹാരിയായിരുന്നു ഐ രാവതി. റൂഢിത്തായയാണവളെ മത്സ്യവും മാംസവും കഴിക്കാൻ പഠിപ്പിച്ചത്.

'അത് വിശപ്പറിയാത്തതുകൊണ്ടാണ്.' മാംസം കഴിക്കാത്തതി നെ ആദ്യദിവസം തന്നെ റൂഢിത്തായ് പരിഹസിച്ചു. ഐരാവതി ക്ക് കൗതുകം തോന്നി. മുഖംനിറയെ വാർധക്യവരകളുള്ള തെരു വോരത്തെ ഉന്തുവണ്ടിയിൽ ഒരു നേരത്തെ ആഹാരപ്പാച്ചിലിനാ യി ഭക്ഷണം വിൽക്കുന്ന സ്ത്രീയിൽ നിന്ന് അവളത് ഒരിക്കലും പ്രതീക്ഷിച്ചിരുന്നില്ല.

'വിശപ്പിനു വെജിറ്റേറിയനും നോണും എന്നൊന്നുമില്ല. വിശ പ്പിന് ഒറ്റ സംഗതിയേയുള്ളൂ. വിശപ്പുമാത്രം. യുദ്ധകാലത്ത് ഞങ്ങ ളുടെ ധാന്യങ്ങളിൽ അവർ മണ്ണെണ്ണയൊഴിച്ചു. കുളങ്ങളിൽ വിഷം കലർത്തി. കന്നാലികളെയും വളർത്തുപക്ഷികളെയും കൂട്ടമായി വെ ടിവെച്ചു കൊന്നു. ഞങ്ങൾക്കു തിന്നാൻ ഒന്നുമുണ്ടായിരുന്നില്ല. പട്ടാളക്കാരുടെ ക്യാംപുകൾക്കു പിറകിലെ കുപ്പയിൽ അവർ വലി ച്ചെറിഞ്ഞ എച്ചിലായിരുന്നു മിക്കപ്പോഴും ഞങ്ങളുടെ ജീവൻ കിട ത്തിയത്. പട്ടിക്കു കൊടുക്കാനായി അവരു മാറ്റിവച്ച മൃഗങ്ങളുടെ കരളും പണ്ടവും കൈകാലുമൊക്കെ ഞങ്ങൾ മോഷ്ടിച്ചു തിന്നിട്ടു ണ്ട്. കുപ്പയിൽ അവശിഷ്ടത്തിൽനിന്നു തിന്നാൻ വന്ന പന്നികളോ ടും തെരുവു പശുക്കളോടും പക്ഷികളോടും യുദ്ധം ചെയ്തിട്ടുണ്ട്.

വിശക്കുന്ന മനുഷ്യന് എന്തു ചണ്ടിക്കുപ്പ? എന്ത് എച്ചിൽ? എന്ത് ചീവ്?'

റൂഢിത്തായ് വെന്ത കരൾ കോർത്ത ചോപ്സ്റ്റിക് ഐരാവതിക്കു നീട്ടി.

'അന്നൊക്കെ പാകം ചെയ്യാനൊന്നും പലപ്പോഴും പറ്റിയിരുന്നില്ല. തീയില്ല, വിറകില്ല. ഇനി അതൊക്കെ ഉണ്ടെന്നു വയ്ക്ക്, പുക ആകാശത്തേക്കുയരുന്ന അടുത്ത നിമിഷം ചാർളികമാൻഡിലെ പട്ടാളക്കാർ പാഞ്ഞുവന്നിരുന്നു. രോഗിയോ സ്ത്രീയോ കുട്ടിയോ അവർക്കു വിഷയമായിരുന്നില്ല. എല്ലാ വിയറ്റ്നാമികളും അവർക്കു ശത്രുക്കളായിരുന്നു. എല്ലാ മനുഷ്യരെയും അവർ ഗൊറില്ലകളായേ കണ്ടിരുന്നുള്ളൂ. പിന്നെ പട്ടാള ഗോഡൗണിൽ നിന്ന് ഉപേക്ഷിച്ച പൂത്തു മുളച്ച ധാന്യങ്ങൾ, പയറുകൾ, തൊടിയിലെ ഇളമ്മൊട്ടക്കൂണുകൾ, ചെറിയ ഇലകൾ, അന്നത്തെ വറുതിക്കാലത്തെ ശീലങ്ങൾ ഇപ്പോഴും ഭക്ഷണത്തിലുണ്ട്.'

റൂഢിത്തായ് സോസിന്റെ കൊഴുപ്പിലേക്ക് സ്റ്റിക്കിറൈസ് കോരിയിട്ടു. ചെവികൾ അറുത്തുകളഞ്ഞ മുഖം. വരച്ചപോലെ വായിൽ നിൽക്കുന്ന ചുണ്ടുകൾ. തകർന്നു പരന്ന് ഒട്ടിപ്പോയ മൂക്കുപാലം. ചലിക്കുന്ന മെഴുകുപ്രതിമയെപ്പോലെ തോന്നി റൂഢിത്തായ്.

'നീ ചൈനക്കാരുടെ ഭക്ഷണം കഴിച്ചിട്ടില്ലേ? എവടന്ന്, കണ്ടിട്ടില്ലേ? പുഴുക്കളും പ്രാണികളും വിരകളും അടങ്ങിയ ഭക്ഷണം? അതെന്തു കൊണ്ടാണെന്നറിയുമോ?'

ഐരാവതി ഇല്ലെന്നു തലയാട്ടി.

'500 വർഷം നീണ്ട ക്ഷാമം. വലിയ ക്ഷാമം. അതു കൊടുത്ത ശീലം. ആ ക്ഷാമത്തെ ലോകത്തു മറികടന്നതു ചൈനക്കാർ മാത്രമാണ്. എന്തും എന്തിനെയും എങ്ങനെയും ഭക്ഷിക്കുക എന്നതാണ് ഏതുതരം വിശപ്പിന്റെയും അടിസ്ഥാനപരമായ തത്വം.' അവർ ഐരാവതിയെ നോക്കി.

'ഇനീം നിനക്കു മനസ്സിലായിട്ടില്ലേ മകളേ? അവനവന്റെ നിലനിൽപ്. അതാണു സത്യം. മറ്റൊന്നുമല്ല. നീയൊന്നും ജീവിതത്തിൽ ഒന്നും അനുഭവിച്ചിട്ടില്ല.'

റൂഢിത്തായ് ഐരാവതിയുടെ കൈ പിടിച്ച് അവരുടെ നെഞ്ചിൽ ചേർത്തുപിടിച്ചു: 'വലിച്ചെറിഞ്ഞ് കളയ് മകളേ. ഈ ജീവിതം, എന്താ?

അതൊരു കോഴിമുട്ടയാണ്. ഒന്ന് ചിറകിളക്കിയാൽ മുട്ടത്തോടുകൾ പൊടിഞ്ഞുപോവും. പിന്നെ നിനക്കു പറക്കാം. നീയിതൊ

ക്കെ പൊട്ടിച്ചടർത്തി പൊറത്തുവാ...'

പട്ടാളക്കാർ വെട്ടിയരിഞ്ഞ ഇടതുമുലപ്പകുതിയുടെ കരുത്ത് അവളെ അമ്പരപ്പിച്ചു. തീയിൽ തെളിഞ്ഞ വിയർപ്പിൽ സ്ത്രീയുടേതായ ദാർഢ്യം പ്രകാശിച്ചു. ഐരാവതി ജീവിതത്തെ തീരുമാനിച്ചു...

അതു ബാലാജിയുമൊത്തുള്ള ഐരാവതിയുടെ ആദ്യത്തെയും അവസാനത്തെയും വിദേശയാത്രയായിരുന്നു. ഭാര്യയും ഭർത്താവുമെന്ന നിലയിലെയും ഏറ്റവുമൊടുക്കത്തെ യാത്ര. പരസ്പരം പിരിയുംമുമ്പേ, പ്രേമകാലത്ത് വാക്കുറപ്പിച്ച ആ വിദേശയാത്ര നടത്തണമെന്നത് ഐരാവതിയുടെ ആഗ്രഹമായിരുന്നു. ഒരുതരം വാശി.

കല്യാണം കഴിഞ്ഞ വർഷങ്ങളിൽ ബാലാജിയുടെ സ്വത്തു കേസുകൾ നടക്കുന്ന സമയമായിരുന്നതിനാൽ അവർക്ക് ഒന്നിനു പണമുണ്ടായിരുന്നില്ല. ഐരാവതിയുടെ സർക്കാർ ജോലികൊണ്ട് അവർ ഞെരുങ്ങിപ്പിശുക്കി എങ്ങനെയോ ജീവിച്ചു. രണ്ടുപേരുടെയും വിദ്യാഭ്യാസ ലോൺ അടച്ചു കഴിയുമ്പോഴേക്കും ബാക്കിയാവുന്ന പണം കൊണ്ട് റേഷൻകടയിൽ നിന്നു വലിയമ്മയ്ക്കു കിട്ടുന്ന ഒരു രൂപാ അരി വാങ്ങിയും പാളയം മാർക്കറ്റിൽ ചെന്നു വിലപേശി പച്ചക്കറി വാങ്ങിയും സെക്കനന്റ് ബൈക്കിന്റെ പിറകിൽ വച്ച് കടൽത്തീരത്തുപോയി അരിക്കടുക്ക പൊരിച്ചതും പഠാണിക്കടലവും വാങ്ങിത്തിന്നതും കേവലചെലവുചുരുക്കലിന്റെ അദ്ഭുതപാഠങ്ങൾ മാത്രമായിരുന്നില്ല. അവരിരുവരും ഉള്ളിൽ മൈസൂർ മുല്ലപോലെ നട്ടുപൂത്ത പ്രേമം ധാരാളമായി സൂക്ഷിച്ചതിനാലായിരുന്നു. എങ്കിലും വാടകവീട്ടിന്റെ മുറ്റത്തെ മുരിങ്ങയും കാട്ടുചീരയും വാഴത്തട്ടയും ആളൊഴിഞ്ഞ പറമ്പിലെ ഇടിച്ചക്കയും പിന്നെ സ്നേഹവും ഉണ്ടായിരുന്ന അക്കാലത്ത് വിദേശം പോയിട്ടൊരു സ്വദേശ യാത്ര ചെയ്യുവാൻപോലും അവർക്കു സാധിച്ചിരുന്നില്ല.

കഴിഞ്ഞ കൊല്ലം വിവാഹത്തിന്റെ അഞ്ചാം വർഷമാണ് ബാലാജി കേസ് ജയിച്ചത്. സ്വത്തുക്കളും അച്ഛന്റെ അക്കാദി കെട്ടിടം നിന്നിരുന്ന മാവൂർ റോഡരികിലെ അരയേക്കർ പറമ്പും ബാങ്കിലെ പണവും നഷ്ടപരിഹാരവും അവരെ ആരെക്കാളും വലിയ പണക്കാരാക്കി. പണമെത്തുമ്പോൾ സ്നേഹമുണ്ടായിരുന്നില്ല അവരുടെ വീട്ടിൽ. കലഹങ്ങളുടെ പെരുക്കനാളുകൾ, നോക്കിൽ, വാക്കിൽ, ഇരിപ്പിൽ, ഇരുവരെയും പരസ്പരം പുകച്ചു വികർഷിച്ചുകൊണ്ടിരുന്നു. പിഴകളുടെയും പരാതികളുടെയും ശ്വാസംമുട്ടിക്കുന്ന കണ

ക്കുകളിൽ നിന്നു ബാലാജി ഐരാവതിയെ വിരൽ ചൂണ്ടിക്കൊണ്ടും പിറുപിറുത്തുകൊണ്ടും തുടരുന്ന നീണ്ട ഫോൺകോളുകൾ. അന്നേരം ചായയുടെ ചെറിയ ചൂടിലും അമൃതാഞ്ജനിലും അലിയാത്ത മൈഗ്രേനിനോടു സമരം ചെയ്തു തൊറ്റ് ഐരാവതി ചെടിക്കും. പറയാൻ വിശേഷങ്ങളില്ലാത്ത പതിവു ദാമ്പത്യം. വിരസമായ വൈകുന്നേരങ്ങളിൽ, കടൽത്തീരത്തെ അവരുടെ ഫ്ളാറ്റ് ബാൽക്കണിയിൽ, സൂര്യാസ്തമയം മയക്കമാർന്ന സന്ധ്യയാകുമ്പോൾ നിശബ്ദമാകുന്ന അവർക്കുള്ളിലെ വെറുപ്പ്. കുട്ടികളില്ലാത്ത, കുട്ടിച്ചിരിയുരാത്ത ഓരോ വീടും നരകസമാനമാണെന്ന് ഐരാവതി പറയുന്നത് അപ്പോഴാണ്. കുട്ടികളാണു സ്ത്രീയെ പുരുഷനും പുരുഷനു സ്ത്രീയെയും സഹനീയമാക്കുന്നത്. അവരില്ലാത്ത വീടുകളിൽ സന്ധ്യക്കിരുട്ടിഴഞ്ഞുവരുംപോലെ പിണക്കവും കലഹവും പതിവായി കയറിവരും. ടി.വിയുടെ കൂട്ടിയ വോളിയത്തിൽ അയൽവീടുകൾ അവരുടെ കലഹത്തിനു മീതെ തമിഴ് പ്രേമപ്പാട്ടുകൾ കേൾക്കും. കുട്ടികളുടെ ചിരിയോ കരച്ചിലോ ഇല്ലാത്ത അനാഥമായ ഇടനാഴിയിൽ നിന്നു വാട്സാപ്പ് തൊട്ടുകുത്തിയ ഫോണുമായി ബാലാജി സ്വകാര്യമായ ഒരു വിളിയിലേക്കും വാക്കുകൾ മുറിവു കുത്തിയ നെഞ്ചുമായി ഐരാവതി മുറികളിലൊന്നിലെ ഇരുട്ടിലേക്കും കയറിപ്പോകും. പിറക്കാതെ പോയ കുഞ്ഞുങ്ങളെ പ്രതി നിസ്സഹായമായൊരു എരിച്ചിൽ അവളുടെ ഉറക്കത്തിൽ ദുഃസ്വപ്നം കാട്ടും.

ഉള്ളിൽ ക്ഷുബ്ധമായ അത്തരം പതിവു പകയുടെയും കുറ്റക്കണക്കുകളുടെയും പരാതികളുടെ പെരുമഴത്തൊണ്ടകളുടെയും അപ്പുറത്തു ശാന്തമായ ഒരു സൗഹൃദയാത്രയാണ് ഇപ്പോൾ അവരുടെ ലക്ഷ്യം.

ഈ യാത്ര അവസാനിക്കുമ്പോൾ ബാലാജി ഫയലിൽ സൂക്ഷിച്ച ഉഭയവിവാഹമോചനാപേക്ഷയിൽ ഐരാവതി വിസമ്മതമൊഴിഞ്ഞ ഹൃദയത്തോടെ ഒപ്പിടും. ബാലാജി ഐരാവതിയുടെ പ്രിയ കൂട്ടുകാരി ജയന്തിയെ ആർഭാടമില്ലാതെ വിവാഹം ചെയ്യും. ചന്ദ്രനുദിച്ചു പൊട്ടുകുത്തിയ പൂർണ്ണചന്ദ്രരാത്രികളിൽ അവർ ചുണ്ടുകളിൽ ഉമ്മ വയ്ക്കും.

ശ്വാസം അമർത്തി കെട്ടിപ്പിടിക്കും. ഒരുമിച്ച് ഒറ്റ സ്വപ്നം കാണും. അവർക്കു കുഞ്ഞുങ്ങളുണ്ടാകും. മച്ചിയെന്നു കേട്ടുകേട്ട് ചങ്ക് തകർന്ന് ഐരാവതി കമിഴ്ന്നു പൊട്ടിക്കരഞ്ഞു കിടന്ന ആ കണ്ണീർ നനഞ്ഞ കിടക്കയിൽ നിറയെ ആ കുട്ടികൾ ശറശറേന്നു

മൂത്രമൊഴിക്കും.

അവരുടെ യാത്രയുടെ ഏറ്റവും അവസാനത്തെ രാത്രിയായിരുന്നു അത്. ഫാങ് നാ ബേയുടെ തുടയിടുക്കിലെ കടലുകളും അവയിൽ പാറക്കുന്നുപോലെ പൊന്തിനിൽക്കുന്ന ദ്വീപുകളും കുഴൽപോലെയുള്ള ഹോങ്ങുകളും കണ്ടുകണ്ടു തീർന്ന പകൽച്ചൂടിൽനിന്നു വ്യത്യസ്തമായി പോകുംമുമ്പ്, സീക്രട്ട് ബാറിലെ പിങ്പോങ് പ്രദർശനം കാണണമെന്നു റൂഢിത്തായാണ് അവളോടു പറഞ്ഞത്.

'വ്യഭിചാരമൊക്കെ എത്രയോ അന്തസ്സുള്ള ജോലികളാണ് ഇവിടെ എന്നറിയുമോ? ഇത്തിരി പൈസയ്ക്കുവേണ്ടി ഈ ബാറിൽ പ്രദർശനം നടത്തുന്ന സ്ത്രീകൾ എന്തൊക്കെ രോഗങ്ങൾ ബാധിച്ചാണു ചാവുക? നിനക്കൊന്നും ഊഹിക്കാൻകൂടി പറ്റുകയില്ല.'

ബാംഗ്ലാസ്ട്രീറ്റിലെ പെൺകുട്ടികൾ മിക്കവാരും ഗ്രാമങ്ങളിൽ നിന്നു വരുന്ന കർഷകരുടെ മക്കളായിരുന്നു.

'തായ്‌ലാൻഡിലെ തന്തമാർക്കും ആങ്ങളമാർക്കും ഒറ്റപ്പണിയേ അറിയൂ. പിമ്പിങ്. ഈ പെൺകുട്ടികൾ ബാറിലാടിയും ശരീരം വിറ്റും ഒരു മാസം 30,000 ബാത്തെങ്കിലും നാട്ടിലേക്കയയ്ക്കും. അതു ധൂർത്തടിച്ചാണ് ആണുങ്ങൾ ജീവിക്കുന്നത്. ചിലർക്കു ഭർത്താക്കന്മാർ. നീ കരയണ്ട.' ബാലാജിയുടെ ചതിയെപ്പറ്റി പതം പറഞ്ഞപ്പോൾ റൂഢിത്തായ് അതിനെ നിസ്സാരമാക്കി.

ഈ പ്രദർശനത്തിനു വരുന്നതിനു മുമ്പ് നെഞ്ചു പൊള്ളുംപോലെ അവൾ ഉരുക്കമാർന്നു. വിമാനയാത്രയുണ്ടാക്കിയ അസ്വസ്ഥതയാണെന്നാണ് ആദ്യമവൾ കരുതിയത്. ആദ്യമായി വിമാനത്തിൽ കയറുന്നവർക്കുണ്ടാകുന്ന മർദ്ദപ്രശ്നത്താലവളുടെ ഇരുചെവികളും അടഞ്ഞു പോയിരുന്നു. ശരീരത്തിനു ഭാരം നഷ്ടപ്പെട്ടു. തലചുറ്റലും ഛർദിയും അകാരണമായി വൈകിയ ആർത്തവവും.

ഐരാവതിയുടെ പരവേശം കണ്ട് റൂഢിത്തായ് സംശയത്തോടെ ചിരിച്ചു. നോപ്ജീറ അതു ശരിവച്ചു മൂളി. പാഷൻഫ്രൂട്ട് മുറിച്ചുകൊണ്ടിരിക്കെ പഴക്കച്ചവടക്കാരി ബോറിബണും അതുറപ്പിച്ചു. അവൾ ഐരാവതിയെ വിലക്കി.

'കറിമൂസ കഴിക്കാൻ പാടില്ല' ഐരാവതി അദ്ഭുതപ്പെട്ടു.

'എന്ത്?'

'ഗർഭമലസും.' റൂഢിത്തായ് പതുക്കെ പറഞ്ഞു.

'എന്താണ്?' കേട്ടതു ശരിയല്ലേയെന്നറിയാൻ ഐരാവതി

ചോദിച്ചു.

ചോദ്യം അത്ഭുതകരമായും അമ്പരപ്പിക്കുന്നതായും അവൾക്ക് അനുഭവപ്പെട്ടു.

'അതിനു സാധ്യതയില്ല. ഞാൻ ഗർഭിണിയല്ല. ആകുകയുമില്ല.' എങ്കിലും അവളിൽ ഒരു സംശയം നിന്നു. രഹസ്യമായി പരിശോധനാകിറ്റുകൾ വാങ്ങി. രണ്ടു വെള്ളവരയും ചുവന്നു വന്നപ്പോൾ ഒറ്റവരയല്ലേ ഗർഭലക്ഷണമെന്നവൾ സംശയിച്ചു. അവൾ കവർ വായിച്ചുനോക്കി. രണ്ടാമത്തെയും മൂന്നാമത്തെയും പരിശോധനാകിറ്റും ഇരട്ട വരകൾ വരഞ്ഞ് അവൾക്ക് അത് ഉറപ്പുകൊടുത്തു. ജയന്തിയുടെ ചതിയിലവൾക്ക് ഉടലെരിഞ്ഞു. കേവലം അഞ്ചുദിവസം മുൻപു പരിചയപ്പെട്ട റൂഢിത്തായിയുടെ ഒറ്റമുല നെഞ്ചിൽക്കിടന്ന് അവൾ കരഞ്ഞു. തായ്സോസിന്റെ എരിവിൽ അവൾക്കു ശ്വാസം മുട്ടി.

'നിന്നെപ്പോലെയുള്ള വിഡ്ഢികൾക്ക് പിന്നെ ലോകം എന്തു കൊടുക്കാനാണ്? ഭർത്താവിന്റെ കാമുകിയുടെ അടുത്ത് സൗഹൃദം വയ്ക്കുന്നു. പോരാഞ്ഞു ചികിത്സയും.' റൂഢിത്തായ് അവളുടെ അടിവയർ മുകളിലേക്കമർത്തി തൊട്ടു.

'ഗർഭിണിയാണ്, നൂറുതരം. ഇന്റർനെറ്റിന്റെ കാലമല്ലേ ഇത്. മകളെ, ആ മരുന്നിനെപ്പറ്റി ഒന്ന് അന്വേഷിക്കാനാണോ ഇത്ര വിഷമം?' നോപ്ജീറ കൂണുകൾ വെട്ടിയരിഞ്ഞു തിളവെള്ളത്തിലേക്കിട്ടു.

'അന്വേഷിക്കണമായിരുന്നു. എങ്കിലേ ഈ ചതി ഞാനറിയുമായിരുന്നുള്ളൂ. കുട്ടികളുണ്ടാകില്ല എന്നു പറഞ്ഞാൽ അതിൽ പിന്നെ എന്തുചതിയുണ്ടാകാനാണ്. എനിക്കൊരു തരത്തിലും സംശയം ഉണ്ടായിരുന്നില്ല. ഇന്നല്ലെ നാട്ടിലെ മറ്റൊരു ഡോക്ടറോട് അന്വേഷിച്ചു. റിപ്പോർട്ടുകൾ മെയിൽ ചെയ്തു. എനിക്ക് മെഡിക്കലി ഒരു കുഴപ്പവുമില്ലത്രേ. ഒരു വന്ധ്യതയും ഇല്ല. പക്ഷേ, എനിക്കു കുഴപ്പമുണ്ടെന്നും കുട്ടികൾ വേണമെങ്കിൽ മരുന്നു നിത്യം കഴിക്കണമെന്നും പറഞ്ഞുതന്നത് കുട്ടികൾ ജനിക്കാതിരിക്കുവാനുള്ള നിരോധന ഗുളികകളായിരുന്നു. ബ്രൂട്ടൽ ചീറ്റ്. ഞാനതിൽപെട്ടു.' ഐരാവതി അസഹ്യമായ ചെന്നിക്കുത്തോടെ തലമുടി പിടിച്ചുവലിച്ചു.

കഴിഞ്ഞ ദിവസം ബാലാജിയുടെ കൈപിടിച്ചു നടന്ന കടൽത്തീരത്ത് മണൽച്ചുഴികളിളകി ഐരാവതിയെ ഒറ്റയ്ക്കു പൂണ്ടടക്കം പിടിച്ചു താഴ്ത്തിയതുപോലെ തോന്നി അവൾക്ക്. ശ്വാസകോ

ശങ്ങളിൽ മണൽ നിറഞ്ഞപോലെ അവൾ കിതച്ചു. മൂക്കുകയറിട്ട ഒരു മച്ചിത്വം പ്രാണപ്പിടച്ചിലോടെ ഹൃദയത്തെ അടിച്ചുവീഴ്ത്തി. ചതിയുടെ പകയിൽ ഹൃദയം അശരണമായി മുക്രയിട്ടു.

കുട്ടിക്കാലത്ത് അവർ മൂവരും എപ്പോഴും ഒരുമിച്ചായിരുന്നു. ബാലാജിയുടെ അച്ഛൻ പ്രൊഫസർ ശക്തിവേലിന്റെ മാജിക് അക്കാദമിയിൽ ബാലുവും ഐവിയും ജയന്തിയും ഓടിയും ഒളിച്ചും സാറ്റ് കളിച്ചും ഒരുമിച്ചുണ്ടും അടികൂടിയും. ഐരാവതിക്കോർമയുണ്ട്. അന്നൊക്കെ അവരിരുവരുമായിരുന്നു കൂട്ടുകാർ. മുറികളിൽ നിന്നും മുറികളിലേക്കു പ്രവേശിക്കുമ്പോൾ പിശാചുക്കളുടെ മുഖംമൂടികളിട്ട് അവരിരുവരും ഐരാവതിയെ 'ട്ടോ' എന്നു പേടിപ്പിക്കുമായിരുന്നു. മണലിൽ കുഴികുത്തി കരയില മൂടിവച്ച് അതിലൂടെ ഐരാവതിയെ നടത്തിച്ച് കുഴിയിലിടുമായിരുന്നു അവർ.

'ഐരാവതം ഐരാവതം'. അവളുടെ അൽപം തടിച്ച നിറം കുറഞ്ഞ ഉടലിനെ നോക്ക് അവർ ആർത്തുപിടിച്ചു.

'ഐരാവതം വെളുത്തിട്ടാ. ഇത് കറത്ത ആനക്കൂട്ട്യാണ്. ബാലാജി പൊട്ടിച്ചിരി പൊത്തി. ഒറ്റമടഞ്ഞു നീണ്ടു കിടന്ന കറുത്ത കട്ടിയുള്ള അവളുടെ മുടിയാട്ടി. 'തുമ്പിക്കൈ കണ്ടോ കണ്ടോ?' എന്നവർ വികൃതി കൂടി. ഐരാവതി ഇളിഞ്ഞു കരഞ്ഞു.

'പോട്ടെടീ കുഞ്ഞേ. അവർക്കറിയുമോ ഐരാവതിയേ? അവർക്കൊന്നും വിവരമില്ല കുട്ടാ.'

ഐരാവതിക്കറിയുമോ ഐരാവതിയെ? അച്ഛന്റെ പഴയ ആൽബത്തിൽ വലതു ചൂണ്ടുവിരൽ കവിളിൽ കുത്തിയിരിക്കുന്ന ഐരാവതി കാർവെയുടെ ബ്ലാക്ക് ആൻഡ് വൈറ്റ് ഫോട്ടോയും അച്ഛനുമമ്മയുടെയും കല്യാണപ്പടത്തിൽ അമ്മയുടെ നെറ്റിയിൽ അവർ ഉമ്മ വയ്ക്കുന്നതിന്റെ ഫോട്ടോയും അവളുടെ മനസ്സിലുണ്ട്.

'വെല്യ ആളാ. അച്ഛന്റെ പ്രബ്സറാ... പൂനേല്. സോഷ്യോളജീടെ. അച്ഛന്റേം അമ്മേന്റേം കല്യാണം നടത്തിക്കൊടുത്ത ടീച്ചറ്. ബർമേല്.'

'പിന്നെ സൊട്ട വിടല്ലേ. പ്രബസ്റ്, പൂന... സോഷ്യോളജി.... അച്ഛന്റെ കല്യാണം... അമ്മ...'

ബർമയിലെ നീല നിറമുള്ള സുന്ദരിനദിയാണ് ഐരാവതിയെന്നും ആ പേരിൽ ബംഗാൾ ഉൾക്കടലിൽ മലർന്നു കിടന്നു മുകളിലേക്കു ജലം തുപ്പുന്ന വെള്ളിത്തൊലിയുള്ള ഡോൾഫിനുണ്ടെന്നും പറയുവാനാഗ്രഹിച്ചത് ഐരാവതി വിഴുങ്ങും.

'അമ്മ. നിനക്കെവിടാ അമ്മ? കുമ്മയാ കുമ്മ.' ജയന്തി കുരങ്ങ് മൂഞ്ചകാട്ടി നിർദയം കൊഞ്ഞനെ കുത്തും. ബാലാജി പരിഹാസം കലർന്ന മുഖത്തോടെ പൊട്ടിച്ചിരിക്കും. ആത്മവിശ്വാസമില്ലാതെ തകർന്ന ഹൃദയത്തോടെ ലജ്ജാകരമായി കുനിഞ്ഞ ശിരസ്സോടെ ഐരാവതി മന്ദബുദ്ധിയെപ്പോലെ അവർക്കു മുമ്പിൽ നിൽക്കും. അവൾ തോറ്റവളെപ്പോലെ എന്നും നിസ്സഹായമായിത്തന്നെ കരയും.

ബാലാജിയുടെ അച്ഛൻ മരിച്ചതിനു കാരണം ജയന്തിയുടെ അച്ഛനായിരുന്നു എന്നറിയുംവരെ ബാലാജിക്കും ജയന്തിക്കുമിടയിൽ വേലപ്പണി ചെയ്യേണ്ടുന്ന ഒരു കേവല അടിമക്കൂട്ടുകാരി മാത്രമായിരുന്നു ഐരാവതി. ഐരാവതിക്ക് ക്ലാസിൽ ഒന്നാം റാങ്കുണ്ടായിരുന്നില്ല. ഐരാവതിക്ക് ഗോതമ്പിന്റെ തിളക്കനിറത്തൊലിയുണ്ടായിരുന്നില്ല. അവൾക്കു സാഹിത്യ സമാജത്തിനോ ബാലകലോത്സവത്തിനോ ഒന്നാംസ്ഥാനം കിട്ടിയിരുന്നില്ല. അവൾക്കു കവിത ചൊല്ലാനറിയുമായിരുന്നില്ല. പാട്ടുപാടാനോ ജയന്തിയെപ്പോലെ നൃത്തം ചെയ്യാനോ അറിയുമായിരുന്നില്ല. അവളൊരിക്കലും ബാലപ്രതിഭയും ആയിരുന്നില്ല. ഒരസാധാരണത്വവുമില്ലാത്ത ദ്രാവിഡമായ മുഖാടയാളങ്ങളും ഉയരക്കുറവും നിര തെറ്റിയൊരു മുൻപല്ലുമുള്ള അവളെ തിരക്കിൽ അവളുടെ അച്ഛനുപോലും തിരിച്ചറിയുമായിരുന്നില്ല. അത്രമേൽ സാധാരണമായതിനാൽ അവൾ അവർക്കു മുമ്പിൽ തല കുമ്പിട്ടുതന്നെ നിന്നു.

'റുഢിത്തായ്, ശരിക്കും അവരായിരുന്നു ഒരുമിക്കേണ്ടിയിരുന്നത്. ഞാനെല്ലാക്കാലത്തും അവർക്കിരുവർക്കും ഇടയിൽ നിന്നും പുറത്തായിരുന്നു. കുട്ടിക്കാലത്ത് എന്നെ ബാലു എന്റെ പേരുപോലും വിളിച്ചിട്ടില്ല. എന്റെ അച്ഛനാണ് ബാലുവിനെ പിന്നീടു വളർത്തിയതെന്നോ ഞങ്ങളേ ഉണ്ടായിരുന്നുള്ളെന്നതോ ജയന്തീടച്ഛൻ ചതിയനാന്ന് അറിഞ്ഞതോ ഒക്കെയായിരിക്കും ബാലുവിന്റെ പ്രേമത്തിനു കാരണം.'

'പ്രേമം തന്നെ വലിയ കളവാണ്. കാര്യസാധ്യത്തിനായി മാത്രം ഉണ്ടാക്കിയ ഒരുതരം അഡ്ജസ്റ്റ്മെന്റ്. ആത്മാർത്ഥതയല്ല. സ്വാർത്ഥതയാണ് അതിന്റെ ആത്മാവ്. ഞാൻ പ്രേമിച്ചത് ചതിക്കാൻ വേണ്ടിയാണ്. ചതി വേണം. സ്വാർഥത വേണം. അതൊക്കെ മറച്ചുവച്ച് തേനുപോലെ അഭിനയിക്കണം. എന്നാലേ പ്രേമത്തിനൊരു രസം വരൂ. ഒരു ഹരം കിട്ടൂ.' റൂഢിത്തായ് ചിരിക്കുവാൻ തുടങ്ങി. ഒരു പാത്രം നിറയെ പളുങ്കു കല്ലിട്ട് കിലുക്കം പോലെ ഉന്മത്ത

മായി അവർ ചിരിച്ചുകൊണ്ടിരുന്നു. കടലിന്റെ മുകളിൽ ചുഴിഞ്ഞു പൊന്തിയ രാത്രിക്കാറ്റ് കരയിലേക്കു തിരിഞ്ഞു കയറി. അവരുടെ ചിരി കാറ്റിൽ പറന്നുപോയി.

റൂഡിത്തായ് ഓർത്തു...

ഏതൊരു ശനിയാഴ്ച രാവിലെയുംപോലെ പ്രകാശം ആഹ്ളാദത്തോടെ അന്തരീക്ഷത്തിൽ ചിതറി നിന്നിരുന്നു. തലേന്ന് മഴ അധികമായി പെയ്തിരുന്നു. കരനെല്ലിന്റെ കൃഷി, നനവിൽ ഒന്നുകൂടി പച്ചിപ്പു നിന്നു. വീടുകൾക്കതിരു കെട്ടിയ ഉണങ്ങിയ മുളവേലികളുടെ മീതേ പറ്റിയിഴഞ്ഞ മണിയിലയൻ കുന്നിക്കുരുവള്ളികൾ നനഞ്ഞിലകൂമ്പി, വിയറ്റ്നാമിക്കരപ്പാമ്പുകളെപ്പോലെ തൂങ്ങിക്കിടന്നു. ചുണ്ണാമ്പ് പാറക്കൂട്ടത്തിനു മീതെ പൊടിച്ച മൊട്ടുകൂണുകളുടെ നെയ്നിറക്കുടുക്കകൾ, മഴ വാസനിച്ചു നിന്നു. അവളുടെ കാതിൽ ജലത്തിന്റെ വൈരമണിക്കമ്മലുകളിളകി. പാറയിടുക്കുകളിലെ ചെറിയ ഇടവഴിയിൽ മഴച്ചാലുകൾ. അവയിൽ കുട്ടിച്ചെമ്മീനുകൾ പുളഞ്ഞുതുള്ളി. വരമ്പിനടിയിലെ നീളത്തോട്ടിൽ ജലച്ചുഴികൾ വിടർന്നു കറങ്ങി. അമേരിക്കൻ പട്ടാളക്കാർ ഒഴിവു ദിവസക്കളികൾക്കായി പെൺകുട്ടികളെ തിരിഞ്ഞോ സോൺ മൈ ഗ്രാമത്തിലെ പാറക്കറുപ്പള്ള നാട്ടുമുതലകളെ ഇറച്ചിക്കായി വേട്ടയാടാനോ വേണ്ടി നീണ്ട വേട്ടത്തോക്കുകളുമായി നാട്ടുവഴികളിലൂടെ വന്നു.

വയലറ്റ് മണികളുള്ള റാസ്ബെറിയരി വേവുന്നതിന്റെ പശപശപ്പാർന്ന കൊതിഗന്ധം അന്തരീക്ഷത്തിൽ ഒട്ടിനിന്നു. മൈലായിലെ കുടിലുകളുടെ മുറ്റത്ത് ഡ്യൂറിയാൻ പഴങ്ങളഴുകിയതിന്റെ വിസർജ്യച്ചുതുപ്പു വാസന.

പ്രായം കൂടിയ കുറച്ചു പുരുഷന്മാരും സ്ത്രീകളും കുട്ടികളുമായിരുന്നു ഗ്രാമത്തിലേറെയും. കൊയ്ത്തിനുവേണ്ടി പോകാൻ ഗ്രാമം നേരത്തേ ഉണർന്ന ദിവസവുമായിരുന്നു. റൂഡിത്തായ് ഇരട്ടക്കുട്ടികളിലൊന്നിനെ മുലയൂട്ടുന്നിടത്തേക്ക് അയാൾ കയറി വന്നു. മരിച്ച ഒരാളുടേതുപോലെ നിസ്സംഗമായ തണുത്ത കണ്ണുകൾ. ചാർളിക്കമ്പനിയുടെ ഇരുപതാം ഇൻഫെന്ററി റെജിമെന്റിലെ ആ ഉദ്യോഗസ്ഥന്റെ പേരു കാലി ജൂനിയറെന്നായിരുന്നു. നിൽപ്പിലും നടപ്പിലും അയാളൊരു താറാവിനെ ഓർമിപ്പിച്ചു. ശരീരത്തിന്റെ മുൻഭാഗം നെഞ്ചുന്തിയും ചന്തി പിറകോട്ടു തള്ളിയും അശ്ലീലകരമായ പെണ്ണുടലാകൃതിയിൽ അയാൾ നിന്നു. സദാ തിളച്ച് ആസിഡ് പോലെ സ്ത്രീകളെ പൊള്ളിച്ചെരിക്കുന്ന അയാളുടെ ഷണ്ഡകാമമാക

ട്ടെ പോപ്പയുടെ തുമ്പിക്കൈപോലെ ആർമിനിക്കറിൽ തിടംവച്ചു നിന്നു.

'മുല കുടിക്കുന്ന കുട്ടിയും ചെവി കേൾക്കാത്ത കുട്ടിയും മാത്ര മല്ല, എന്റെ ഏഴുമാസ ഗർഭവയറിലെ കുട്ടിയും അയാളുടേതുത ന്നെയായിരുന്നു.'

അയാളൊരു സ്ത്രീയെപ്പോലെ പതുക്കെ നടന്നുവന്നു. അരക്കെ ട്ടിലെ പട്ടാളചിഹ്നങ്ങൾ ക്രൂരമായ യുദ്ധപ്പകയെ ഓർമിപ്പിച്ചു. അയാൾ നിശ്ശബ്ദനായി കുട്ടി പാലു കുടിക്കുന്നതു തുറിച്ചുനോക്കി. കൂട്ടത്തിൽ നിന്നു പുറന്തള്ളപ്പെട്ട മദയൊറ്റന്റെ കൊമ്പുപോലെ കൂർ ത്ത തേറ്റപ്പല്ലുകൾ കൂട്ടിപ്പിടിച്ച ചുണ്ടുകളിൽനിന്നു പുറത്തേക്കു തെള്ളിതെളിഞ്ഞു നിന്നു.

'നീ ഏജന്റാണോ?' റൂഢിത്തായ് ഒരു നിമിഷം പതറിപ്പോയി. അയാൾ എല്ലാം അറിഞ്ഞതിന്റെ നിറഞ്ഞ പകയോടെ പുഞ്ചിരിച്ചു. എല്ലാ നാഡീവ്യൂഹങ്ങളിലും സിരകളിലും ധമനിക്കൂട്ടങ്ങളിലും രക്തമുറഞ്ഞു കട്ടിയായതുപോലെ അവളുടെ ഹൃദയമിടിപ്പ് ഒന്നു നിന്നു.

കുഞ്ഞ് മുലകുടി നിർത്തി അയാളെ നോക്കി. അയാളുടെ മകൻ. അയാളുടെ മകൻ. അവന്റെ അച്ഛനെ നോക്കി കിളുകിളാ ചിരിച്ചു.

'ക്യാംപിലെ ഏതാണ്ടെല്ലാ പട്ടാളക്കാർക്കു ഈ രോഗം വരണ മെങ്കിൽ അതൊരു ചതിയായിരിക്കില്ലേ റൂഢി?'

റൂഢിത്തായിയുടെ നെഞ്ച് തണുത്തുറഞ്ഞു കല്ലിച്ചു. മുലകൾ അയാളെ ഭയന്ന് പാൽച്ചുര നിർത്തി. പെൺമുലകളങ്ങനെയാണ്. യുദ്ധസമയത്ത് ആക്രമണോത്സുകതയോടെ ഉറച്ചിരുമ്പായിത്തീരു ന്നു. പിന്നെ പതഞ്ഞാക്രമണത്തിനു കാട്ടുമൃഗത്തെപ്പോലെ തയാ റാകുന്നു. പുലിനഖം പുറത്തേക്കു തുറിക്കുന്ന വന്യമായ അതേ ക്രൂരതയോടെ അവ പോർമുലക്കണ്ണുകൾ പുറത്തേക്കു തുറുത്തും. അമ്മത്തം വിടും പാൽച്ചുര നിർത്തും.

'അവർ പറഞ്ഞതു ഞാൻ വിശ്വസിച്ചിട്ടില്ല. നീയാണവരുടെ നേതാവെന്നു ചാകുംമുമ്പ് അവരാണയിട്ടിട്ടും ഞാൻ വിശ്വസിച്ചി ട്ടില്ല. റൂഢി. നീയെന്റെ കുട്ടികളുടെ അമ്മയാണ്. നമ്മൾ സ്നേഹി ക്കുന്നവരാണ്. അല്ലേ?'

അറുപത്തിയൊൻപതു സ്ത്രീകളാണ് ആ ഗൊറില്ലാപ്പടയിൽ ഉണ്ടായിരുന്നത്. എഴുപതാമത്തവൾ റൂഢിത്തായ്. ചാവേറുകളുടെ നേതാവ്. നേർബുദ്ധി. ഉടലിൽ ഗൊണോറിയയുടെയും സിഫിലി സിന്റെയും യുദ്ധപ്പകയുടെ രോഗബീജവിത്തുകൾ. റാസ്ബെറിനെ

ല്ലുവിത്തുകളുടെ കൂടയിൽ രഹസ്യമായി ഒളിപ്പിച്ച മരണവിത്തുകൾ.

'കന്യകമാരുടെ യുദ്ധം എന്നാണത് അറിയപ്പെട്ടത്.' റൂഢിത്തായ് ചുളിക്കുമ്പോൾ, ചൂലിൽ സഞ്ചരിക്കുകയും ചുട്ടുകൊല്ലപ്പെടുകയും ചെയ്ത ഡാകിനിമാരുടെ ചിത്രകഥാമുഖം തെളിഞ്ഞു.

'തായ്‌ലൻഡിലെയും ലാവോസിലെയും കമ്പോഡിയയിലെയും കർഷകരും ചെറുകിട വ്യാപാരിമാരും അരിയിലും നെല്ലിലും പൂഴ്ത്തി അതിർത്തി കടത്തി ധാരാളമായി രോഗവിത്തുകളെ കൊണ്ടു വന്നിരുന്നു. ഏതൊരു വിയറ്റ്നാമിക്കുട്ടിക്കും സൗജന്യമായി, സമൃദ്ധമായി അവ നൽകിപ്പോന്നു.'

'നിലനിൽപാണു പ്രശ്നം. അതു ചോദ്യം ചെയ്യപ്പെട്ടാൽ മനുഷ്യർ സംസ്കാരശൂന്യരായി പെരുമാറുന്നു. ലോകത്തെവിടെയും അങ്ങനെ തന്നെയാണ്. യുദ്ധത്തിൽ ഞങ്ങളും അതേ ചെയ്തുള്ളൂ. ശക്തമായ ജൈവായുധമായി ഉടലിനെ ഉപയോഗിച്ചു. യുദ്ധപാളയത്തിൽ കയറാൻ, സ്ത്രീകളെ നോക്കാത്ത കാലിജൂനിയറിന്റെ പ്രീതി സമ്പാദിക്കുവാൻ മൂന്നു കൊല്ലമാണ് ഞാൻ പരിശ്രമിച്ചത്. എന്റെ രാജ്യത്തെ ചതിക്കുന്നവരോടു പ്രേമത്തിന്റെ സ്വരത്തിൽ ഞാനും മറുചതി കലർത്തി, അത്രതന്നെ.'

ഗൊറില്ലകളെ അന്വേഷിക്കാമെന്ന നാട്യത്തിൽ പട്ടാളക്കാർ ഗ്രാമത്തിലെ കുടിലുകളിൽ പെണ്ണിറച്ചിയും തോടുകളിൽ മുതലയിറച്ചിയും തേടി നായാടിക്കൂടിയ കാലമായിരുന്നു അത്.

'അധികാരവും വിജയവും ചേരുമ്പോഴുണ്ടാകുന്ന ഗർവിന്റെ വില നൽകേണ്ടുന്നതു സ്ത്രീകളാണ്. യുദ്ധത്തിന്റെ കെടുതിയും ശാപങ്ങളും ദുരിതങ്ങളും പേറുന്നതും അവരാണ്. വിശപ്പും പട്ടിണിയും രോഗവും ദുരിതങ്ങളും പേറുന്നതും അവരാണ്. വിശപ്പും പട്ടിണിയും രോഗവും പകയ്ക്കൊപ്പം ചേരുമ്പോൾ എന്താണോ ചെയ്യേണ്ടത് അതേ ഞങ്ങളും ചെയ്തുള്ളൂ. ചാർളി കമ്പനി കാരണം ഞങ്ങളുടെ ഗ്രാമം നശിച്ചു. അതിനുപകരം വേണ്ടേ? വേണ്ടേ? കല്യാണദിവസം രാത്രി എന്റെ കിടക്കയിൽനിന്ന് എന്റെ ഭർത്താവിനെ പിടിച്ചുകൊണ്ടു പോയതിനുള്ള പകരം വേണ്ടേ? അതാണ്... എല്ലാ പകരങ്ങൾക്കും കരിംസിഫിലിസിന്റെ പുണ്ണുകൾകൊണ്ടു ഞങ്ങളുടെ സ്ത്രീകൾ മറുപടി കൊടുത്തത്...'

'നിന്റെ നാക്ക് അണ്ണാക്കിൽ ഒട്ടിപ്പോയിരിക്കും' കാലി ജൂനിയറിന്റെ അലർച്ച കേട്ട് ഞെട്ടി കുഞ്ഞ് കരയാനാരംഭിച്ചു.

'ചതിയുടെ സന്താനം. നിന്റെ നാക്കാണു ഞാനാദ്യം അണ്ണാക്കിൽ ഒട്ടിക്കുന്നത്' എന്നു പറഞ്ഞതും കുഞ്ഞിന്റെ തലയുടെ

പിറകുഭാഗത്ത് വെടിയമർത്തിയതും കഴിഞ്ഞു. മൂടൽമഞ്ഞുപോലെ നേർത്ത പുകയുടെ നാലഞ്ചു ചുരുളുകൾ. മൂന്നു വെടിയൊച്ചകൾ, കുഞ്ഞിന്റെ പിളർന്ന ചുണ്ടിലൂടെ ചോരയും അമ്മിഞ്ഞപ്പാലും കലർന്ന തീക്ഷ്ണങ്ങൾ മുലയിൽവന്നു തുളഞ്ഞതിന്റെ കടച്ചിൽ റൂഢിത്തായ് അറിഞ്ഞു.

'മൈലാ കൂട്ടക്കൊലയുടെ ആദ്യത്തെ ഇര എന്റെയും കാലി ജൂനിയറിന്റെയും മകനായിരുന്നു. അതിനുശേഷം തുരുതുരാ വെടിയൊച്ചകൾ മുഴങ്ങി. കുഞ്ഞുങ്ങളുടെ അലറിക്കരച്ചിലും സ്ത്രീകളുടെ ഭയന്ന നിലവിളികളും കേട്ടു. ഞാൻ കസേരയിൽ നിന്നു പാതി ബോധമൊഴിഞ്ഞ് നിലത്തു വീണിരുന്നു. തോക്കിനു പിറകിലെ കത്തികൊണ്ട് അയാൾ എന്റെ മുഖത്തും ശരീരത്തിലും യു.എസ് ആർമി എന്നെഴുതി.'

പൊടുന്നനെ റൂഢിത്തായുടെ കണ്ണുകളിൽ കാർമേഘങ്ങൾ കരിനിറച്ച ഒരു അബോധരാത്രി വന്നു ജനലിലൂടെ കണ്ട ആകാശത്തെ കറുപ്പിച്ചു. പിന്നെ, അന്തരീക്ഷത്തെ തണുപ്പിച്ചു. കറുത്ത പട്ടു തൊലിച്ചി കാപ്പിരിപ്പെണ്ണിന്റെ നഗ്നമായ തോളുകൾപോലെയാകാശം. നക്ഷത്രപ്പൊട്ടുകളില്ല, ചന്ദ്രനില്ല, രാത്രി നീലയെത്തിളക്കുന്ന അജ്ഞാതഗ്രഹങ്ങളിൽ നിന്നു സ്ഫുരിക്കുന്ന കാന്തിക രാത്രി പ്രകാശമോ ചന്ദ്രകാന്തരശ്മികളോ ഇല്ല. കറുത്ത പാടപോലെ നിർവികാരമായ ആന്ധ്യം. കണ്ണുകളിൽ ഊറിക്കെട്ടുന്ന ചുവന്ന രക്തപ്പാട. അതിനും താഴെ കട്ടകുത്തിയെപോലെ കറുപ്പായിത്തന്നെ എല്ലാ കാഴ്ചയും അറുന്നു പോകുന്നതുപോലെ റൂഢിത്തായ്ക്കു തോന്നി. പട്ടാളബൂട്ടിന്റെ പിച്ചളാറ്റംകൊണ്ട് അയാൾ കുഞ്ഞിന്റെ ജഡം ചവിട്ടിത്തെറിപ്പിച്ചു. കാലിജൂനിയറിന്റെ രോമരഹിതമായ ആപ്പിൾപ്പെൺമുഖം. പീലികൾ നിറന്നു വിശറിപ്പാപോലെ കനം തൂങ്ങിയ കണ്ണുകൾ. കയ്യിൽ എളിയിൽ സൂക്ഷിച്ച ചെറിയ കത്തി. ഇംഗ്ലീഷിലെ 'വി' അക്ഷരത്തിനു സദൃശമായ അതിന്റെ മുനക്കൂർപ്പിൽ വ്യാഘ്രലക്കണ്ണൊളി മിന്നൽ റൂഢിത്തായ് കണ്ടു. ഗന്ധകാമ്ലത്തിൽ തിളങ്ങിയ അഗ്നിനക്ഷത്രങ്ങളുടെ വാൽപോലെ അതിന്റെ മൂർച്ച. അതവളോട് അപകടകരമായി ചിരിച്ചു.

വെടികൊണ്ട മുലയുടെ വലഞ്ചെരിവിലൂടെ മാങ്ങാപ്പൂളിൽ കയറ്റുന്ന ലാഘവത്തോടെ അയാൾ കത്തി കയറ്റി വരഞ്ഞു. അയാളപ്പോഴും കടിക്കാറുണ്ടായിരുന്ന നെഞ്ചിനു മദ്ധ്യേയുള്ള ചെമ്പകമറുക് രണ്ടായി പകുന്നു. ഇടതുനെഞ്ചിനു താഴെയുള്ള വാരിയെല്ലിന്റെ ഇടയിലൂടെ അയാൾ കത്തി വൃത്താകൃതിയിൽ ചുഴറ്റി. ഹൃദയ

മുറിയും നാലറകളും ഒന്നായതുപോലെ റൂഢിത്തായ് അലറി.

'മിണ്ടരുത് പിശാചിനീ. നിന്നെ ഞാനെത്ര സ്നേഹിച്ചു? എത്ര വിശ്വസിച്ചു? എന്നെ മാത്രമല്ല, നിന്റെ ഗർഭത്തിലെ ഈ കുഞ്ഞിനെയും കൂടിയാണു നീ ചതിച്ചത്. നിന്നെയല്ലാതെ ഒരു പെണ്ണിനെയും ഞാൻ സ്പർശിച്ചിട്ടുപോലുമില്ല. ആ എനിക്കും രോഗമാണ് നിന്റെ സമ്മാനം. ഉഷ്ണപ്പുണ്ണ്. ഇതിനു മരുന്നില്ലെന്നു നിനക്കറിയാം. ഈ രോഗം വന്നാൽ പട്ടാളക്കാരനെപ്പിന്നെ പിരിച്ചുവിടുമെന്നും. നിനക്കെല്ലാംഅറിയാമായിരുന്നില്ലേ?'

പാമ്പിൻതൊണ്ടയിൽ കുടുങ്ങിയ മരത്തവളയുടെ പിടപ്പോടെ കത്തി മുനയ്ക്കു താഴെ റൂഢിത്തായുടെ അവയവങ്ങൾ മിടിച്ചു. വേദനയ്ക്കിടയിലും അവൾ പൊട്ടിച്ചിരിക്കാൻ ശ്രമിച്ചു.

'എന്റെ രാജ്യത്തെ നിങ്ങളു ചതിച്ചില്ലേ? ഞങ്ങളുടെ സമാധാനത്തെ നിങ്ങള് ഇല്ലാണ്ടാക്കിയില്ലേ? എന്റെ കല്യാണത്തിന്റെ അന്ന് എന്റെ വരനെ നിങ്ങൾ കൊന്നില്ലേ? ഞാൻ നിങ്ങളെ സ്നേഹിക്കുമോ? വിഡ്ഢി.'

'ന്യായം പറയുന്നോ?' അയാൾ ക്രൂരമായ ഒരു ശബ്ദമിട്ടു. വേട്ടയിരയെ കഴുത്തു കടിച്ചെടുത്തു പായുന്ന കാട്ടുമൃഗത്തെപ്പോലെ ഒരു മുക്രശബ്ദം. പിന്നീടു സാവകാശം കത്തി പൊക്കിളിനു താഴേക്കു വലിച്ചു ചുഴറ്റി. വൻകുടലും ചെറുകുടലും അറുന്ന് അതിനു താഴെയുള്ള ഗർഭപാത്രത്തിലേക്ക് അതു സാവധാനം അയാൾ കുത്തിയിറക്കി. അടിവയറ്റിൽ ആയിരം ചിത്രശലഭങ്ങൾ പ്യൂപ്പ പൊട്ടിച്ചു പുറത്തേക്ക് ഇരമ്പത്തോടെ ഇരച്ചുവന്നതായി റൂഢിത്തായ്ക്ക് തോന്നി.

ഒരു നിലന്തല്ലികൊണ്ടു നിലം തല്ലുന്നതുപോലെ ലാഘവമായി ടെറിജൂനിയർ റൂഢിത്തായുടെ മുഖം ചതച്ചു. അവളുടെ മൂക്കുകുഴൽ പരന്നു. ചിതറി ഒരു ചുവന്ന തടിയൻ ശലഭത്തിന്റെ ഒറ്റച്ചിറകുപോലെ വിറച്ചു. അയാൾ കുന്തിച്ചിരുന്ന് അവളുടെ ചെവികൾ രണ്ടും അറുത്തെടുത്തു.

'ഒരു കഷണം ചോരയിറച്ചിയായിട്ടു വേണം നീയൊടുങ്ങാൻ.' അയാൾ അവളുടെ വലതു കൈവിരലുകൾ പിറകിലേക്കു മടക്കി അഞ്ചും ഒടിച്ചു. ഇടത്തേ കയ്യിൽ നിന്നു വലതുവിരൽ പറിച്ചെടുത്തു. കണ്ണുകൾ കുത്തിച്ചൂഴുവാനായി നോക്കുമ്പോൾ പട്ടാളത്തിന്റെ അപകടസൈറൺ മുഴങ്ങി.'

തീച്ചൂടിലേക്കു നീട്ടിപ്പിടിച്ച മുതലയുടെ ഹൃദയം ഒന്നു പിടഞ്ഞു താഴേക്കു വഴുതിക്കുതറി. ഐരാവതി റൂഢിത്തായയെ തുറിച്ചു നോ

ക്കി നിന്നു.

'നോക്ക്. ഇതാ ഇതുപോലെ ഈ ഹൃദയം പിഴുതെടുത്തിട്ട് മണിക്കൂറ് ഒന്നു കഴിഞ്ഞു. ഇപ്പോഴും പ്രാണൻ പോയിട്ടില്ല. അമ്മോ എന്നെപ്പോലെയാണ്. മരിച്ചാലും മരിക്കില്ല... മരിച്ചാലും മരിക്കില്ല.'

റൂഢിത്തായ് നിഷ്കളങ്കമായി ചിരിച്ചു.

'എന്റെ ശരീരം പഴുത്തു ദിവസങ്ങളോളം ഞാനൊരു മാംസക്കട്ടയായി കിടന്നിരുന്നു. ചെവി കേൾക്കാത്ത എന്റെ മകനും നോപ്ജീറയും ഒഴികെ ബാക്കിയെല്ലാവരും ചത്തുകഴിഞ്ഞിരുന്നു. തുന്നലുകളുടെയും മരുന്നു പരീക്ഷണങ്ങളുടെയും അവശിഷ്ടമാണ് ഞാൻ. ആരാണെന്നെ ക്രാബിയിലെ സർക്കാരാശുപത്രിയിലെത്തിച്ചതെന്നെനിക്കറിയില്ല. പക്ഷേ, എഴുന്നേൽക്കാൻ കഷ്ടി കെൽപു വന്ന ആദ്യത്തെ ദിവസം മുതൽ ഇങ്ങോട്ട് ഞാൻ രാത്രിയിൽ ഒരു ശത്രുവിനെയെങ്കിലും വകവരുത്തിയിരുന്നു. ഉറക്കത്തിൽ ശ്വാസം മുട്ടിച്ചും മരുന്നിൽ വിഷം കലർത്തിയും പല മാർഗത്തിൽ ചെയ്തിരുന്നു. അതാണു മകളേ യുദ്ധം. പകരത്തിനുപകരം. ചതിക്കു ചതി. മരണത്തിനു മരണം. അതാണു ജീവിതം. അല്ലാതെ നിന്നെപ്പോലെ കണ്ണീരു പാറ്റി ഒളിച്ചുപോകലല്ല ജീവിതം. മനസ്സിലായോ? മ്മ്ഹ്. കഴിക്ക്.'

പാതി വേവിച്ച മുതലയുടെ ഹൃദയം ഐരാവതി ആദ്യമായി പതിയെ രുചിച്ചു. രക്തത്തിന്റെ നേർത്ത ഉപ്പുരസം. തായ്മുളകിന്റെ യവക്ഷാരാമ്ലപ്പുളി. കണ്ണിൽ തീ പാറ്റുന്ന എരിവ്. കർപ്പൂരതുളസിയുടെ വാസനയ്ക്കും പിടിച്ചു കെട്ടാനാകാത്ത തനിയിറച്ചിയുടെ പച്ചരുചി.

'മുറിവുണങ്ങാൻ നല്ലതാണ്. മനസ്സിന്റെയും.' ഐരാവതി തല കുലുക്കി. ആദ്യമായി മാംസാഹാരം കഴിക്കുന്നവർക്കുണ്ടാകുന്ന ഓക്കാനമോ ഛർദ്ദിയോ മനമ്മറിപ്പോ അവൾക്കു തോന്നിയില്ല. മഴക്കാലത്ത് വലിയ മുതലകളെ ജീവനോട് വിഴുങ്ങുന്ന ഐരാവതീനദിയെപ്പോലെ ഉള്ളിലെ ക്ഷുബ്ധത വെളിയിലെ ശാന്തതയിൽ അവൾ ഒളിപ്പിച്ചു. കുരുമുളകും ഉണക്കക്കൂണും പൊടിച്ചെമ്മീൻ വിന്നാഗിരിയും സ്പൂണുകൊണ്ടു മാറ്റിയിട്ട് അവൾ ഒരു മുതലയുടെ ഹൃദയം തിന്നു.

'മുതല എന്റെ ഹൃദയാധിദേവത' എന്നു പറഞ്ഞതാരാണെന്ന് അവളപ്പോൾ സങ്കടത്തോടെ ഓർത്തു.

വേദിയിലെ പ്രകാശം അൽപാൽപമായി കുറഞ്ഞുവന്നു. നിഴ

ലുകൾ പ്രേതമനുഷ്യരെപ്പോലെ സഞ്ചരിക്കുന്നു. അവർ കൃത്രിമമായി നിർമിച്ച ചെടിട്രോളികൾ ഇരുട്ടിൽ ഉന്തിക്കൊണ്ടു നിർത്തി. അവയിൽ വളർന്നു നിൽക്കുന്ന പോത്തൻ മാവുകൾ. തുടുത്താടുന്ന പഴുത്ത മാങ്ങകൾ. കാറ്റിൽ മാങ്ങയും മാംഗോസ്റ്റിനും പൂക്കുന്ന പുഴുക്കുന്ന മണം. സ്വർണമൂതിക്കാച്ചിയ അവയുടെ കൊതിപ്പിക്കുന്ന തൊലി. പഴരസത്തോട്ടം പൂക്കുന്നതിന്റെ ഗന്ധമാദനയോർമ.

ചെടികൾക്കു നടുവിലെ ചെറുവഴിയിലൂടെ പ്രകാശം വെളുപ്പാങ്കാലമെന്നോണം അറച്ചറച്ചിറങ്ങി. അതിന്റെ മിന്നാമിന്നിത്തത്തിലൂടെ പ്രാവുകളുമായി കടന്നുവരുന്ന സുഖോൺ. അവൾക്കു പിറകിൽ കിം ലി, മായി, ഫുവോങ്.

എല്ലാവരുടെയും കൈകളിൽ പക്ഷികൾ. കാട്ടുമണവും എണ്ണത്തൂവലുമുള്ള കുഞ്ഞരിപ്രാവ്, വെള്ളപ്രാവ്, അമ്മച്ചിപ്രാവ്, ചാരത്തൂവലാൻ പ്രാവ്.

ആകാശത്തേക്കു പറത്തിവിടുന്ന വാലിന്മേൽ പുള്ളിനക്ഷത്രങ്ങളുള്ള ഒരു ചെമ്പത്തൂവൽപ്രാവ്. കുറുകലോടെ ബാലാജിക്കു മുമ്പിലൂടെ പറന്നു തിരികെ സുഖോണിന്റെ മാന്തളിർത്തോളിലേക്കു ചാഞ്ഞിരുന്നു. മായാജാലക്കാരിയെപ്പോലെ സുഖോൺ പ്രാവിനെ കൈകളിലെടുത്തു. ഇരുട്ടിന്റെ കാടൻസംഗീതം ഉയർന്നു. ബീയറിന്റെ തണുപ്പിൽ നാക്ക് തരിക്കുന്നു. തല മന്ദിക്കുന്നു. ഫുവോങ് ഒരു നവോഢയുടെ നാണത്തോടെ തല കുനിക്കുന്നു.

അവർ കയ്യിലെ പ്രാവിനെ ഉയർത്തിക്കാട്ടി. അതിന്റെ തലയിൽ തഴുകി. അതു കുറുകുവാൻ തുടങ്ങി. പിന്നെ അവൾ പ്രാവിന്റെ കൊക്ക് തൂവലിലേക്കു പൂഴ്ത്തിപ്പിടിച്ച്, ഇരുകാലുകൾക്കിടയിലേക്കും അവിടെ നിന്നു ശരീരത്തിനകത്തേക്കും അതിനെ കയറ്റി. ചെമ്പൻവാൽ പതുക്കെപ്പതുക്കെ പൂർണമായി ഉടലിലേക്ക് ആണ്ടാഴ്ന്നുപോയി. ഐരാവതി സ്തബ്ധയായി. കാഴ്ചയിൽ നിന്നു കണ്ണകറ്റി. റൂഢിത്തായ് പതിഞ്ഞ ചിരിഭാവത്തോടെ നിന്നു. ബാറിലെ കഞ്ചാവുപുകയിൽ കണ്ണെരിഞ്ഞെന്നവണ്ണം ആ കാഴ്ചയയിൽ ബാലാജി നീറി.

അതൊരു വല്ലാത്ത രാത്രിയായിരുന്നു. ഭാരമേറിയ കരിമ്പടം പുതച്ചപോലെ ഇരുണ്ട ഒന്ന്. തുകൽ വാദ്യോപകരണത്തിന്റെ മുട്ടുശബ്ദങ്ങളും രഹസ്യക്കുഴലൂത്തും രഹസ്യയന്ത്രവായനകളും വേദിയെ കണ്ണീരു പടർന്നതുപോലെ നനവാക്കി നിർത്തിയ നീലപ്രകാശവും അവ്യക്തമായ ഒരോർമയിലേക്ക് ബാലാജി ഇടയ്ക്കിടെ കണ്ണു തിരുമ്മി. സുഖോണിന്റെ ആഭരണങ്ങളിൽനിന്ന് അപകടക

രമായ ഒരു ശബ്ദം ഉയർന്നു. വെളിച്ചത്തിന്റെ വിന്യാസം മാറി മറിഞ്ഞു. അത് അവളുടെ തൊലിയെ ദ്രാവിഡത്തവിട്ടിന്റെ ഇരുനിറമാക്കിതീർത്തു. ചതഞ്ഞ മൂത്ത് തത്തമ്മപ്പക്ഷിക്കൊക്കുപോലെ കൂർത്തു. ബാലാജി സുമനയെയും അമ്മയെയും കണ്ടു. കണ്ണീർ കഴുകിയുലർത്തിയ വിളർത്ത മുഖങ്ങൾ. ഇറക്കമില്ലാത്ത വസ്ത്രങ്ങളിൽ അവർ ഇരട്ട സഹോദരിമാരെപ്പോലെയുണ്ടായിരുന്നു. 35ഉം 17ഉം യൗവനത്തിന്റെ ആളലിൽ ഒരുപോലെ തോന്നി. മാന്ത്രിക വടിച്ചുഴറ്റലിൽ അവരുടെ വസ്ത്രങ്ങൾ മേഘരൂപീകളായി അലിഞ്ഞു മറഞ്ഞുപോയി. തൊലിയുടെ രക്തനിറമാർന്ന രഹസ്യങ്ങൾ. കറുത്ത മറുകുകളുടെ ഉറുമ്പുകൾ. ഗൂഢരോമങ്ങളുടെ തരിശുദേശങ്ങൾ. ആഴപ്പളുങ്കാർന്ന നീലനിഗൂഢകണ്ണുകൾ.

ബാലാജിക്കു വീണ്ടും ഓർമയുടെ വെട്ടം കീറി.

വേദിയിൽ മായവനത്തിൽ നഗ്നയായി സുമന നിന്നു. പിറകിൽ സുപ്രഭ നിന്നു. ശക്തിവേലിന്റെ മാന്ത്രികവടി കയ്യിൽപ്പിടിച്ച കൊച്ചു ബാലു ഉറക്കം ഞെട്ടി ദുഃസ്വപ്നമെന്നതുപോലുള്ള ആ കാഴ്ചയിലേക്ക് അവന്റെ ബോധം തുറന്നുവന്നു.

'അമ്മാ അമ്മാ.' നിശബ്ദമായ അവന്റെ നിലവിളിയിലേക്ക് മാനേജർ കറുപ്പയ്യൻ വാത്സല്യത്തോടെ ഓടിവന്നു.

'മാത്ര സാപ്പിടണ്ടേ പാപ്പാ? പസിക്കിതാ?'

രണ്ടു ചെറിയ പഴങ്ങൾ, അൽപം എരിവു കുറഞ്ഞ മിക്സ്ചർ, ഒരു ഗ്ലാസ് ചൂടുപാൽ. അയാൾ മേശപ്പുറത്ത് സുപ്രഭ എടുത്തുവെച്ച പാലിൽ പഞ്ചസാര ചേർത്തു കലക്കി.

'എന്ത്രിക്കോ പാപ്പാ. ഇങ്കെ വാ. മെദുവാ ഇങ്കെ ഇങ്കെ...'

സുഖോണിനെപ്പോലെ സുമനയും സുപ്രഭയും ആഭരണങ്ങളൊഴികെ മറ്റെല്ലാത്തരം വസ്ത്രങ്ങളിൽ നിന്നും സ്വാതന്ത്ര്യം നേടിയിരുന്നു.

പ്രകാശത്തിന്റെ ചിതറുന്ന വിചിത്രയടിയുടുപ്പുകളിൽ മാന്ത്രികതന്ത്രങ്ങൾ തിളക്കമായി നിന്നു. മരണത്തിൽ നിന്നുള്ള സ്വാതന്ത്ര്യവും അവർ നേടിയിരുന്നു. നാലുലക്ഷം രൂപ കടങ്ങളിൽ നിന്നും ആകാശമരണത്തോടെ വിമുക്തനാകുന്ന പ്രൊഫസർ ശക്തിവേൽ, അതേ കടങ്ങളിൽ നിന്നും പഴരസത്തോട്ടമെന്ന മാന്ത്രിക പ്രദർശനത്തിലൂടെ സ്വതന്ത്രരാകുന്ന അമ്മയും ചേച്ചിയും.

കാലം ഉള്ള് കലക്കുന്നു.

സുഖോൺ ശരീരത്തിൽ നിന്നു പുറത്തേക്കെടുക്കുന്ന ജീവനുള്ള ചെമ്പ്രാവ്. സർപ്പയോനിയുടെ അസ്വാതന്ത്ര്യങ്ങളെ ചിറകുകൾ

കുടഞ്ഞ് ആകാശത്തിലേക്കു പറക്കുന്ന അതിന്റെ ആഹ്ലാദക്കുറുക്കം.

ഇനി മായിന്റെ ഊഴമാണ്.

സുമനയുടെ അതേ മാജിക്ക്. പരുത്തിനൂലിന്റെ അറ്റം ചവച്ചു തിന്നുന്ന മായാജാലാക്കാരി. മീറ്ററുകളോളം നീളുന്ന നൂലറ്റം. ഫുവോങ് കൈകൾ വിടർത്തി. നൂലിന്റെ അറ്റം വായിൽ നിന്നു തൂങ്ങി നിൽക്കുന്നുണ്ട്. സുമന കുനിയുന്നു. താഴെ പുറത്തേക്കു വലിച്ചെടുക്കുന്ന നൂൽ. അവയിൽ തിളങ്ങുന്ന വെള്ളി ബ്ലേഡുകൾ. വലതുകൈകൊണ്ടു വായിലെ നൂലറ്റം പുറത്തേക്ക്.

വലിക്കുന്നു. ബ്ലേഡിന്റെ മാലകൾ. ചിലപ്പോൾ മുള്ളാണിയുടെ മാലകൾ, എല്ലാം മൂർച്ചയുള്ളവ.

'അമ്മാ...' ബാലു നാവ് പുറത്തേക്കു നീട്ടി. മിക്സ്ചറിനൊപ്പം വേദന കടിച്ചതിൽ മുറിഞ്ഞ നാവ്. ചോരയുടെ ക്രൂരമായ വേദനിപ്പിക്കുന്ന പുളിപ്പ്. ജനക്കൂട്ടം ആക്രോശിക്കുന്നു. ജീവിതത്തിലെ വലിയ അപമാനത്തിനു മുമ്പിൽ അവൻ നിസ്സഹായനായി. കാണികളുടെ കണ്ണിലെ ആർത്തികൾ കാണാനാകാതെ കൊച്ചുബാലു മുഖം പൊത്തി.

കിം ലി കയറി വന്നു.

കയ്യിൽ മൂന്നു കോഴിമുട്ടകൾ. ബാലാജി കഠിനമായ വേദനയോടെ മുഖം പൊത്തി. ആ കാഴ്ചയയാൾക്കു കാണേണ്ടതില്ല. അതയാൾക്ക് ഓർമയിൽ ആദ്യം തിരികെ കിട്ടിയ ഒന്നാണ്. നാഗകാളിത്തെയ്യത്തിന്റെ മുട്ടതീറ്റ. ആറു മുട്ടകൾ അപ്പാടെ വിഴുങ്ങുന്ന മാന്ത്രികവിദ്യ. സുമന സ്റ്റേജിൽ ഒൻപതു മുട്ടകൾ വരെ വിഴുങ്ങിക്കാണിച്ചു. പൊട്ടാതെ വരുന്ന മുട്ടകൾ.

എന്നാൽ പഴരസത്തോട്ടത്തിൽ സുമന മുട്ടകൾ ശരീരത്തിലേക്കു വിഴുങ്ങിയല്ല എടുത്തത്.

'അമ്മാ.' ബാലു കരയാനാരംഭിച്ചു.

'അഴാതെ കൊഴന്തെ. അഴാതെടാ.' കറുപ്പയ്യ അവന്റെ കണ്ണുകൾ പൊത്തി. വിരലിനടിയിലെ ചെറിയ കാഴ്ചയിൽ അവൻ കണ്ടു. തറയിൽ നിരത്തിവച്ച പത്തു ഗ്ലാസുകൾ. അവയിലേക്കു ടക് ടക് എന്നു കൃത്രിമമായി വന്നു വീണു തോടു തകരുന്ന മുട്ടകൾ. ആളുകളുടെ കയ്യടി ശബ്ദം. ഒഴുകുന്ന മഞ്ഞഭ്രൂണം.

അയാൾ പിങ്പോങ് ബാറിലിരുന്നു വർഷങ്ങൾക്കുശേഷം പൊട്ടിക്കരഞ്ഞു.

അയാൾക്ക് ജീവിതത്തിന്റെ കയർ ഓർമ വന്നു.

മൃതജ്ജോടിപോലെ പത്തു വിരലുകളെ ചേർത്തുകെട്ടിയ വെളുത്ത തുണിക്കയറിന്റെ മരിപ്പുകെട്ട് തെളിഞ്ഞു വന്നു. ആകാശത്തു നിന്നു കീറിയെടുത്ത മൽമേൽ മേഘവെളുപ്പുമായി ചരമാവരണത്തിന്റെ വെളുപ്പുനിറം തെളിഞ്ഞു തെളിഞ്ഞുവന്നു. തേങ്ങയിൽ കരിന്തിരി കത്തുന്നതിന്റെ വറ്റ് വാസന. അച്ചനതരിട്ട അരിമണികളിൽ അവകാശം തേടിയെത്തിയ കട്ടുറുമ്പിൻപറ്റങ്ങൾ. നെല്ലിനു കണക്കുവച്ച ചോണോനുറുമ്പുകൂട്ടം.

'ബാലു ബാലു. ഇപ്പോൾ നീയെല്ലാം മറന്നിരിക്കുന്നു. നിന്റെ ഓർമകൾ. നശിച്ച ചിന്തകൾ, നിന്റെ പ്രശ്നങ്ങൾ, നിന്റെ ദുഃസ്വപ്നങ്ങൾ... നോക്കൂ. ഈ മഞ്ഞത്തൂവാലയിൽ പറ്റിയ ചുവന്ന കറകളെ നോക്കൂ. നിന്റെ ഓർമയെ ഞാൻ തുടച്ചു മാറ്റിയിരിക്കുന്നു.'

പത്താം വയസ്സിൽ ഹിപ്നോട്ടിക് മേശയുടെ നിഗൂഢതണുപ്പിൽ മരവിച്ചു കിടക്കവേ, ബാലാജിയുടെ നെറ്റിയിൽ ഡോക്ടർ വിരൽച്ചൂടുരസി. മറ്റൊരു മാന്ത്രികവിദ്യപോലെ, അച്ഛന്റെ വിരലുകളുടെ മരണത്തണുപ്പ് ബാലാജി മറന്നു. വായിൽ നിന്നിറ്റിറ്റുവീണ വൈദ്യുതസ്പർശം മറന്നു. അച്ഛനെ ആദ്യം മറന്നു. പിന്നെ അമ്മയെ. ചേച്ചിയെ. അവൻ എല്ലാം മറന്നു. ജീവിതത്തിലെ നിറങ്ങളിൽ ജലം കലർത്തി നേർപ്പിച്ചു നേർപ്പിച്ച് ഒടുക്കം നിറരഹിതമാക്കുന്നതുപോലെയായിരുന്നു അത്. പഴയ ഓർമകളിൽ ഒരുതരം നനവു മാത്രമേ ഉണ്ടായിരുന്നുള്ളൂ. ഈറന്റെ ഫോസിലുകൾ, ചിന്തയുടെ കായാന്തരിക ശിലാപാളിയിൽ നനവുതിർക്കുന്നു.

'പഴയ ബാലു പോയി. ഇതൊരു പുതിയ ബാലുവാണ്. ധൈര്യമുള്ള പുതിയ ബാലു' ഡോക്ടർ സൗമ്യമായി അവന്റെ അച്ചിങ്ങാവിരലുകളിൽ അമർത്തി.

ബാലാജിക്കോർമ വന്നു മഞ്ഞഗുളികകൾ. ഉരുണ്ട വാലറ്റത്ത് മഞ്ഞയും കറുപ്പും പുള്ളിക്കുത്തുകൾ. പക്ഷിമുട്ടാകൃതിയിലെ ക്യാപ്സൂൾ. അതിന്റെ ഗുളിക ശിരസ്സിൽ മുള്ളുപോലെ പൊന്തിനിന്ന മറവികൾ ഓർമകളെ മായ്ച്ചുകൊടുത്തവൻ.

പത്തുവയസ്സിലെ മറവി, ഭൂതത്തെപ്പോലെ നാൽപതാം വയസ്സിൽ കണ്ണുതെളിഞ്ഞു. ഉറക്കമറ്റ റിപ്വാൻ വിങ്കിളിനെപ്പോലെ കണ്ണു തിരുമ്മിയോർമയെണീറ്റു.

നനവു വറ്റിയിരുന്നു. കറുപ്പും വെളുപ്പും യുദ്ധം തീർന്നിരുന്നു. നല്ല നിറങ്ങൾ വന്നടിഞ്ഞു.

ചേച്ചിയുടെ പളുങ്കു ചിതറൊച്ചയിലെ കളിചിരി...

അമ്മയുടെ സാരിയുടെ കഞ്ഞിപ്പശമണം.

അച്ഛന്റെ മാന്ത്രികത്താടിയുടെ ഇക്കിളിക്കുത്തൽ...

അവ്യക്തമായിരുന്ന തോന്നലുകളിൽ തെളിവുകൾ വന്നു. വെളിവുവന്നു. ആകാശശൂന്യതയുടെ അറ്റത്തേക്കെറിഞ്ഞ മന്ത്രക്കയറിലൂടെ പ്രൊഫസർ ശക്തിവേൽ കയറിപ്പോയി. അദൃശ്യമായ ഗോവണിപ്പടികൾ ഓരോന്നായി ചവിട്ടി മുകളിലേക്കു കയറുമ്പോൾ ആളുകൾ കൗതുകത്തോടെ കയ്യടിച്ചു. അറബിക്കഥയിലെ രാജാവിനെപ്പോലെ സ്വർണജരികകൾ മിന്നുന്ന, ഓരോ ചലനത്തിലും മിന്നൽപോലെ പുളഞ്ഞ ശക്തിവേലിന്റെ മാന്ത്രിക ക്കുപ്പായം. പ്രകാശത്തിന്റെ കൊച്ചുതരികൾ. അവിയൽനിന്നു മുഖത്തു പൊഴിഞ്ഞ് കൊച്ചു ബാലാജി കൈകൾ ആരവത്തോടെ കൂട്ടിയടിച്ചു.

മാന്ത്രികന്റെ മകനാണു ഞാൻ. അവൻ നെറ്റിയിൽ ചുളിവു വീഴ്ത്തിക്കൊണ്ട് അഹന്താഭാവം മുഖത്തു വിടർത്തി ഗർവമായി നിന്നു.

ശക്തിവേൽ ആൾക്കൂട്ടത്തെ നോക്കി പുഞ്ചിരിയോടെ വടി ചുഴറ്റി. വായുവിൽ ഒരല. പൂവുകളുടെ കടുത്ത മാന്ത്രികഗന്ധം. നിറങ്ങളുടെ കണ്ണിൽക്കുത്തുവിടർച്ച.

ചുണ്ടുകളിൽ ഇളയകാറ്റുപോലെ ഊതിയിറങ്ങുന്ന ജീവമന്ത്ര വിടർച്ച. ആകാശത്തേക്കു വിടർന്ന പൂക്കൾ. അവയിൽ നിന്നു വിത്തുകൾ ശറശറേ ശബ്ദത്തിൽ വേദിയിലേക്കു ചിതറി വീണു... വിത്തുകളുടെ ചിലങ്കകളിളകിയതുപോലെ ശബ്ദമുയർന്നു. വിത്തുകളിൽ ജീവമുളകളുടെ നൃത്തനാമ്പുകൾ മുകളിലേക്കു ചുവടുകൾ വച്ചു. ഇലക്കണ്ണിന്റെ വേൽമുനത്തുമ്പുകളിൽ വിരിയുന്ന പഴമാന്ത്രികം. തൈകൾ കുറ്റിമരങ്ങളാകുന്നു. കുറ്റിമരങ്ങൾ വലിയ വൃക്ഷങ്ങളാകുന്നു. വളർന്നാകാശം മുട്ടുന്നു. മരങ്ങൾ, വേദിയും കടന്ന് ആകാശത്തേക്കു ചില്ലയുലയ്ക്കുന്ന മായികമരങ്ങൾ. ബാലു കണ്ണുവിടർത്തിത്തന്നെ നിന്നു. വെയിൽ മങ്ങി. തണൽ വീഴ്ത്തിയ ഇലകൾക്കുള്ളിൽ പൂക്കാലം. നോക്കി നിൽക്കെ പഴക്കാലം. പച്ചിലത്തോപ്പിൽ പച്ചമാങ്ങകൾ ഉപ്പുകൊതിയോടെ ഉലഞ്ഞു. പറങ്കിമാവുകൾ ഉഷ്ണക്കറയുറ്റിച്ചു. നേന്ത്രവാഴയിൽ സ്വർണപ്പഴുപ്പു തുടുത്തു. കൈതപ്പഴരസം. പഴങ്ങൾ വിളഞ്ഞ തോട്ടം. മാദകമായ പഴരസത്തോട്ടം. വസന്തം വന്നു നിറയുന്നതിന്റെ ലഹരി. കാണികൾ ഹരത്തോടെ കയ്യടിച്ചു. പൂക്കൾക്കു മീതേ ഇളംചിറകു ചലിപ്പിക്കുന്ന കുഞ്ഞിപ്പസ്കികൾ. പഴങ്ങൾ കൊത്തിയെടുക്കാൻ കൂവിവരുന്ന കൊതിയാൻ കിളികൾ. ഭ്രമരമൂളലിൽ വേദിയെ ശബ്ദഭരിതമാക്കിയ കരിവണ്ട് കൂട്ടങ്ങൾ. തേഞ്ചുണ്ടിൽ മധുരം പുരണ്ട തേനീച്ച

കൾ, തേനൂറിത്തുമ്പികൾ. പേരറിയാത്ത അസംഖ്യം പൂപ്രാണികൾ.

ബാലാജി അച്ഛനെ ആരാധനയോടെ നോക്കി. സുൽത്താനെപ്പോലെ സുറുമയെഴുതിക്കറുപ്പിച്ച ശക്തിവേലിന്റെ കണ്ണുകളിൽ കണ്ണീർ പൊടിഞ്ഞു. അയാൾ ബാലുവിനെ നോക്കി കൈവീശി. ചുംബിക്കുന്ന വായുചിഹ്നം കാട്ടി തന്റെ ഉരുണ്ട മാന്ത്രികവടി ബാലുവിന് എറിഞ്ഞു കൊടുത്തു. 'പ്ധും പ്ധും' പഴങ്ങൾ കാറ്റടിച്ചു പൊഴിയുന്നു. കൊതിക്കുട്ടികൾ വേദിയിലേക്ക് അതു പെറുക്കാൻ ഓടി. കുഞ്ഞുബാലു ചിരിച്ചു. മാന്ത്രികന്റെ ഗൂഢച്ചിരി. കൈകളുടെ രഹസ്യഭാഷ. അഴകോടെ ചലിപ്പിക്കുന്ന മന്ത്രവടി. ബാലു തന്റെ മായാമാന്ത്രികം ആരംഭിച്ചു.

വേദിയിലെ പഴരസത്തോട്ടം മാഞ്ഞു. മിന്നൽ ശക്തിയായടിച്ചു. ഇടിവെട്ടി ആകാശം കിടിമുട്ടിപോലെ തുള്ളിവിറച്ചു. ഗോവണിയിലെ അവസാനത്തെ പടിയും കടന്ന് ആകാശക്കയറിന്റെ അറ്റത്തെ ദൈവക്കൊട്ടാരത്തിലേക്കു പ്രൊഫ. ശക്തിവേൽ കയറിപ്പോയി. സംഗീതമുയർന്നു. മഴയുടെ കാട്ടുസംഗീതം. ഗോത്രോപകരണങ്ങളുടെ വഴങ്ങാത്ത തുകലുകളിൽ വെടിപ്പടക്കം പോലെ ഇടിക്കൈ തട്ടി. മിന്നലിന്റെ വെള്ളിയമിട്ടുകൾ. പറങ്കോളയുടെ അപകടകരമായ എരിവ് അന്തരീക്ഷത്തിൽ നിറഞ്ഞു. അപകടകരമായതെന്തോ സംഭവിക്കാൻ പോകുന്നതുപോലെ കാണികൾ ചുമയ്ക്കാൻ തുടങ്ങി.

ഇനി ബാലമാന്ത്രികൻ ബാലാജിയുടെ ഊഴമാണ്.

'ഓം ഹ്രീം ഓം ഹ്രീം' മന്ത്രമഴിഞ്ഞു തീരുംമുമ്പേ കറുത്ത മാന്ത്രികത്തൊപ്പിയിൽ നിന്നു ചിത്രശലഭങ്ങൾ വാനിലേക്കുയർന്നു. അവൻ നടന്നപ്പോൾ തിളക്കപ്പപ്പാസിൽ നിന്നു നാണയങ്ങൾ ചിതറി. പട്ടുടയാടകൾ മിന്നല മായിച്ചു. ഉത്തരീയത്തിൽ ഒരു മഴക്കോളുരുണ്ടു. ബാലു കൊച്ചു സുൽത്താനെപ്പോലെ ഇടത്തേ പുരികം ഗർവമായുയർത്തി മായാജാലം ആരംഭിച്ചു. അവനു ചുറ്റും തീച്ചുറ്റിലെ ഈയലുകളെപ്പോലെ പൂമ്പാറ്റകൾ മായികവലയം തീർത്തു പാറി.

'അബ്രാകാഡബ്രാ അബ്രാക്കാഡബ്രാ' ബാലു കണ്ണുകൾ ആകാശത്തേക്കുയർത്തി.

ശൂന്യാകാശത്തിലേക്കു വാലു നീണ്ട മായക്കയറിൽ ഇരട്ട നക്ഷത്രങ്ങൾ നനവാർന്നു തിളങ്ങുന്നു. ആദ്യത്തെ മന്ത്രത്തിൽത്തന്നെ പ്രൊഫ. ശക്തിവേൽ കിളിവാതിൽ തുറന്നു കണ്ണുകളെ രഹസ്യാടയാളം കാട്ടി. ഇനി ദൈവത്തോടു പറഞ്ഞ് അപ്പ മഴ തുളിക്കും. ചിന്നചിന്ന പളുങ്കിന്റെ ജലമുത്തുകൾ. ബാലു നനയും. അവ

യ്ക്കു പിറകേ നക്ഷത്രമിഠായികൾ വന്നു വീഴും. വർണപ്പൊതിയിൽ ബാലുവിനായൊരു ഓമന അമ്പിളി മാമൻ. അവയ്ക്കൊപ്പം മഞ്ചാടിക്കുരുക്കളും കുന്നിക്കുരുക്കളും ചിതറി വീഴും. ഒപ്പം തണുപ്പില്ലാത്ത ആ മഴയും.

ബാലു ആത്മവിശ്വാസത്തോടെ മന്ത്രങ്ങൾ ചൊല്ലി വടിവീശി.

'അബ്രാകാഡബ്രാ അബ്രാകാഡബ്രാ...'

മഴയുടെ പാൻഡോര പെട്ടിയെ തുറന്നുവരിക. തുറക്കുക. മഴ വരേണ്ടുന്ന സമയമായി. അവൻ ആകാശത്തേക്കു പ്രതീക്ഷയോടെ നോക്കി. മന്ത്രങ്ങൾ തെറ്റിയതുപോലെ മഴ പിണങ്ങി നിന്നു.

'തുറക്കുക തുറക്കുക' അവന്റെ ശബ്ദം പതറാൻ തുടങ്ങി. മന്ത്രം പിഴച്ചുവെന്ന ശങ്കയിൽ കുഞ്ഞുബാലു പരിഭ്രാന്തനായി. ആകാശത്തേക്കു നീണ്ട കയർ. കാണികൾ അക്ഷമയോടെ കൂവി. മഴയെവിടെ? മായക്കയറിനറ്റത്തു തിളങ്ങിയ ഓമനനക്ഷത്രങ്ങൾ എരിയുന്നതു ബാലു കണ്ടു. കാണികൾ കണ്ടു. നക്ഷത്രത്തിന്റെ നീളം കുറഞ്ഞ ജലവാൽ കത്തിയെരിഞ്ഞ് പുകയായിക്കൊണ്ടു താഴേക്കു വരുന്നു.

പക്ഷേ, മഴ...??

1.

2.

3

ടിക്

ഒരുതുള്ളി മഴ ബാലുവിന്റെ കവിളിൽ നിന്ന് ഒറ്റി. മഴ വരുന്നുണ്ട്. അവൻ ആശ്വാസത്തോടെ കവിള് തുടച്ചു. ആത്മവിശ്വാസത്തോടെ കൈകളിലേക്കു നോക്കി. അവന്റെ പുറംകൈയ്യിൽ ചോരയുടെ പാട പുരണ്ടിരുന്നു. സംഭവിച്ചതെന്തെന്ന് അമ്പരപ്പോടെ ഓർത്തു. പ്രൊഫ. ശക്തിവേൽ കയറിനറ്റത്തു പ്രത്യക്ഷനായി. ആളുകൾ ആർപ്പിട്ട് കയ്യടിച്ചുകൊണ്ടിരുന്നു. പ്രൊഫസർ പിന്തിരിഞ്ഞു നിൽക്കുകയായിരുന്നു. ഒറ്റ മാന്ത്രികക്കറക്കത്തിൽ അയാൾ മുൻപോട്ടു തിരിഞ്ഞു. കിറുകൃത്യമാർന്ന മായാജാലം. കഴുത്തിൽ കുരുങ്ങിയമർന്ന മായക്കയർ. തുറിച്ചു നിശ്ചലമായ കണ്ണുമണികൾ. പുറത്തേക്കു തള്ളിയ പ്രേതനാവ്. മാന്തിക്കീറിയ മാന്ത്രികകളസം.

കാണികൾ അടിയേറ്റപോലെ നിശ്ശബ്ദരായി. കുഞ്ഞു ബാലു തൊപ്പിയൂരി ആചാരപൂർവം സദസ്സിനെ തൊഴുന്നതു നിർത്തി അന്ധാളിപ്പോടെ തിരിഞ്ഞു നോക്കി. പ്രൊഫ. ശക്തിവേലിന്റെ നീലിച്ച കിറിക്കോണിലൂടെ കൊഴുത്ത നൂൽരക്തം കിനിഞ്ഞിറങ്ങി തറയിൽ

ഉറ്റിക്കൊണ്ടിരുന്നു.

ബാലു അറിഞ്ഞു...

കാണികൾ അറിഞ്ഞു...

പ്രശസ്ത മാന്ത്രികൻ പ്രൊഫ. ശക്തിവേൽ പ്രഭു സ്റ്റേജിൽ വച്ച് മാന്ത്രികം കാട്ടിക്കൊണ്ടു തൂങ്ങിമരിച്ചു.

പൂവുകളുടെ രക്തവിത്തുകൾ മുളപൊട്ടുന്ന ആൺഹൃദയം. ചുരുളിലകൾ പതുക്കെ വിടർത്തിക്കുടഞ്ഞു പ്രകാശ പ്രപഞ്ചത്തിലേക്കു ഗർവമായി വിടർച്ച. വെയിൽവാട്ടത്തിൽ മൊട്ടുകൾ വിഷാദപർവങ്ങളിലേക്കു മുഖം കുനിക്കുന്നു. അഞ്ചിതളുകളിൽ ചങ്ക്, കാറ്റിൽ വിറയ്ക്കുന്ന ഏകാകിയായ ഭയപ്പറവ. ബാലാജി ഇറുക്കിയടച്ച കണ്ണുകൾ തുറന്ന് മേൽപോട്ടു നോക്കി. കാണാനുണ്ടോ മരണമാന്ത്രികം? പാലക്കാട്ടു നിന്നു ഞായറാഴ്ചകളിൽ കള്ളിക്കൈലിയും ബനിയനും ഇട്ടുവരുന്ന റുസ്തം അലിയെന്ന തെരുവുമാന്ത്രികനാണു പഴരസത്തോട്ടത്തിന്റെ ആദ്യഭാഗം ബാലയ്ക്കും സുമനയ്ക്കും പഠിപ്പിച്ചു കൊടുത്തിരുന്നത്. മാങ്ങാണ്ടി മണ്ണിൽ കുഴിച്ചിട്ട് മാവായ് വളർത്തുന്ന തെരുവു മാന്ത്രികം. ഒരിക്കൽ താമരവിത്ത് വിഴുങ്ങി ബാല അതിമാന്ത്രികം കാട്ടി. റുസ്തം അലി നോക്കിനിൽക്കെ ചങ്ക് പിളർന്നൊരു ചെറുവള്ളി മുകളിലേക്കുയർന്നു. രണ്ടു മൊട്ടുകൾ ഒന്നു വിടർന്നു. താമരപ്പൂ മണത്തു.

'ബാബാ, ഇതാണു ഹൃദയമാന്ത്രികം.'

റുസ്തം അലി കണ്ണു തുറിച്ചു നിന്നു.

മരണമാന്ത്രികമില്ല.

ബാബാ റുസ്തം അലിയില്ല. ഉള്ളതു ബുദ്ധനുള്ള പൂർണിമാ പ്രാർത്ഥനകൾ കെട്ടുപോയ ആകാശം. പിന്നെ, ഓർമകളുടെ ചെറിയ തണ്ടിൽ ചുവന്ന പൂവ്. ഹൃദയത്തിൽനിന്നു മുളപൊട്ടി ആകാശത്തുയർന്നുതിരിഞ്ഞു തന്നെ നോക്കുന്ന പൂവ്.

അയാൾക്കു പൊടുന്നനെ ആർത്തു കരയണമെന്നു തോന്നി. ഓർമകൾക്ക് അത്രയ്ക്കു നല്ല തെളിവുണ്ട്. പകലിലെ നേർക്കാഴ്ച പോലെ ആകാശത്തുനിന്നും തൂങ്ങിമരിച്ച അച്ഛന്റെ ജഡം ജടായുവിനെപ്പോലെ പറന്നിറങ്ങിവന്നു. പത്രങ്ങളിലെ മുൻപേജിലൊക്കെ അന്ന് അച്ചടിച്ചു വന്ന ഒരു ചിത്രമുണ്ട്. ചെറുമാന്ത്രികൻ ബാലാജി ശക്തിവേൽ തൊപ്പി തലയിൽ നിന്നെടുത്തു മലർത്തിപ്പിടിച്ചു കാണികളോടു തലകുനിക്കുന്നു.. അവന്റെ പിറകിൽ പ്രൊഫസറുടെ ചൂടു വിടാത്ത ജഡം കൈവിടർത്തി. ചെറിയചിരി ചുണ്ടിലെ രക്തത്തിൽ കലർത്തി, അൽപാൽപമായി മാന്ത്രികതയോടെ മരി

ക്കുന്നു. നിറം കുറഞ്ഞ ഒരു ചിത്രം. പത്രത്തിൽനിന്നു വെട്ടിയെടുത്ത് ഐരാവതി ഒളിച്ചുസൂക്ഷിച്ചിരുന്നത് നാളുകൾക്കുശേഷം ബാലാജി നടുക്കത്തോടെ ആ ചിത്രത്തെപ്പറ്റിയോർത്തു.

മൂന്നുപേർ മരിച്ചുപോയ വീട്ടിലെ അനാഥനായ ആ കുട്ടി താനായിരുന്നുവല്ലോ എന്നയാൾ നിസ്സഹായതയോടെ ഓർത്തെടുക്കുന്നു. ജയന്തിയുടെ അച്ഛൻ കൊടുത്ത വലിയ കോടതിക്കേസുകൾ, മരവിച്ച അക്കൗണ്ടുകൾ. ഒരിക്കലും അവസാനിക്കാത്ത സ്വത്തുതർക്കം. ജയന്തിയുടെ അച്ഛന്റെ ചതികൾ...

വലിയ കറുപ്പുകൾ....

അതിനറ്റത്തെ പ്രാണപ്രകാശത്തിലൂടെ അവൾ നടന്നുവരുന്നു. ചുണ്ടിനു മീതെ കാക്കപ്പുള്ളിയുള്ള ഒരു പെൺകുട്ടി നടന്നുവരുന്നു കൈ പിടിക്കുന്നു.

'ഐരാവതം, ഐരാവതം' അമ്മയില്ലാത്തവളെ ആനപ്പേരിൽ കളിയാക്കിയവനെ കരുണയോടെ അവൾ ക്ഷണിക്കുന്നു.

'ബാലു ബാ.' അവളുടെ അമ്മയില്ലാത്ത വീട്ടിൽ അവൾ തന്റെ അച്ഛനെ പങ്കുവയ്ക്കുന്നു. അവൾ തനിക്കു തന്നത് എന്തെല്ലാമായിരുന്നു.

അയാൾ തിരിഞ്ഞ് അവളെ നോക്കി. അവളുടെ കസേരയിൽ മുളച്ചു തുടങ്ങിയ ഒരു തായ്മാമ്പഴം. അവളില്ല. മുറിയിലേക്കു തിരിച്ചോടുമ്പോൾ ബാലാജി ചെറുതായി കിതച്ചു. അവൾക്ക് താനെന്തു കൊടുത്തു? അവളിൽ നിന്നെടുത്ത ആത്മവിശ്വാസത്താൽ അവളുടെ ആത്മവിശ്വാസങ്ങളെ കെടുത്തി. തന്റെ ഭ്രാന്തുകളിൽനിന്നു തന്നെ വിട്ടെടുത്ത അവൾക്ക് താൻ ഭ്രാന്തുകൾ നൽകി. മുറിവുകളുണക്കിയവൾക്കു മുറിവുകൾ...

സ്നേഹത്തെ തന്നവൾക്കു വെറുപ്പ്.

പിന്നെ ചതി.

പിന്നെ...

അച്ഛനുമമ്മയും ചേച്ചിയും കഴുത്തുമായി കടന്നുപോയ മരണക്കുടുക്കുകൾ.

അയാൾക്കു കരച്ചിൽവന്നു. പുല്യാങ് മസാജ് പാർലറിനരികെ അരിനെല്ലി മരത്തിൽ അവൾക്കിഷ്ടപ്പെട്ട അരിനെല്ലിപ്പഴങ്ങൾ തൂങ്ങി നിൽക്കുന്നത് അയാൾ കണ്ടു. അവൾക്കു മാത്രം ഇഷ്ടപ്പെട്ട ഡ്യൂറിയാൻ പഴത്തിന്റെ വാസന അയാളെയും കൊതിപ്പിച്ചു. അവൾക്കിഷ്ടമുള്ള ചുവന്ന ഗൗണിൽ ടുഗെതർ ബാറിലെ വിളി. വേശ്യപ്പെണ്ണിനു വിഷാദ നിഷ്കളങ്കതയുള്ള ശൈശവമുണ്ടെന്ന്

അയാൾ തിരിച്ചറിഞ്ഞു. കാറ്റിൽ കടലിന്റെ ഉപ്പു മണക്കുന്ന തണുപ്പുണ്ടെന്നും മുക്കുവരുടെയും മത്സ്യകന്യകമാരുടെയും രഹസ്യസംഗീതമുണ്ടെന്നും അയാൾക്കു തോന്നി.

പോപ്പപാലസിലെ തുമ്പിക്കൈ നീട്ടി ഉണ്ണിപോപ്പയെ തൊടുമ്പോൾ, ഹോട്ടൽ ലോബിയിലെ ബുദ്ധപ്രതിമയെ കണ്ടപ്പോൾ....

'മുറിയിൽ ഡ്യൂറിയാൻ കൊണ്ടുവരുന്നതു ശിക്ഷാർഹം' എന്ന ലിഫ്റ്റിലെ ഭീഷണിക്കു താഴെ റെയ്നോൾഡ് നീലയിൽ 'ഒന്നു പോടാപ്പാ' എന്നു മലയാളത്തിലെഴുതിയതു വായിച്ചപ്പോൾ, മുറിയുടെ വാതിൽ തുറക്കുമ്പോഴൊക്കെ അയാളൊരു കുറ്റം ചെയ്ത കുട്ടിയെപ്പോലെ ഏങ്ങലടിക്കുന്നുണ്ടായിരുന്നു.

മുറിയിൽ ഈറൻ നീലവെളിച്ചം മരണമാന്ത്രികതയോടെ അയാളെ സ്വാഗതം ചെയ്തു. ചുവന്ന ഗൗൺ ധരിച്ച മായാജാലക്കാരി വടി വീശുന്നു. വന്യഗന്ധകാരിയായ കാട്ടുപൂക്കൾ വാശിയിൽ ടപ്പ് ടപ്പ് പൊട്ടി വിടരുന്നു. കട്ടിൽ ഒരു വേദി. കുട്ടികളായിരുന്നപ്പോൾ ചെയ്തിരുന്നതു പോലെ. വിത്തുകൾ കൈകളിൽ നിന്നു വെള്ളവിരിപ്പിലേക്കു മഴ പെയ്യിക്കുന്ന ഐരാവതി. അയാൾ കൗതുകത്തോടെ നിന്നു. പഴരസത്തോട്ടം. വസന്തം അവളുടെ കട്ടിലിൽ പിച്ചറിൻമരങ്ങൾ വിടർത്തി. കൊളമ്പിമാവുകൾ. ചിറകിൽ വര പച്ചകുത്തിയ നാട്ടുചിത്രശലഭങ്ങൾ. മണിത്തലയുടെ ആനത്തുമ്പികൾ വസന്തക്കാട്ടിലെ ജീവികൾ. ബാലാജി ഓർത്തു. കുട്ടിക്കാലത്തു മനോഹരമായ മായാജാലങ്ങൾ തന്റെ അച്ഛനൊപ്പം കാണിച്ചിരുന്ന ഐരാവതി.

'അബ്രാകാഡബ്രാ....അബ്രാകാഡബ്രാ...'

മാന്ത്രികവടി ചുഴറ്റുമ്പോൾ ചുവന്ന ഗൗൺ അഴിഞ്ഞു വലിയ ഉപ്പനായി പറക്കുന്നു. ചുവന്ന കണ്ണുകളുള്ള ഉപ്പൻ. നഗ്നയായ ഐരാവതി. അവളുടെ കാലുകൾക്കു താഴെ ഒരു ചില്ലുപാത്രം. കട്ടിലിനു മീതെ നിറം മാറുന്ന വൈദ്യുതവിളക്കിൽ ഇപ്പോൾ നിറം മത്തങ്ങാ മഞ്ഞയാണ്. പിങ് പോങ് ബാറിലെ സുന്ദരി സുഖോണിനെപ്പോലെ അവൾ ഉടൽ വളച്ചു. കയ്യിൽ പ്രത്യക്ഷമായ കത്തികൊണ്ടു വായുവിൽ വരയ്ക്കുന്ന ശൽക്കങ്ങൾ അവളുടെ ഉടലിൽ ചെതുമ്പൽപോലെ പറ്റി സ്വർണവർണമായി. വിയർപ്പിൽ കഴുത്തൊരു സർപ്പത്തിന്റെ പുത്തനുറയിൽ സ്വർണ വഴുപ്പോടെ പുളഞ്ഞു. കഴുത്തിലെയും ചെവിയിലെയും വജ്രാഭരണങ്ങൾക്കൊപ്പം അവളുടെ ചെറിയ കൃഷ്ണമണികൾ അത്യുഗ്രമായി സ്ഫുരിച്ചു. സ്റ്റീലിന്റെ ഉരുണ്ട പാൽക്കിണ്ണം കമിഴ്ത്തിയതുപോലെ ഒതുക്കമാർന്ന

തോൾ. അൽപം മുൻപോട്ടു തള്ളിത്തെറിച്ചുയർന്നു നിൽക്കുന്ന ഗർഭവയർ. അയാൾ സ്തബ്ധനായി. പൊക്കിൾക്കൊടിയിൽ നിന്നു സമുദ്രം തിരയിട്ടുയർന്നു. നാഭിയിൽ അയാളുടെ ആദിതാമര.

'സംശയിക്കേണ്ട ബാലാ, പിരിയുമെന്നുറപ്പായപ്പോൾ ഞാൻ ചികിത്സ നിർത്തിയിരുന്നു. അതുകൊണ്ട് ഞാൻ ഗർഭിണിയായിരിക്കുന്നു. അദ്ഭുതം വേണ്ട ബാലാ.'

മാന്ത്രികദേവതയുടെ അശരീരിശബ്ദം ഗുഹയിലെന്നവണ്ണം പ്രതിധ്വനിച്ചു ബാലാജി കേട്ടു.

മായാജാലക്കാരി സുപ്രഭയെപ്പോലെ അവൾ കൈകൾ വായുവിലുയർത്തി. മാന്ത്രികക്കാരി സുമനയെപ്പോലെ കോഴിമുട്ടകളുടെ ആഭിചാരമാന്ത്രികം കാട്ടാൻ തുടങ്ങി. കൈകളിൽ പൊന്തിവരുന്ന റൂഢിത്തായുടെ മരുന്നുമുട്ടകൾ. ഐരാവതി വാ പിളർന്നു. നാഗകാളിയെപ്പോലെ മുട്ടകൾ പതിയെ വിഴുങ്ങി.

കട്ടിലിനു ചുറ്റും ചെറിയ മരണത്തുമ്പികൾ പാറുന്നതുപോലെ ബാലാജിക്കു തോന്നി. കഴുത്തിൽ കുരുക്കിട്ടുകൊണ്ടു മാന്ത്രികവടി ചുഴറ്റുന്ന അച്ഛൻ.

പിറകിലെ കയറുകളിൽ അമ്മയും ചേച്ചിയും. വായുവിൽ കലരുന്ന പഴരസത്തോട്ടത്തിന്റെ കൊതിപ്പിക്കുന്ന മദഗന്ധം. മരണത്തിൻ മത്തഗന്ധം. തല പിളർത്തുന്ന രൂക്ഷമായ വാസന. സർപ്പങ്ങളെപ്പോലെ തിളങ്ങുന്ന നിഴലുകളിൽ ആരുടെയൊക്കെയോ ആത്മാക്കൾ മാന്ത്രികവടി വീശി. അതിനു പിറകിൽ ഫാനിൽ കെട്ടിത്തൂക്കിയ ശക്തിവേലിന്റെ ആകാശക്കയറിന്റെ കുരുക്ക്. അതിനു പാകമായിക്കൊണ്ട് ഐരാവതിയുടെ കഴുത്ത്. അവൾ നാക്ക് വെളിക്കിട്ട് കണ്ണ് തുറുത്തി ചത്തതുപോലെ കാട്ടി ഉറക്കെ ചിരിച്ചു.

'എന്ത്? ഇപ്പോ കുരുക്കിട്ടു ചാകുന്നു എന്നു കരുതിയോ? ഒന്നു പോടാപ്പാ.' അവൾ തൂക്കുകുടുക്ക് പുച്ഛത്തോടെ ഊരിക്കളഞ്ഞു.

തെളിഞ്ഞ പുഞ്ചിരിയോടെ, ആത്മവിശ്വാസത്തോടെ ഐരാവതി പൊക്കിളിനു മീതെ വയർ അമർത്തി. ചില്ലുപാത്രത്തിലേക്കു മുട്ടയിട്ടു. തകരുന്ന ഭ്രൂണത്തിന്റെ മഞ്ഞത്തലച്ചോറ്. ചില്ലിൽ പരക്കുന്ന വെള്ളയുടൽ... അയാൾ മേശപ്പുറത്തിരുന്ന കടലാസുകൊണ്ടു മുഖം പൊത്താൻ ശ്രമിച്ചു. അതു വിവാഹമോചനപത്രമായിരുന്നു. ഇരുവരും സ്വമനസ്സാലെ ഒപ്പിടേണ്ടുന്ന ഉഭയകക്ഷിക്കരാർ.

ഐരാവതി നാഗറാണിയെപ്പോലെ തലയെടുപ്പോടെ മുൻപോട്ടു വന്നു. അവൾക്കു പിറകിൽ പഴരസത്തോട്ടത്തിന്റെ വസന്തകാലവും.

'ഐവീ...'

'ശ്ശ്...' ഒരു സർപ്പശീൽക്കാരോഗ്രതയിൽ മിണ്ടരുതെന്നവൾ വിരലുയർത്തി ആംഗ്യം കാട്ടി. വിവാഹമോചനപത്രം തട്ടിപ്പറിച്ചെടുത്തു. അയാളുടെ ഹൃദയത്തിൽനിന്നു മുളച്ചുയർന്ന പൂ പൊട്ടിച്ച് അതിന്റെ പിൻതണ്ട് തുടയിൽ കിനിയുന്ന ചോരയിൽ മുക്കി. കൊഴുത്ത മഷി കൊണ്ടെന്നവണ്ണം അവളുടെ തടിയൻ ഒപ്പുവച്ചു. അയാളുടെ നീല ലിറ്റ്മാസാകാശം എന്നെന്നേക്കുമായി ചുവന്നു.

അയാൾ കണ്ടു. സ്ഫടികപ്പാത്രത്തിലെ ഉടഞ്ഞ മുട്ടക്കരുവിൽ നിന്നും മനുഷ്യക്കുഞ്ഞിന്റെ ജന്തുവുടലും പ്രാവിന്റെ വെള്ളത്തൂവലുകളുമുള്ള സസ്തനിപ്പക്ഷിയുടെ ഭ്രൂണം, അതിന്റെ കുഞ്ഞിച്ചിറകുകൾ ചോരയുടെ ഒട്ടപ്പശപ്പിൽനിന്നു വിടർത്തി ബുദ്ധപൂർണിമയുടെ പ്രകാശാകാശച്ചോപ്പിലേക്കു പറന്നുപോകുന്നതായി.

○○

## 2

# പന്നിത്താര

### ഗ്രേസി

ദേ, കെണറ്റില് പന്നി വീണൂന്നും പറഞ്ഞ് തൊട്ടീം കൊടോം താഴെയിട്ട് ഇച്ചേയീടെ കുതിപ്പ് കണ്ടോ? അവൾക്ക് മുമ്പേ അവൾടെ മൊലകള് ഇരട്ടപെറ്റ മാൻകുട്ടികളെപ്പോലെ തുള്ളിക്കുതിച്ചോടണതു കണ്ടാല് ആരടേം ശ്വാസം വിലങ്ങും. ഒരുത്തന്റെ കൂടെ ഓടിപ്പോയതാണന്നോ ഒന്ന് പെറ്റതാണന്നോ ഒള്ള വിചാരം അവൾക്കൂല്ല അവൾടെ മൊലകൾക്കൂല്ല! അയലോക്കത്തെ ചേട്ടന്റെ ഫോണീന്ന് ഫോറസ്റ്റ്കാരെ വിളിക്കാനൊള്ള ഓട്ടമാ. ഓട്ടത്തിനെടേല് അഴിഞ്ഞുവീണ മുടിയാണെങ്കിലോ! കറുത്ത് ചുരുണ്ട് പുറംനിറഞ്ഞ് അരകവിഞ്ഞ് ചന്തിയിൽവീണ് തലതല്ലി ചിരിക്കുകേം! വെറുതെയല്ലാട്ടോ പത്താംക്ലാസ്സിലാരുന്നപ്പോ അവളെ ഭാരതമാതാവാകാൻ തെരഞ്ഞെടുത്തത്! കാലത്തേ സ്കൂളിപ്പോണ പതിവ് ബസിലാരുന്നു അന്ന് മടക്കോം. കണ്ടക്ടറ് ടിക്കറ്റ് മുറിക്കുമ്പോ അവളോട് ചേർന്ന്നിന്ന് മൊഖത്തൊക്കെ ചായമൊണ്ടല്ലോ, ഇന്നെന്താര്ന്ന് കൊച്ചിന്റെ വേഷംന്ന് രഹസ്യായിട്ട് ചോദിക്കണത് ഞാങ്കേട്ടതാ. ഭാരതമാതാവാരുന്നൂന്ന് പറഞ്ഞപ്പൊ അയാള് പറഞ്ഞതെന്താന്നോ? ഭാരതത്തിന്റെ മാതാവാകാനൊള്ള പരുവോന്നും ആയിട്ടില്ല. എന്റെ കൊച്ചിന്റെ മാതാവാകണകാര്യമൊന്ന് ആലോചിച്ച് നോക്കെന്ന്. അവള് പൊട്ടിച്ചിരിച്ച നേരത്ത് തന്നെ ഏത് പിശാശിന്റെ കളിയാണോ ബസ് സഡൻബ്രേക്കിട്ടു. എല്ലാരും കാറ്റ് പിടിച്ചതുപോലെ ചാഞ്ഞും ചരിഞ്ഞും വീഴണ തെരക്കിലായപ്പോ അയാള് അവൾടെ ചുണ്ട് വലിച്ച് കുടിക്കണത് ഈ കണ്ണോണ്ട് ഞാങ്കണ്ടതല്ലേ? കണ്ടക്ടർടെ പണസഞ്ചീം ടിക്കറ്റുബുക്കുമൊക്കെ കൈവിട്ടല്ലേ അയാള് അവൾടെ ഇളമാൻ കുട്ടികളെ പിടിച്ചെ

ടുത്തത്! എന്തതിശയമേ! അപ്പഴത്തേപ്പോലെ ചുവന്ന് ചോരച്ച് ഞാനവളെ ഒരിക്കലും കണ്ടിട്ടില്ല! ആ ചോരക്കുതിപ്പ് തടുക്കാമ്പറ്റാണ്ട് വന്നപ്പഴല്ലേ അവള് പത്താംക്ലാസ്സ് തെകയ്ക്കും മുമ്പ് അയാൾടെ കൂടെ ഓടിപ്പോയത്. അന്നവൾക്ക് പതിനാറ് വയസ്സാ. പ്രായപൂർത്തിയാവാത്തതോണ്ട് അപ്പൻ കേസിന് പോവണ്ടതാരുന്നു. അപ്പന്റെ അനങ്ങാപ്പാറനയം കണ്ട് അയലോക്കത്തെ ചേട്ടൻ പൊലീസ് സ്റ്റേഷനില് പോയതാ.

നിങ്ങടെ ആരാ ഈ പെങ്കൊച്ച് എന്ന് ഒരു പൊലീസുകാരൻ ചോദിച്ചപ്പോ ആരുവല്ലെന്നല്ലേ പറയാമ്പറ്റൂ? അതു ശരി! അപ്പോ കാത്ത്സൂക്ഷിച്ച് കസ്തൂരിമാമ്പഴം കാക്ക കൊത്തിപ്പോയി അല്ലേ? എന്ന് പൊലീസ്കാരൻ ചിരിച്ചു. അന്നേരം ബാക്കിയൊള്ളോരെല്ലാംകൂടി മേശപ്പൊറത്ത് താളമിട്ടെന്ന് പറഞ്ഞതും ചേട്ടന്റെ കണ്ണെണ്ടും നെറഞ്ഞു. കണ്ണീര് തൊടച്ച് കൊടുത്ത് പോട്ടേ! ചേട്ടന് ഞാനില്ലേന്ന് ചോദിക്കണംന്ന് ഞാൻ എന്തോരം ആശിച്ചൂന്നോ! പക്ഷേ, ചേട്ടനത് മനസ്സിലാവണ്ടേ? എന്നെ ഒന്ന് നോക്കാമ്പോലും ചേട്ടൻ മെനക്കെട്ടില്ല. എന്റെ കുറ്റിച്ചൂല് പോലത്തെ ചെമ്പൻമുടീം വാണ്വരണ വെള്ളയ്ക്കപോലത്തെ മൊലേം ചുരുങ്ങിപ്പോയ അരക്കൂടും ഒക്കെ എന്നെ അന്ന് എന്തുമാതിരി വെറുപ്പിച്ചെന്നോ! യാത്രപോലും പറയാതെയല്ലേ ചേട്ടൻ അവള് ഓടിപ്പോയ അകലത്തേയ്ക്ക് നോക്കിക്കൊണ്ട് കണ്ണ് തൊടയ്ക്കാതെയങ്ങ് നടന്ന് പോയത്! പിന്നെ രണ്ട് കൊല്ലം കഴിഞ്ഞപ്പഴ് ഉളുപ്പൊന്നുമില്ലാതെ ഒരു വയസ്സായ പെങ്കൊച്ചിനേംകൊണ്ട് അവള് തിരിച്ചു വന്നു. അവള് പോയതോ വന്നതോ അപ്പനറിഞ്ഞമട്ട് കാണിച്ചില്ല. അമ്മ പാവം നെഞ്ചത്തെ എല്ലിൻകൂട്ടില് നാലഞ്ചിടിയൊക്കെ കൊടുത്തു. അവള് പോലും കണ്ടമട്ട് നടിക്കാതിരുന്നപ്പോ അതങ്ങ് നിറുത്തുകേം ചെയ്തു. ഈ അറുവാണിച്ചീനെ ഞാമ്പെറ്റല്ലോ കർത്താവേ! ഇനി വരണത് വരണേടത്ത് വച്ച് കാണാംന്ന് പിറുപിറുത്തത് ഞാൻ കേട്ടമട്ടും നടിച്ചില്ല. എനിക്ക് പലപ്പോഴും തോന്നീട്ടൊണ്ട്, ഈ അമ്മയ്ക്കും അപ്പനും കൂടി ഇങ്ങനെയൊരുത്തി എങ്ങനേണ്ടായീന്ന്! അപ്പന്റെ കുണ്ടിലാണ്ട കണ്ണും കൂർത്ത കവിളെല്ലും ഊശാന്താടിയും കാണുമ്പഴ് കർത്താവിനെ ഒറ്റിക്കൊടുത്ത യൂദാ ഇങ്ങനെത്തന്നെയാരുന്നൂന്ന് ആർക്കും തോന്നും.

അമ്മയാണങ്കിലോ? ഒണങ്ങിയ വേര് പോലൊരു പെണ്ണുമ്പിള്ള! കൊറച്ച് നെറോണ്ടന്നൊള്ളത് സത്യമാ. അതാരിക്കും ഇച്ചേയിക്ക് കിട്ടീത്. പക്ഷേങ്കീ ഈ മാലാഖമൊഖം എങ്ങനെ കിട്ടിയോ

എന്തോ! പതിനാറ് തലമൊറവരെയൊള്ളവര്ടെ ജീനുകള് മനുഷ്യ മ്മാരിലൊണ്ടാവുന്നാണ് സയൻസ് ടീച്ചറ് പറഞ്ഞത്. എന്തായിട്ടെ ന്താ? കൈ പിടിച്ച് കൂടെ നടക്കണത് പിശാശല്ലേ? ദേ, ഇപ്പത്തന്നെ തുള്ളിക്കുതിച്ച് പോയിട്ട് നേരം എത്രയായീന്നോ! നിന്റെ കെണറ്റി ലെ പന്നീനെ ഞാനൊന്ന് കാണട്ടേന്ന് ചേട്ടൻ പറഞ്ഞിട്ടൊണ്ടാ വും. രണ്ടും കൂടി നേരെ ചേട്ടന്റെ തോട്ടത്തിലെ മോട്ടർപ്പെരേലേ യ്ക്ക് പോയിട്ടുമൊണ്ടാവും.

ചേട്ടന്റെ വീട്ടിലാരുമില്ലാത്തപ്പഴാണെങ്കില് കെടപ്പ്മുറീലേയ്ക്കാ അവൾടെ ഓട്ടം. പാവം! ചേട്ടന്റെ ഭാര്യ! ആദ്യത്തെ പേറിന് വീട്ടി ല് പോയേക്കുവല്ലേ! പെറ്റെണീറ്റ് വരുമ്പോ ഒരാങ്കൊച്ച് കൂടെ ഒണ്ടായാമതിയാരുന്നു. എന്തൊക്കെ പറഞ്ഞാലും അപ്പമ്മാരുടെ മൊഖത്ത് നോക്കി രണ്ട് വർത്താനം പറയാൻ ആൺപിള്ളേരുടെ നട്ടെല്ലിനാ ബലം. പെണ്ണുങ്ങൾടെ നട്ടെല്ലിന് വാരിയെല്ലിന്റെ ബല ല്ലേ ഒള്ളൂ?

അകത്ത്ന്ന് ഇച്ചേയീടെ കൊച്ച് ഒന്ന് കരഞ്ഞെന്ന് തോന്നണു. ചെലപ്പോ ഒറക്കത്തിലാരിക്കും. അമ്മ അതിനെ എടുക്കണതൊ ന്നും ഞാങ്കണ്ടിട്ടില്ല. വെറുതെ കൊറേനേരം മൊഖത്തേയ്ക്ക് നോ ക്കിയങ്ങനെ ഇരിക്കും. പിന്നെ ഒരു നീണ്ടശ്വാസം വലിച്ചെടുത്ത് അങ്ങ് നടന്ന് പോവുകേം ചെയ്യും. കൊച്ച് പിന്നേം കരയണൊണ്ട്. അതിന് വെശക്കണൊണ്ടാവും. വെശക്കുമ്പോ അത് മടമടാന്ന് കൊ റച്ച് നേരം മൊലകുടിക്കണത് കാണാം. അങ്ങനെയിരിക്കുമ്പോ മൊലേന്ന് വാവിട്ട് ചുറ്റുമൊക്കെ ഒന്ന് നോക്കും. പാല് പൂക്കുറ്റി പോലെ ചെതറിത്തെറിക്കണത് കണ്ടാല് അതിശയം തോന്നും. അപ്പോ അമ്മേം മോളുംകൂടി ഒരു ചിരിയൊണ്ട്. കർത്താവേ! അത് ഇച്ചേയീടെ വഴിതന്നെ പോവൂന്നാ തോന്നണേ!

ദേ, വരണൊണ്ടല്ലോ അവള്! കൊറേ പൊറകിലായിട്ടാ ചേട്ട ന്റെ നടപ്പ്. അവര് തമ്മില് ഒരു ബന്ധോമില്ലാത്തപോലെ! മുടി കോർ ത്വലിച്ച് കെട്ടിക്കൊണ്ടാ അവൾടെ വരവ്. എപ്പവേണോങ്കിലും അഴിഞ്ഞ് ചെതറാമെന്ന മട്ടിലാ അവള് മുടി കെട്ടണത്. മുടിയങ്ങ നെ ചെതറിക്കെടക്കുമ്പഴ് അവളൊക്കാണനെന്താ ഒരു ശേല്! എന്നിട്ടും ആ കണ്ടക്ടറ് അവളെ ഇങ്ങനെ ഉപേക്ഷിച്ച് കളഞ്ഞല്ലോ! ഇനി ഇവളെങ്ങാനും അയാളെ വേണ്ടെന്ന് വച്ചതാണോ?

ചേട്ടൻ ആൾമറയില്ലാത്ത കെണറ്റിലേയ്ക്ക് നോക്കി ഇത് നല്ല കൊഴുത്ത പന്നിയാണല്ലോടീന്ന് അർത്ഥം വച്ച് ചിരിച്ചപ്പോ അവൾ ടെ കൊഴഞ്ഞാട്ടം കണ്ടില്ലേ? രണ്ടിനുംകൂടി ഒരു ഉന്ത് കൊടുക്കാൻ

തോന്നീതാ. അത് വല്യ അതിക്രമമായിപ്പോവൂല്ലോന്ന് വിചാരിച്ചി ട്ടാ. എന്നാലും കർത്താവേ! അവിടന്ന് എന്നെ ഇങ്ങനെ ആരടേം കണ്ണീപ്പെടാത്ത ഒരുത്തിയായി ഈ ഭൂമീലേയ്ക്കയച്ചതെന്ത്? മഗ്ദ ലനമറിയത്തിന്റേം മാർത്തേടേമൊക്കെ സ്നേഹം അനുഭവിച്ച ഒരാളല്ലേ അവിടന്ന്? പെണ്ണിന്റെ മനസ്സറിയാത്ത ആളൊന്നുമല്ലല്ലോ? ഇനിയിപ്പോ ഈ കെട്ട കുടുമ്മത്ത് തന്നെയിരുന്ന് പൂക്കാതേം കായ്ക്കാതേം ചത്തുതൊലഞ്ഞ് ശവക്കോട്ടേലെത്താമെന്നല്ലാതെ വേറെ വഴിയൊന്നൂല്ല!

പറഞ്ഞും കേട്ടുമൊക്കെ കെണറ്റുങ്കരേല് ആൾക്കാര് കൂടിയല്ലോ! നീയെന്തിനാടാ കൊച്ചനേ ഫോറസ്റ്റ്കാരെ വിളിച്ചതും പറഞ്ഞതു മൊക്കേന്ന് ചിലരൊക്കെ ചോദിക്കണൂണ്ട്. ഛേ! നമ്മക്ക്തന്നെ കുടുക്കിട്ട് വലിച്ച്കേറ്റി തല്ലിക്കൊന്ന് പങ്കിടാർന്നില്ലേ? കഷ്ടായീല്ലോ ന്ന് വേറെ ചെലരും. മൊബൈല് ഷർട്ടിന്റെ കീശേലേയ്ക്ക് തള്ളു മ്പോ ചേട്ടൻ ചോദ്യക്കാരെയൊക്കെ നോക്കി കുത്തണമട്ടിലൊരു ചിരിയങ്ങ് ചിരിച്ചു. അതേതെ! കഴിഞ്ഞ കൊല്ലം എന്റെ തോട്ടത്തി ലെ കെണറ്റില് പന്നി വീണപ്പോ നമ്മളത് തന്നെയല്ലേ ചെയ്തത്? എന്നിട്ടെന്തായി? വെട്ടിപ്പങ്കിട്ട് തിന്നോര്തന്നെ ഒടുക്കം ഫോറസ്റ്റി ല് പരാതീം കൊടുത്തു. എനിക്കവടെ ചെല പിടിപാടൊക്കെ ഒള്ള തുകൊണ്ട് തടിയൂരീന്ന് പറഞ്ഞാമതീല്ലോ. ചോദ്യക്കാരടെ വായട ഞ്ഞതും ദേ വരണൂ ഫോറസ്റ്റ്കാര്. അവരടെ വണ്ടിയാണേല് കള്ള്കുടിയനെപ്പോലെ ആടീം ഒലഞ്ഞും കെതച്ചും ചൊമച്ചും. ആ ദ്യം പൊറത്തെറങ്ങീത് മൂത്ത്നരച്ച ഒരാളാ. ആപ്പീസറാരിക്കും. നര യ്ക്കാൻ തൊടങ്ങിയ രണ്ടെണ്ണം വലേം എടുത്തോണ്ടാ വരവ്. മൂന്നാളും കെണറ്റിലേയ്ക്ക് കൊറച്ച് നേരം തുറിച്ച് നോക്കിയങ്ങ നെ നിന്നു. ആൾമറ കെട്ടാത്തതെന്താന്ന് ദേഷ്യപ്പെട്ട് മൊഖംതിരി ച്ച നരയൻ ഇച്ചേയീനെ കണ്ടതും പന്തംകണ്ട പെരുച്ചാഴിമാതിരിയ ല്ലേ നിക്കണത്! വലേംതാങ്ങി നിന്നവമ്മാരും പന്നീടെ കാര്യം മറ ന്ന്പോയി! ചേട്ടന്റെ മൊഖം നെറം മാറിത്തൊടങ്ങീപ്പഴത്തേയ്ക്കും പെരയ്ക്കാത്തൂന്ന് കൊച്ചിന്റെ കരച്ചില് അലറിപ്പൊളിച്ച് വന്നു. ഇച്ചേയി ചെന്ന് കൊച്ചിനെയെടുത്ത് തിണ്ണേലിരുന്ന് മൊലകൊടു ക്കാന്തൊടങ്ങി. അതോടെ ഫോറസ്റ്റുകാർക്ക് പന്നീനെ ഓർമ്മവരി കേം ചെയ്തു. ഒരു ഉഷാറുമില്ലാതെ അവര് വല കെണറ്റിലേയ്ക്ക് എറക്കാന്തൊടങ്ങി. അപ്പഴാ വണ്ടീടെ ഡ്രൈവറ് വരണത്. കർത്താ വേ! വെളുത്ത് മെലിഞ്ഞ് പൊടിമീശേം പൊക്കോമൊള്ള ഒരു ചേ ട്ടൻ! ഞാനിമ്മിണി മുന്നോട്ട് കേറിനിന്നു. വല്ല കാര്യോമൊണ്ടോ

യോ? അയൾടെ കണ്ണിലും ഞാമ്പെട്ടില്ലന്നേ! നോട്ടം ചുറ്റിത്തിരിഞ്ഞ് ഇച്ചേയീല് ചെന്ന് മുട്ടി. അപ്പഴാ ആ നശൂലം പിടിച്ച കൊച്ച് മൊലേന്ന് വാവിട്ട് ചുറ്റും നോക്കീത്. തുറിച്ച് നിക്കണ മൊലേന്ന് പൂക്കുറ്റിപോലെ ചെതറണ പാല് കണ്ട് അയാൾ അന്തിച്ച് പോയില്ലേ? മിന്നല് പോലൊരു ചിരി അയാൾടെ മൊഖത്തേയ്ക്കെറിഞ്ഞ് ഇച്ചേയി മൊല മറച്ചു. പിന്നെ കൊച്ചിനെ എടുത്ത് എളീല് വെച്ച് ആൾക്കൂട്ടത്തിന്റെ പിന്നില് ചെന്ന് നിന്നു. അയാള് ഇച്ചേയീടെ അടുത്തേയ്ക്ക് ചെന്ന് ഒന്ന് ചിരിച്ചു. കർത്താവേ! ഇത്രേം ശേലൊള്ളൊരു ചിരി ഞാങ്കണ്ടിട്ടില്ല! അവര് കണ്ണിൽക്കണ്ണില് നോക്കിയങ്ങനെ നിക്കണത് കണ്ടപ്പോ എന്റെ ചങ്കിടിഞ്ഞു. ഞാൻ എന്നെത്തന്നെയൊന്ന് പിച്ചീം മാന്തീമൊക്കെ നോക്കി.

ഞാനിനിയെങ്ങാനും ചത്ത്കെട്ട്പോയ ഒരുത്തിയാണോന്നായി എന്റെ സംശയം. ഈ കൊച്ചിന്റെ തന്ത എന്ത്യേന്ന് ചോദിക്കണ കേട്ടപ്പഴാ എനിക്ക് ജീവനൊണ്ടന്ന്തന്നെ തോന്നീത്. ഓ! അയാള് ഞാൻ വയറ്റ്കണ്ണിയാരുന്നപ്പോത്തന്നെ ചത്തുപോയി. നല്ല സ്നേഹമൊള്ള ആളാരുന്നു. എന്റെ ഭാഗ്യദോഷംന്ന് ഇച്ചേയി സങ്കടപ്പെടണത് കണ്ട് അമ്പടി കള്ളീന്ന്! എന്റെ ഉള്ളിലൊരു ചൊഴലിക്കാറ്റ് ചീറി. അന്നേരം അവൾടെ ഒക്കത്തിരുന്ന കുഞ്ഞിന്റെ മൊഖത്ത് പച്ചഞരമ്പ് തെളിഞ്ഞ കൈയ് നീട്ടി അയാളൊന്ന് തലോടി. അയാളുടെ ഞരമ്പിന്റെ പച്ച അവളുടെ കീഴ്ച്ചുണ്ടിൽ പൊരളണത് കണ്ട് എന്റെ കൈത്തണ്ടയിലെ കാടൻ രോമങ്ങൾ എഴുന്ന്നിന്നു. ന്ലാവെട്ടം പോലെ അവളുടെ ചിരി അയാൾടെ ഉള്ളിലേക്കിറങ്ങുമ്പോൾ എന്റെ നോട്ടമൊന്ന് ചുറ്റിത്തിരിഞ്ഞ് വേഗം മടങ്ങിയെത്തി. എല്ലാരടേം കണ്ണ് വലയിൽ കുടുങ്ങിയ പന്നിയിലാണ്. എനിക്കും അതൊന്ന് കാണണംന്നൊണ്ടാര്ന്ന്. പക്ഷേ, എനിക്കെന്റെ കാലൊന്നിളക്കാനോ അവര് രണ്ട്പേരിൽ നിന്നും നോട്ടം അത്രേം നേരത്തേയ്ക്ക് അടർത്തിമാറ്റാനോ കഴിയണില്ലല്ലോ! കൊച്ചിനെ വീട്ടിലേല്പിച്ച് നീ എന്റെ കൂടെ പോരേന്ന് അയാള് പറയണത് കേട്ട് എന്റെ കണ്ണിലിരുട്ട് കേറി. പന്നി കരയിലെത്തിയതിന്റെ ബഹളത്തില് അവളെന്താണ് പറഞ്ഞതെന്ന് കേക്കാനും പറ്റീല്ല.

ഏറെനേരം കഴിഞ്ഞ് കണ്ണില് വെളിച്ചം വന്ന്കേറിയപ്പോ പന്നീം വണ്ടീം ആളും കൂട്ടോമൊക്കെ ഏതുവഴി പോയോ?

നിന്നേടത്ത്തന്നെ കുന്തിച്ചിരുന്ന് മുഖം പൊത്തി അവനോന്റെ ഉള്ളിലേയ്ക്ക് നോക്കിയപ്പഴാ ചെല സത്യങ്ങള് തെളിഞ്ഞ് വരണത്. ആനത്താരപോലെ പന്നിത്താരയും ഒണ്ട്. പന്നികള് അവരടെ

അപ്പനപ്പൂപ്പൻമാരുടെ കാലംതൊട്ട് ഈ വഴിയാണ് വെള്ളം കുടിക്കാൻ എവിടേയ്ക്കോ പോയിരുന്നത്.

ആ ഓർമ്മ അവരുടെ ചോരേന്ന് മാഞ്ഞട്ടില്ല. അതോണ്ടാണ് അവര് എടയ്ക്കെടയ്ക്കിങ്ങനെ ഓരോരോ കെണറ്റില് ചെന്ന് വീഴണത്!

മനുഷ്യമ്മാരടേം ചോരേന്ന് ചെല ഓർമ്മകള് മാഞ്ഞ് പോവൂല്ല!

○○

3

# അങ്കമാലിയിലെ മാങ്ങാക്കറിയും നിന്റെ അപ്പവും വീഞ്ഞും

രേഖ കെ

ചൊവ്വരയിലോ ചെങ്ങമനാടോ ദേശത്തോ?

എവിടെയാണ് അവന്റെ വീട് എന്നു കൃത്യമായി അറിയില്ലായിരുന്നു.

പെരിയാറിന്റെ തീരത്താണെന്നറിയാം..

തെക്കുനിന്നു വരുമ്പോൾ ആലുവ കഴിഞ്ഞ് അങ്കമാലിക്കു മുൻപേ...

എന്നോ ഒരു ഉച്ചയൂണുനേരത്ത്, ശ്രീശങ്കരൻ തന്റെ സ്വന്തമെന്ന മട്ടിൽ, അവൻ നാട്ടുമഹിമ പറഞ്ഞതും ഓർമയുണ്ട്.

അവന്റെ ഫോൺനമ്പർ മാത്രമേ കൈവശമുള്ളൂ. ഇപ്പോഴത്തെ സാഹചര്യത്തിൽ ബാങ്കിലെ ആരോടും അവനെക്കുറിച്ചോ അവന്റെ വീടിനെക്കുറിച്ചോ തിരക്കാൻ വയ്യ.

ആലുവ എത്തിയപ്പോൾ ശ്രീജ വണ്ടിയിൽ നിന്ന് ഇറങ്ങി.

പത്തിരുപതു മിനിറ്റുമാത്രമേ കാത്തുനിൽക്കേണ്ടിവന്നുള്ളൂ.

ബൈക്ക് അരികിൽ കൊണ്ടു നിറുത്തിയതുകൊണ്ടുമാത്രമാണ്, അത് അവനാണെന്ന് മനസ്സിലായത്.

തമ്മിൽ കണ്ടിട്ട് രണ്ടുമാസം പോലുമായില്ല. ഇത്രപെട്ടെന്ന് തിരിച്ചറിയാനാവാത്ത വിധം ഒരാളിങ്ങനെ മാറുമോ?

മനുഷ്യസ്പർശമില്ലാത്ത മണ്ണിൽ അലക്ഷ്യമായി വളർന്ന പുല്ലുകൾ പോലെ താടി...നിരാശയുടെ കുഴികളിൽ വീണ് നിവരാനാവാതെ തളർന്നുകിടക്കുന്ന കണ്ണുകൾ, പ്രതീക്ഷ നഷ്ടപ്പെട്ട് കാട്ടുവ

ള്ളിപോലെ വളർന്ന മുടി.

"ചേച്ചി എന്നെ കാണാൻ തന്നെയാണോ വന്നത്?"

അവൻ അവിശ്വസനീയതയോടെ ചോദിച്ചു.

ബാങ്കിൽ വച്ചെല്ലാം അവൻ ശ്രീജ മേം എന്നായിരുന്നല്ലോ വിളിച്ചുകൊണ്ടിരുന്നത് എന്ന് പെട്ടെന്നോർത്തു.

"അല്ല. തൃശൂരിൽ നിന്നു മടങ്ങുംവഴി ഒരു തലകറക്കം....അപ്പോഴാണ് അരവിന്ദന്റെ വീട് ഇവിടെയാണല്ലോ എന്നോർത്തത്. ഇനി യാത്ര ചെയ്യാൻ വയ്യ."

"യ്യോ.... ആശുപത്രിയിൽ പോയാലോ? ചേച്ചിക്ക് എന്റെ കൂടെ ബൈക്കിൽ കയറാനാകുമോ? വേറെ വണ്ടി വിളിക്കണോ?"

"അത്രയൊന്നുമില്ല. ഞാൻ ബൈക്കിൽ വരാം."

ബൈക്കിൽ കയറാൻ തുടങ്ങുമ്പോഴാണ് ഉള്ളിലെ ബുദ്ധിമതി ഉറക്കം വിട്ട് എണീറ്റത്. സത്യസന്ധതയ്ക്ക് രാജാവിന്റെ പട്ടും വളയും വാങ്ങിയ തിരുവട്ടാർ സ്ഥാണുമാലയൻ തമ്പിയുടെ പേരക്കുട്ടി ആർക്കൊപ്പമാണ് യാത്ര ചെയ്യുന്നത്... ? ഈ തെറ്റുകാരനൊപ്പം യാത്രചെയ്യുന്നത് പരിചയമുള്ള ആരെങ്കിലും കണ്ടാലോ?

ബുദ്ധിമതിയുടെ വിലക്ക് കരുത്തുനേടും മുൻപേ, അവന്റെ ബൈക്ക് പതുക്കെ, വളരെ പതുക്കെ നീങ്ങിത്തുടങ്ങി.

പ്രധാനവഴിയിൽ നിന്ന് ഇടവഴിയിലേക്ക് കടക്കുമ്പോൾ അവൻ പറഞ്ഞു- "ചേച്ചീ, വഴിയത്ര ശരിയല്ല. മുറുക്കിപ്പിടിച്ച് ഇരുന്നോളണേ...."

"നിന്നെപ്പോലെത്തന്നെ വഴിയും പിഴച്ചുപോയോ....?" എന്ന് ബുദ്ധിമതി അഴുക്കുപുരണ്ട ഒരു തമാശ പറഞ്ഞു.

അവൻ മറുപടിയൊന്നും പറഞ്ഞില്ല. വീടെത്തുംവരെ അവനെ മിണ്ടാതാക്കാൻ, ആ ഒരൊറ്റ വാചകം കൊണ്ട് കഴിഞ്ഞല്ലോ എന്ന് ഉള്ളിലെ വികാരജീവി കുറ്റപ്പെടുത്തി.

ചുറ്റിനും മരങ്ങൾ നിറഞ്ഞ, അത്രകണ്ട് വലുതല്ലാത്ത ഒരു ഇരുനില ഓടുവീട്. തറവാടിത്തഘോഷണമൊന്നുമില്ലാത്ത, അൻപതാണ്ടെങ്കിലും ജീവിച്ചുകൊതിതീർന്ന ഒരു വീട്.

അനക്കമറ്റു കിടക്കുന്ന ഒരു ഇരട്ടത്തലജീവിയെപ്പോലെ ഭയപ്പെടുത്തുന്ന മൂകത...

അവൻ പോക്കറ്റിൽ താക്കോലിനായി പരതുന്നതു കണ്ടപ്പോഴാണ് അകത്താരുമില്ലെന്ന കാര്യം ശ്രീജയുടെ ശ്രദ്ധയിൽ പെട്ടത്.

"ഇവിടെ വേറാരുമില്ലേ?"

"ഇല്ല ചേച്ചീ... ഞാൻ ജയിലിലായിരുന്നപ്പോൾ, അമ്മ ആത്മഹത്യ ചെയ്യുമെന്ന് പറഞ്ഞ് അമ്മയുടെ അനിയത്തി വന്നു കൂട്ടിക്കൊണ്ടുപോയി. ഞാൻ പിന്നെ അമ്മയെ കണ്ടിട്ടില്ല."

"അച്ഛൻ?"

"ഞാൻ ചേച്ചിയോടു പറഞ്ഞിട്ടുണ്ടല്ലോ എന്റെ പത്താം ക്ളാസ് പരീക്ഷയുടെ അന്നാണ് അച്ഛൻ മരിച്ചതെന്ന്. അന്നത്തെ പത്രക്കട്ടിങ്ങും കാണിച്ചുതന്നിട്ടുണ്ട്. ''

ഓ...ഓർക്കുന്നു. അച്ഛൻ മരിച്ച ദിവസം പോയി പരീക്ഷയെഴുതിയ മിടുക്കൻ...അരവിന്ദൻ രാധാകൃഷ്ണൻ -പരീക്ഷ പൂർത്തിയാക്കി, മരണാനന്തരകർമ്മം ചെയ്യുന്നതിന്റെ ചിത്രമടങ്ങിയ പത്രവാർത്ത..

മൺകുടമേന്തി, നനഞ്ഞൊട്ടി വിറങ്ങലിച്ചുനിൽക്കുന്ന, കൂമ്പിയ കണ്ണുകളുള്ള, ഒരു മെലിഞ്ഞ പയ്യൻ...

റിസൾട്ട് വന്ന ദിവസം അവനെ അഭിനന്ദിക്കാൻ വന്ന എം.എൽ.എ., പഞ്ചായത്ത് പ്രസിഡന്റ്...സ്വീകരണങ്ങൾ... ഉപഹാരം....പൂച്ചെണ്ട്...

ഉവ്വുവ്വ്...അതൊക്കെ കണ്ടിട്ടുണ്ട്.

ബാങ്കിലെ ജോലിസമ്മർദ്ദം സമ്മാനിച്ച പ്രമേഹവും ഓർമക്കുറവും കൊണ്ടാവും, അടുപ്പക്കാരുടെ പേരു പോലും ചില നേരം മറന്നുപോകുന്നു.

"ഞങ്ങളുടെ നാട്ടിൽ, പണ്ട് പത്താം ക്ളാസ് പാസായി ടൈപ്പ്റൈറ്റിങ്ങും പഠിച്ചുകഴിഞ്ഞാൽ ആൺകുട്ടികൾ കൽക്കട്ടയ്ക്കു പോകണം. അച്ഛനും പോയി. കുറെ കാലം ടൈപ്പിസ്റ്റായി. കുറച്ചുകഴിഞ്ഞപ്പോ ജേണലിസ്റ്റായി. പത്തുനാല്പതു വയസു കഴിഞ്ഞപ്പോ നാട്ടിലേക്ക് മടങ്ങി വന്നു കല്യാണം കഴിച്ചു. ഞാനുണ്ടായി. ഇവിടെ കുറെ മാവുകളും വാഴയും വച്ചു. അച്ഛൻ മരിക്കുകേം ചെയ്തു."

"ദാ.. അതാണിപ്പോ കക്ഷി..." അല്പം ദൂരെ നിൽക്കുന്ന ഒരു മാവിലേക്ക് അവൻ വിരൽ ചൂണ്ടി. എന്നിട്ട് ശ്രീജ, അവനെ ആദ്യം കണ്ടപ്പോൾ മുഖത്തുണ്ടായിരുന്ന അതേ മൊണാലിസചിരി ചിരിച്ചു.

"ഈ അരവിന്ദൻ ചെറുക്കന് ഒരു പത്തുപതിനഞ്ചു വർഷം മുൻപ് ജനിക്കാമായിരുന്നില്ലേ....എങ്കിൽ ഉറപ്പായും പ്രേമിക്കാമായിരുന്നു." എന്ന് അടുത്ത സീറ്റിലെ ജിജിയോട് ശ്രീജ അന്ന് തമാശ പറയുകയും ചെയ്തിരുന്നു...

ഇരട്ടിപ്രായമുള്ള സ്ത്രീയെ വിവാഹം കഴിച്ച ഫ്രഞ്ച് പ്രസിഡന്റി

നെക്കുറിച്ച് അന്നത്തെ പത്രത്തിൽ വന്ന വാർത്ത കാട്ടി, 'ഇനിയും വൈകിയിട്ടില്ലെന്ന്' ജിജി മറുപടികുനിഷ്ട് പറഞ്ഞതും...ജിജിയുടെ കവിളിൽ നുള്ളിയതും..... അധികകാലമായില്ല.......ഏറിയാൽ ഒന്നര വർഷം...

"തെങ്ങല്ലേ, സാധാരണ മരിച്ചവർക്കുവേണ്ടി വയ്ക്കുക.?"

"അച്ഛനൊരു മാവ് പ്രാന്തനായിരുന്നു. മാവ് മതീന്ന് കക്ഷി നേരത്തെ തന്നെ പറഞ്ഞിരുന്നു."

ശ്രീജയ്ക്ക് വല്ലാത്ത തളർച്ച തോന്നി. എന്തെങ്കിലും കഴിച്ചില്ലെങ്കിൽ വീണുപോകും.

"ഇവിടെ ഭക്ഷണം ഇരിപ്പുണ്ടോ.... ? മാനേജേഴ്സ് മീറ്റ് ആയിരുന്നെടോ...ഒന്നും കഴിക്കാനായില്ല...."

മേധാവികളുടെ പതിവ് നിർദേശങ്ങൾ, പെർഫോമൻസിനെക്കുറിച്ചുള്ള വിലയിരുത്തൽ, ശാസന, വിരട്ടൽ, കുതിരയുടെ വാലിൽ നോവിച്ച് മുന്നോട്ട് ഓടിക്കാനുള്ള അതിബുദ്ധി, എല്ലാ ഭീഷണികളും കഴിയുമ്പോൾ പലമാതിരി മാംസങ്ങളും പഴങ്ങളും പാനീയങ്ങളുംകൊണ്ട് നിറഞ്ഞുതുളുമ്പുന്ന തീൻമേശയിലേക്ക് ഒരു തള്ളൽ...

എന്നും സംഭവിക്കുന്നതുപോലെ, നോവറിഞ്ഞ കുതിരയ്ക്ക് വാശി മൂത്ത് ഒന്നും കഴിക്കാൻ തോന്നിയില്ല.

"ആത്മാഭിമാനത്തിന് മുറിവേറ്റുകാണുമല്ലേ... ?"

ശ്രീജ ചിരിച്ചു; അവനും.

"ചേച്ചി ബാഗൊക്കെ അകത്തെടുത്തുവച്ച് വാ. അപ്പോഴേയ്ക്കും ഞാൻ ഒന്നു കുളിച്ചുവന്ന് ഭക്ഷണം റെഡിയാക്കാം."

പെരിയാർ ഇതുവരെ അടുത്തുകണ്ടിട്ടില്ല. ട്രെയിനിന്റെ ഡോറിനടുത്താണ് നില്പെങ്കിൽ, ആലുവാപ്പാലം കയറുമ്പോൾ, പെരിയാറിലേക്ക് ചാടിപ്പോകുമോ എന്നും പേടിതോന്നിയിട്ടുണ്ട്....

ഒന്നു പോയി പെരിയാറിനെ തൊട്ടാലോ.... ?

ഇടിഞ്ഞുതുടങ്ങിയ പടവുകളിലൂടെ ഇറങ്ങി, 'റ' ആകൃതിയിൽ വളഞ്ഞുകിടക്കുന്ന വള്ളിച്ചെടികളും ഇല്ലിമുള്ളും തീർത്ത മറയിലൂടെ കടവിലെത്തുമ്പോൾ അവൻ കുളിക്കാൻ തുടങ്ങിയിട്ടേയുള്ളൂ.

മുടിയിഴകൾ ഓളങ്ങൾക്കൊപ്പം ഒഴുകിപ്പരക്കുന്നു.

ഒരു സന്യാസിയെപ്പോലെ...

"ശങ്കരൻ തൊട്ട പെരിയാറായതുകൊണ്ടാകും നിനക്കുപോലും ഈ പുഴയിലിറങ്ങിയാൽ ഒരു സന്യാസിയുടെ ഛായ..."

ബുദ്ധിമതി വീണ്ടും പരിഹസിച്ചു.

അവൻ ദൂരെദൂരെ ഏതോ ഒരു കടവിലേക്ക് വിരൽ ചൂണ്ടി.

“ദാ ആ കടവിലാണ് ശാശ്വതികാനന്ദ മരിച്ചുകിടന്നത്...രണ്ടായിരത്തിരണ്ടില്...ഞാനന്ന് നാലിലോ അഞ്ചിലോ പഠിക്കുകയാണ്. സ്കൂളുവിട്ടുവന്ന് പുഴയിലെ വെള്ളത്തിൽ അന്നു കുളിച്ചപ്പോൾ ഭയം തോന്നി, ആ വെള്ളത്തില് അദ്ദേഹത്തിന്റെ ചോര പുരണ്ടിട്ടുണ്ടാവുമോന്ന്....”

അപ്പോൾ ശ്രീജയ്ക്ക് ചോദിക്കണമെന്നുണ്ടായിരുന്നു- ഈ നീ തന്നെയാണോ ഇത്രയും വലിയ തെറ്റു ചെയ്തത്? എന്ന്.

“ചേച്ചിക്ക് കുളിക്കണമെന്ന് തോന്നുന്നുണ്ടോ...മടിയാണെങ്കിൽ ഒന്നു കാലു നനച്ചാലും മതി....നല്ല സുഖാ.. നിലാവുള്ളപ്പോൾ ഇവിടെ വന്നു കുളിക്കണം... അച്ഛനുള്ള കാലത്ത് കടവിലൊരു പെട്രോമാക്സ് കത്തിച്ചുവച്ച് ഞങ്ങളിങ്ങനെ നീന്തിത്തുടിക്കും. അച്ഛൻ ജയന്റെ ആരാധകനായിരുന്നു. ‘നീരാട്ട്...എൻ മാനസറാണി....’ എന്നും പാടി തുള്ളും. അപ്പോ ശരീരത്തിലെ വെള്ളത്തുള്ളികൾ പൂത്തിരിപോലെ ചിതറും... നല്ല രസമാണ് ആ കാഴ്ച...പഴയ നടന്മാരിൽ ഫിസിക്കലി ഫിറ്റ് ജയൻ മാത്രമാന്നാ അച്ഛൻ പറയാറ്. മറ്റുള്ളവർക്കൊക്കെ ഭയങ്കര ഫെമിനിറ്റിയും ഒബീസിറ്റിയുമാണെന്ന്.”

ഓർമകളുടെ പൂത്തിരി വിടരുമ്പോൾ അവനൊന്ന് പ്രകാശിക്കുന്നുണ്ട്.

“റോസിനും നിലാവത്ത് പുഴയില് കുളിക്കുന്നത് ഇഷ്ടായിരുന്നു......അമ്മയുടെ വിളി വരുംവരെ സമയം മറന്ന് ഞങ്ങളങ്ങനെ വെള്ളത്തിൽ കിടക്കും....”

“റോസ് ഇപ്പോളെവിടെ?”

“ഞങ്ങള് ലീഗലി മാരീഡ് അല്ലല്ലോ...അന്ന് ആഘോഷമായിട്ട് മാരേജ് റിസപ്ഷൻ ഒക്കെ നടത്തിയെങ്കിലും....റജിസ്ട്രേഷനൊന്നും നടത്തിയിരുന്നില്ല. അതുകൊണ്ട് പിരിയാൻ പ്രയാസമുണ്ടായില്ല. ഈ ഈസ്റ്ററ് കഴിഞ്ഞാൽ റോസിന്റെ കല്യാണമാണെന്ന് ഞങ്ങൾടെ ഒരു ബാച്ച്മേറ്റ് പറഞ്ഞു....”

“നിങ്ങള് രണ്ടും ക്ളാസ്മേറ്റ്സായിരുന്നോ?”

“ബിടെക്കിന് ഒന്നിച്ചായിരുന്നു...ലാസ്റ്റ് സെമ്മിൽ പ്രോജക്റ്റിന് ഞങ്ങളൊരു ടീമായിരുന്നു. അതുവരെ എനിക്ക് വേറെ ചില ക്രഷ് ഒക്കെയുണ്ടായിരുന്നു. ‘അമ്മു റേച്ചൽ റോസ് പോളി തോമസ് പെരുമ്പുള്ളിക്കാരൻ’ എന്നാണ് അവളുടെ മുഴുവൻ പേര്... ആ പേരു തികച്ചുപറയാൻ ആരോഗ്യമില്ലാത്തതുകൊണ്ടാണ് അതുവ

രെ ഞാനവളോട് സംസാരിക്കാതിരുന്നതെന്നാണ് ടീംസൊക്കെ പറയാറ്...ഞാനപ്പോ പറയും- എ റോസ് ഈസ് എ റോസ്..."

അവൻ തന്റെതന്നെ വാക്കുകളിൽ അഭിരമിച്ച്... ആസ്വദിച്ചുചിരിച്ചു.

"നീയിങ്ങനെ സംസാരിക്കാറില്ലല്ലോ... ?" ശ്രീജ അദ്ഭുതത്തോടെ ചോദിച്ചു.

"ഡിപ്രഷൻ വരുമ്പോ ആളുകള് മിണ്ടാതാകും എന്നാണ് കേട്ടിട്ടുള്ളത്. എന്റെ കാര്യം തിരിച്ചാ....എനിക്ക് സംസാരിച്ച് കൊതി തീരുന്നില്ല...."

വലിയൊരു പാമ്പ് മുന്നിലൂടെ പാഞ്ഞുപോയി. ശ്രീജ ഒന്നു വിരണ്ടു.

"അത് ചേരയാണ് ചേച്ചി. ഇവിടെ മയിലുകളും കീരിയും നിറയെ ഉള്ളതുകൊണ്ട് വലിയ വിഷപ്പാമ്പുകൾ ഒന്നുമില്ല."

-പകരം നീയുണ്ടല്ലോ- എന്ന വശംകെട്ട മറുപടി ബുദ്ധിമതി പറയാനായുംമുൻപേ വികാരജീവി തടഞ്ഞു.

"ചേച്ചി അങ്കമാലി മാങ്ങാക്കറി കഴിച്ചിട്ടുണ്ടോ?" ആറ്റുവക്കിലെ മാവിൽ പിടിമുറുക്കി അവൻ ചോദിച്ചു.

ശ്രീജ ഇല്ലെന്ന് തലയാട്ടി.

"അങ്കമാലിയിലെ നസ്രാണിക്കല്യാണത്തിനു തലേ ദിവസത്തെ സ്പെഷലാ. റോസ് പഠിപ്പിച്ചുതന്നതാ..ഏതായാലും റോസിന്റെ കല്യാണം വരുവല്ലേ..നമുക്ക് ആഘോഷമായി അതുതന്നെ ഉണ്ടാക്കിയേക്കാം."

അടുക്കളയോടു ചേർന്നുള്ള കറുത്ത മണ്ണിൽ നിന്ന് ഒരു ഇഞ്ചിച്ചെടി അവൻ പിഴുതു. കുറച്ച് പച്ചമുളകും നാരകത്തിന്റെ നാലഞ്ച് ഇലകളും കൂടിയായപ്പോൾ കൈനിറഞ്ഞ് അവൻ നെഞ്ചോടു ചേർത്തുപിടിച്ചു നടക്കാൻ തുടങ്ങി.

"ചേച്ചിയുടെ തലകറക്കം മാറിയോ?"

"ഇല്ലെടോ....നേരെ നിൽക്കാൻ വയ്യ."

അവൻ ശ്രീജയുടെ നെറ്റിയിലൊന്നു തൊട്ടു. തലയിലൂടെ വിരലോടിച്ചു.

"അനങ്ങാതിരുന്നാൽ മതി. ഭക്ഷണം ഇപ്പോ ശരിയാക്കിത്തരാം."

അവന്റെ കൈവിരലുകൾ പക്ഷിയെപ്പോലെ പറക്കാൻ തുടങ്ങി. അടുപ്പ് കത്തിച്ച് ചോറിനു വെള്ളം വച്ചു. തേങ്ങ ചിരകി.മാങ്ങയും സവാളയും അരിഞ്ഞു.

അവൻ ഓരോന്ന് ചെയ്യുന്നതു കാണാനും നല്ല ഭംഗിയുണ്ടായി

രുന്നു.

ഏഴെട്ടുമാസം മുൻപ്, ബാങ്കിൽ പുതുതായി വന്ന അസിസ്റ്റന്റ് മാനേജർ പയ്യൻ നല്ല മിടുക്കനാണെന്ന്, ആരെക്കുറിച്ചും നല്ലതു പറയാൻ മടിയുള്ള ചീഫ് മാനേജർ അഭിപ്രായപ്പെട്ടതോർത്തപ്പോൾ ശ്രീജയ്ക്ക് നീറി.

“ആ ഭരണിയിൽ, അമ്മ ഇട്ടുവച്ച ഉപ്പുമാങ്ങയുണ്ട്. എടുത്തുകഴിക്കുന്നോ..? ഇച്ചിരി മോരുംവെള്ളം കൂടിയായാൽ ബെസ്റ്റാ...”

കാന്താരിമുളകിട്ടുവച്ച ഉപ്പുമാങ്ങ,.നാരകത്തിന്റെ ഇലയിട്ട മോര്... നല്ല രുചിയുണ്ട്. ശ്രീജയുടെ വയറിലെ കാളൽ പക്ഷേ കൂടിയതേയുള്ളൂ.

“ഈ അങ്കമാലി മാങ്ങാക്കറിയുടെ പ്രത്യേകത അതിന്റെ തിരുമ്മലാണ്. ഇഞ്ചീം പച്ചമുളകും സവാളയും ഉള്ളിയും കറിവേപ്പിലയും വിനാഗിരിയൊഴിച്ച് ഒന്നുതിരുമ്മണം. ഇത്തിരി വെളിച്ചെണ്ണ, മല്ലി, മുളക്, മഞ്ഞൾ പൊടികള് ചേർത്ത് പിന്നെയും തിരുമ്മണം. തിരുമ്മിത്തിരുമ്മി അത് പകുതി പാകമാകുമ്പോ മാങ്ങയും തേങ്ങയുടെ രണ്ടാംപാലും ചേർത്ത് അടുപ്പിൽ വയ്ക്കണം. വെന്തുവരുമ്പോ ഒന്നാംപാലും ഒഴിച്ച് ഉള്ളിയും കറിവേപ്പിലയും വറവിട്ടാൽ കറിയായി.”

“നീയൊരു നളനാണ്....എന്തുവേഗമാണ് നിന്റെ കൈകൾക്ക്..”

“ദമയന്തീസ്വയംവരത്തിനു വന്ന അഗ്നിദേവനല്ലേ നളനു പാചകത്തിന്റെ വരംകൊടുത്തത്...എനിക്ക് വരം തന്നത് റോസ് ആണ്. അമ്മ എന്നെ ഈ പ്രദേശത്ത് അടുപ്പിക്കില്ലായിരുന്നു.”

നാണത്തിന്റെ മധുരം പുരട്ടി അവൻ ചിരിച്ചു.

കവിളുകളെ തുല്യമായി പകുത്ത്, ചുണ്ടുകളെ സുന്ദരമായി വ്യന്യസിച്ച് കുട്ടിത്തത്തിനും കൌമാരത്തിന്റെ കൌതുകങ്ങൾക്കും യൌവനത്തിന്റെ തിടുക്കങ്ങൾക്കും ചുണ്ടിനെ തുല്യമായി പകുത്തുകൊടുത്ത് ....

ബാങ്കിൽവച്ച് ഉറക്കംതൂങ്ങി സമയത്തെല്ലാം ഈ ചിരി ഒളിഞ്ഞു നോക്കാൻ ഒരു രസമുണ്ടായിരുന്നു. ഓരോ കാഴ്ച കൊണ്ടും, കാണുന്നവരെ ചെറുപ്പമാക്കാൻ അതിനു കഴിയുമായിരുന്നു.

പുതിയ പയ്യൻ ഇങ്ങനെപോയാൽ ബാങ്ക് ചെയർമാനാകുമെന്നാ തോന്നുന്നതെന്ന് ലാലസൻ പിള്ള കുശുമ്പ് പറഞ്ഞത് പുതുവർഷാഘോഷങ്ങൾക്കിടയിലെ അരവിന്ദന്റെ ആവേശം കണ്ടാണ്. ജോലിയിലെ അവന്റെ മികവ്, പെരുമാറ്റത്തിലെ മര്യാദ, ആർക്കും അനിയാ എന്നു വിളിച്ച് ചേർത്തുപിടിക്കാൻ തോന്നുന്ന രൂപവും

ഭാവവും..

അങ്കമാലി മാങ്ങാക്കറിയും, കനലിൽ ചുട്ടെടുത്ത ഉണക്കമീനും അവന്റെ അമ്മ എപ്പോഴോ ഉണ്ടാക്കിവച്ചിരുന്ന പയർ കൊണ്ടാട്ട വും അരിവറ്റലും തൈരുമുളകും കൂടിയായപ്പോൾ അത്രയും രുചി യുള്ള ഊണ് നാളിതുവരെ കഴിച്ചിട്ടില്ലെന്നുതോന്നി.

"നീയിതുവരെ ഒന്നും കഴിച്ചിരുന്നില്ലേ?"

"ഇല്ല ചേച്ചി....ഒറ്റയ്ക്കിരിക്കുമ്പോ നമുക്കൊന്നും ഉണ്ടാക്കാനോ കഴിക്കാനോ തോന്നില്ല. ഇപ്പോ ചേച്ചി കൂട്ടിനുള്ളതുകൊണ്ടാ കഴി ക്കുന്നത്."

ശ്രീജ അവന്റെ കൈകളിൽ ഒന്നു തൊട്ടു.

"നീയൊരു ഹോട്ടൽ തുടങ്ങ്....കോടീശ്വരനാകും.. ഇത്രയും വയസ്സായിട്ടും എനിക്ക് ചായ പോലും നേരെ ഉണ്ടാക്കാനറി യില്ല.."

"വിധിവന്നാൽ പിന്നെ ജയിലിലെ പാചകക്കാരനാകാം അല്ലേ...?"

"ഇല്ലെടോ.....എല്ലാം ശരിയാകും..."

ഒരുകാര്യവുമില്ലാതെ അങ്ങനൊരു വെറുംവാക്ക് അവനോട് പറയരുതായിരുന്നു എന്ന് ബുദ്ധിമതി അടക്കം പറഞ്ഞു. വികാര ജീവിക്കും അത് ശരിയെന്നു തോന്നി.

അവൻ ചെയ്ത കുറ്റം അത്ര നിസ്സാരമല്ല.

ട്രെയിനിങ് കഴിഞ്ഞ് നല്ല മിടുക്കൻമാരെ തിരഞ്ഞെടുത്താണ് ബാങ്കിന്റെ പ്രധാനപ്പെട്ട ആ ബ്രാഞ്ചിൽ പോസ്റ്റ് ചെയ്യാറുള്ളത്. വിദേശത്തുള്ളവരുടെ അക്കൌണ്ടാണ് കൂടുതലും. ഗൾഫ് രാജ്യ ങ്ങളിലും ജർമനിയിലും അമേരിക്കയിലും കാനഡയിലുമുള്ളവർ. അധ്വാനിച്ചും അലഞ്ഞും അരിഷ്ടിച്ചും, അവരുടെ പണം നാട്ടിലേ ക്ക് അയക്കും. ആ നാട്ടിലെ നാണയങ്ങൾ കോടിക്കണക്കിനു രൂപ യായി വേഷം മാറുമ്പോൾ അതേക്കുറിച്ച് ആലോചിച്ചും അഭിമാ നിച്ചും സ്വപ്നംകണ്ടും കഴിയും. പിന്നെ വാർധക്യം ഊന്നുവടി നീട്ടുന്ന ഒരുനാൾ അവർ തന്നെ അക്കാര്യം മറന്നുപോകും.

നാട്ടിൽ വേരുകളില്ലാത്ത, മലയാളമറിയാത്ത, അവരുടെ അടു ത്ത തലമുറ പലപ്പോഴും പണമന്വേഷിച്ച് വരാറുമില്ല. അവർക്കപ്പോ ഴേയ്ക്കും അച്ഛനമ്മമാരുടെ നാടിനോടു തന്നെ വലിയ പുച്ഛമാകും; ഇവിടത്തെ പണത്തോടും.

ആ നിധിശേഖരം അങ്ങനെ അർഥം നഷ്ടപ്പെട്ട് തളർന്ന് ശ്വാസം പോലും വിടാതെ കിടക്കും. തന്നേക്കാൾ വലിയ ഇര വിഴുങ്ങിയ പെരുമ്പാമ്പിനെപ്പോലെ.

പത്തുമുപ്പതുകൊല്ലമായി ചലനങ്ങളൊന്നുമില്ലാത്ത, അത്തരം ഒരുപാട് സമ്പാദ്യശേഖരങ്ങളുള്ള ബ്രാഞ്ചാണിത്. അങ്ങനെയൊരു അക്കൌണ്ടിൽ നിന്നാണ് മുപ്പത്തഞ്ച് ലക്ഷം പോയത്.

ഉടമ എത്തി പണം ആവശ്യപ്പെട്ടപ്പോഴാണ് സംഗതി പിടിക്കപ്പെട്ടത്. അയാൾ നാട്ടിൽ വന്നിട്ട് പത്തിരുപത്തഞ്ചു കൊല്ലമായി.

ഏതോ രാജ്യത്തെ ജയിലിലടയ്ക്കപ്പെട്ടതായിരുന്നു.

മൂന്നാലുമാസം മുൻപാണ് അയാളുടെ കണക്കിൽ നിന്ന് പണം നഷ്ടപ്പെട്ടിരിക്കുന്നത്.

പണം തേടിവന്ന അന്ന്, എന്തൊക്കെയോ തന്ത്രങ്ങൾ പറഞ്ഞ് അയാളെ മടക്കിയയച്ചു.

പിന്നീട് പരിശോധിച്ചപ്പോഴാണ്....

സാങ്കേതികമായും അല്ലാതെയുമുള്ള തെളിവുകളെല്ലാം അരവിന്ദനെ തളയ്ക്കാൻ പാകത്തിലുള്ളത്.

മൂന്നാലുമാസം മുൻപ് ഭാര്യാവീട്ടുകാരുടെ പിന്തുണയില്ലാതെ, ആർഭാടത്തോടെ നടന്ന വിവാഹാഘോഷം, പുതിയ കാർ, താമസസ്ഥലത്തെ ആഡംബരം എല്ലാം ഉറപ്പിച്ചുപറഞ്ഞു-അവൻ തന്നെയാണ് അതുചെയ്തത് എന്ന്.

സംഭവമറിഞ്ഞെത്തിയ അവന്റെ ഭാര്യാപിതാവ് രക്ഷകനായി.

“അരവിന്ദ് എടുത്തു എന്നു പറയുന്ന പണം മുഴുവൻ ഞാൻ തരാം. സംഭവം ആരുമറിയാതെ ഒതുക്കണം. അവൻ രാജിവയ്ക്കും. ഞാനവനെ ഗൾഫിൽ കൊണ്ടുപോകാം. പിന്നെ ഒരു പ്രശ്നവുമുണ്ടാകില്ല.”

ചീഫിനും സമ്മതമായിരുന്നു. ആ രഹസ്യാത്മകത തരുന്ന സുരക്ഷിതത്വം അത്ര വലുതായിരുന്നു.

അവന് പക്ഷേ വാശിയായിരുന്നു. “ഞാനല്ല ചെയ്തത്” എന്നവൻ പിന്നെയും തർക്കിച്ചു. അതുവരെ അടുപ്പം കാണിക്കാതിരുന്ന, ഭാര്യാപിതാവിന്റെ, സഹായം വേണ്ടെന്നു ദുരഭിമാനിയായി.

എല്ലാം കൈവിട്ടുപോയി. പോലീസും കോടതിയുമായി. ഇനി അത്ര എളുപ്പമാകില്ല, കാര്യങ്ങൾ.

“നമുക്ക് പറമ്പിലൊന്നു നടന്നാലോ, ചേച്ചി....”

മാവുകളും വാഴകളും പ്ളാവുകളും സപ്പോട്ടയും പേരയും ചാമ്പയ്ക്കയും ആത്തയും പാഷൻ ഫ്രൂട്ടും മഹാഗണിയും തേക്കും പേരറിയുന്നതും അറിയാത്തതുമായ കുറെ ചെടികളും മരങ്ങളും... എല്ലാം നിറഞ്ഞ് നീണ്ടുപരന്നുകിടക്കുകയാണ് അവന്റെ ഭൂമി......

“നീയൊരു ഭൂപ്രഭുവാണെന്ന് അറിയില്ലായിരുന്നു. ഒരു മിഡിൽ

ക്ളാസ് പയ്യനാന്നാ വിചാരിച്ചത്... അതിന്റെ ഒരു ഒതുക്കമുണ്ടായിരുന്നു, നിനക്ക്. ഇതിപ്പോ... കുട്ടിക്കാലത്ത് പഠിച്ച കുറ്റിപ്പുറത്ത് കേശവൻ നായരുടെ കവിത പറിച്ചുനട്ട പോലുണ്ട്, ഈ സ്ഥലം!. മാവും പിലാവും പുളിയും കരിമ്പും തെങ്ങും ഫലം തിങ്ങുമിളംകവുങ്ങും നിറഞ്ഞ് സസ്യലതാഢ്യം....."

"യ്യോ ഞാനങ്ങനെ റിച്ച് ഒന്നുമല്ല ചേച്ചി....ഈ ഭൂമിയുണ്ടെന്നേയുള്ളൂ... ഭൂമി എന്നുവച്ചാൽ അച്ഛന് ഭ്രാന്തായിരുന്നു. കൽക്കട്ടയിൽ പത്തിരുപത്തഞ്ചുകൊല്ലം ജീവിച്ചതിന്റെ നൊസ്റ്റാൾജിയ... കോതമംഗലത്തോ മറ്റോ ഒരു പ്രത്യേക വാഴവിത്ത് ഉണ്ടെന്നറിഞ്ഞ് അന്വേഷിച്ചുപോയപ്പോഴാണ് വണ്ടിയിടിച്ചു മരിക്കുന്നത്....."

"ഞാനായിരുന്നു നിന്റെ സ്ഥാനത്തെങ്കിൽ ബാങ്കിൽ ജോലിക്കൊന്നും പോകില്ലായിരുന്നു. ഇവിടത്തെ ശുദ്ധവായു ശ്വസിച്ച് അങ്ങനെ കഴിഞ്ഞേനെ...."

"അതു ചേച്ചിക്ക് വെറുതെ തോന്നുന്നതാ....ഇവിടെ അങ്ങനെ കഴിഞ്ഞാൽ പുതിയൊരു കുപ്പായം പോലുമെടുക്കാൻ തോന്നില്ല. എന്റെ അമ്മയ്ക്ക് മൂന്നാലു സാരികളിൽ കൂടുതലില്ല. പണമില്ലാഞ്ഞിട്ടല്ല. ഇവിടെ ഇങ്ങനെ ചടഞ്ഞുകൂടുമ്പോൾ ഒന്നിനുമൊരു ഇമ്പവുമില്ല, കമ്പവുമില്ല. മൊത്തത്തിലൊരു തണുപ്പ്. നിസ്സംഗത.. കുറെ നിറങ്ങളും മണങ്ങളും കാഴ്ചകളും നിറഞ്ഞ പുതിയ ലോകങ്ങൾ ആസ്വദിക്കാനാണ് നമ്മളെയൊക്കെ ഈ ഭൂമിയിലേക്ക് അയച്ചിരിക്കുന്നത്..."

തെങ്ങിൻമുകളിൽ നിന്ന് ഒരാൾ, പെട്ടെന്ന് മുന്നിലേക്ക് ഉരുണ്ടിറങ്ങി.

"ങ്ഹാ...വിശ്വേട്ടനായിരുന്നോ....കണ്ടത് നന്നായി. ഇത്തിരി കള്ള് കിട്ടിയിരുന്നെങ്കിൽ ചേച്ചിക്ക് രാത്രിക്ക് അപ്പം ഉണ്ടാക്കിക്കൊടുക്കാമായിരുന്നു. ഞാനൊരു നളനാന്നാ ചേച്ചി പറയുന്നത്."

"ഇതാരാടാ?" അപരിചിതത്വത്തിന്റെ അലട്ട്, വിശ്വന്റെ കണ്ണുകളിൽ കള്ളിലെ നുരപോലെ പൊന്തിനിന്നു.

"എന്റെ ചേച്ചിയാ...."

"ഇനി കള്ളു ചേർത്താല് രാത്രിയിലേക്ക് അപ്പത്തിന് പുളിച്ചു കിട്ട്വോ?"

"അതു ഞാൻ ശരിയാക്കാം. കുറച്ച് കരിക്ക് ഇട്ടുതരാമോ?"

"പിന്നെന്താ..." വിശ്വൻ വീണ്ടും തെങ്ങിലേക്ക് കയറി.

ഒരു കുല കരിക്ക് താഴേയ്ക്ക് പതിച്ചു.

വിശ്വന്റെ കയറ്റിറക്കങ്ങളിലേക്ക് നോക്കിക്കൊണ്ട് അരവിന്ദൻ

പറഞ്ഞു.

"ഈ വിശ്വേട്ടനാണ് ഞാനിപ്പോൾ കാണുന്ന ഒരേയൊരു മനുഷ്യൻ."

കള്ളും കരിക്കും ചേർന്ന നല്ല പഞ്ഞിപോലത്തെ അപ്പം, ഉരുളക്കിഴങ്ങും, സവാളയും, പച്ചമുളകും, ചതച്ച കുരുമുളകും, തേങ്ങാപ്പാലും, ചേർന്ന സ്റ്റ്യൂ -സങ്കല്പിച്ചതിനേക്കാൾ രുചിയുണ്ട് രണ്ടിനും.

യാദൃച്ഛികതയുടെ പുതുമണമുണ്ടായിരുന്നു, അവരോടൊന്നിച്ചുള്ള കഴിപ്പിനും ഇരിപ്പിനും....

ആദ്യമഴയുടെ പിറ്റേന്ന് മണ്ണിൽ നിന്നു പറന്നുവരുന്ന ഈയലുകളെപ്പോലെ....

മനസ്സറിയലിന്റെ വെളിച്ചത്തിനു ചുറ്റും ഒറ്റരാത്രിസ്നേഹത്തിന്റെ പിടച്ചിൽ....

ഇങ്ങനെയുള്ള പുതുമകൾ ജീവിതത്തിൽ സംഭവിച്ചിട്ട് എത്രയോ കാലമായി. എല്ലാം കണക്കു കൂട്ടി നിശ്ചയിച്ച, ചട്ടപ്രകാരമുള്ള ജീവിതത്തിന്റെ ഞെരുക്കത്തിൽ നിന്ന് തെന്നിമാറുന്നത് ഇത്ര എളുപ്പമായിരുന്നു!

ചെറുപ്പത്തിലെന്നോ കണ്ട സ്വപ്നത്തിലെ, റോസാപ്പൂക്കൾ കൊണ്ടുള്ള വേലിയുള്ള, മഞ്ഞുപുതച്ച പെരുവഴിയമ്പലവും അവിടെ ചുടുകാപ്പിച്ചൂടിൽ ഇരിക്കുന്ന പ്രിയപ്പെട്ടവരും... സത്യമായതുപോലെ....

അനുഭവങ്ങളുടെ കയറ്റിറക്കങ്ങളറിഞ്ഞ ഒരാളുടെ കനപ്പെട്ട ഒച്ചയിൽ, വിശ്വൻ കഥകൾ പറഞ്ഞുതുടങ്ങി... ഈ നാട്, ഈ കാറ്റ്, ഈ മരങ്ങൾ, ഈ ആറ്...

ഒരു കഥ മാത്രമാണ് ശ്രീജയുടെ തൊണ്ടയിൽ കുരുക്കായത്.

തൊട്ടടുത്ത ക്ഷേത്രത്തിലെ ദിവ്യാത്ഭുതങ്ങളെക്കുറിച്ച് .. ഭാവി പ്രവചിക്കാനറിയുന്ന അവിടത്തെ ദിവ്യനായ കാർമികനെക്കുറിച്ച് വിശ്വൻ പറഞ്ഞപ്പോൾ....

ദിവ്യൻ പ്രവചിച്ചിരുന്നുവത്രെ -അരവിന്ദൻ മനസ്സറിയാത്ത കുറ്റത്തിന് ശിക്ഷിക്കപ്പെടുമെന്ന്...

'മനസ്സറിയാത്ത കുറ്റത്തിന്' എന്ന പ്രയോഗം, പുഴയിൽ ഒഴുകുന്ന അനാഥ ജഡം പോലെ ഉള്ളിലെ പായലുകളിലെവിടെയോ കുടുങ്ങി. പിന്നെയത് തൊണ്ടയിലൊരു കുരുക്കായി....

അരവിന്ദൻ കുന്തിരിക്കവും അകിലും പുകച്ചു.

ആ ഗന്ധങ്ങൾ കൂടിയായപ്പോൾ,

ഏതാ മന്ത്രവാദപ്പുരയിൽ ഹോമകുണ്ഠങ്ങൾക്കു നടുവിൽ രണ്ടുകാർമികൻമാരുടെ ആജ്ഞകൾകേട്ട് ദൈവസ്പർശത്തിന്റെ അഗ്നിയും പുകയുമേറ്റ് ഇരിക്കുകയാണെന്ന് ശ്രീജയ്ക്കു തോന്നി.....

വിശ്വൻ കള്ളു മോന്തി, പിന്നെ അയാളുടെ വീടിനോടു ചേർന്നുള്ള കൊട്ടിലിൽ പാടുന്ന തോറ്റംപാട്ട് പാടി ഉറഞ്ഞാടി.

"മാഡം കള്ളുകുടിച്ചിട്ടുണ്ടോ.... ?" വിശ്വൻ ഗ്ളാസിൽ കള്ളൊഴിച്ചിട്ടാണ് ചോദിച്ചത്

"വേണ്ട...കുടിച്ചുതുടങ്ങിയാൽ പിന്നെ ശീലമാകും....വിശ്വന് കള്ളുംകൊണ്ട് എന്നും എന്നെ കാണാൻ വരേണ്ടിവരും.... "

"അത് സാരമില്ല..ഇദ് നല്ല മരുന്നാ.....മാഡം,ഒന്നു കുടിച്ചു നോക്ക്..."

വിശ്വൻ പറഞ്ഞത് ശരിയായിരുന്നു..

ശരീരത്തിനൊന്നും തീരെ ഭാരമില്ലാതായതു പോലെ.....

ചുടുമണലിലൂടെ താങ്ങാനാകാത്ത ചുമടുമായി നടന്ന ഒട്ടകജീവിതത്തിന്റെ ഏന്തിവലിയുന്ന ശരീരം, പറന്ന് ഏതോ ജന്മത്തെ കൊമ്പിൽ പോയി ഇരുന്നു.

ഇരുട്ടിലേക്ക് മടങ്ങുംമുൻപ് വിശ്വൻ പറഞ്ഞു.

"മാഡം അരുക്കുട്ടനെ കൈവെടിയരുത്...അവനത് ചെയ്യില്ല. എനിക്കുറപ്പാണ്."

അരവിന്ദനപ്പോൾ ലജ്ജയാൽ ഒന്നു കുനിഞ്ഞു. പിന്നെ വിശ്വനോടായി പറഞ്ഞു.

"വിശ്വേട്ടൻ ഒന്നു പോയേ...ഇനി വൈക്യാല് പിള്ളേര് പേടിക്കും.."

"നിനക്ക് വേറെ കൂട്ടുകാരാരുമില്ലേ? "വിശ്വൻ പോയ വഴിയിലേക്ക് നോക്കി ശ്രീജ ചോദിച്ചു.

"നെറയെ കൂട്ടുകാരായിരുന്നു. ഞായറാഴ്ചയായാൽ ഈ വീടൊരു പെരുമ്പാവൂര് ചന്തയാണെന്നാ കൂട്ടുകാരു തന്നെ പറയാറ്... പാട്ടും മേളവും.... അമ്മ കാപ്പിയിട്ട് തളരും. പക്ഷേ നമ്മളൊന്നു വീണാല് ആരും പിന്നെ കാണില്ല. വിളിച്ചാൽ അവരു പറയും- തിരിച്ചു വിളിക്കാംന്ന്. ആരും വിളിക്കില്ല. പെട്ടെന്ന് എല്ലാവർക്കും വലിയ തിരക്കാവും. ചിലര് ടേക്ക് കെയർ -എന്നും പറഞ്ഞ് ഇടയ്ക്കിടെ മെസേജിടും... തോൽവി ബാസ്റ്റാർഡ് ആണെന്നോ ഓർഫൻ ആണെന്നോ ആരോ പറഞ്ഞിട്ടില്ലേ....."

അടുത്ത് എവിടെയോ മഴ പെയ്യുന്നുണ്ട്.. ഇളംതണുപ്പും... കാറ്റും...

ചീവീടുകളും തവളകളും മൽസരിച്ച് ഒച്ച വച്ചു. ഇടയ്ക്ക് ഒരു കുയിലും നീട്ടിക്കൂകി. പിന്നെ ഏതൊക്കെയോ പക്ഷിക്കരച്ചിലുകളും കേൾക്കാൻ തുടങ്ങി.

"ചേച്ചി അത് ഏത് പക്ഷിയുടെ ഒച്ചയാണെന്ന് അറിയാമോ?"

അവൻ ചെവി വട്ടം പിടിച്ചു.

ശ്രീജ അറിവില്ലായ്മയുടെ തോളുവെട്ടിച്ച്, ചുണ്ടുമലർത്തി.

"അത് മയിലിന്റെ ഒച്ചയാ...കാണുന്ന ഭംഗിയില്ലല്ലോ മയിലിന്റെ ഒച്ചയ്ക്ക്... ?"

"ചില മനുഷ്യരെപ്പോലെ...അല്ലേ" എന്ന് ഇത്തവണ ബുദ്ധിമതി പറയുകതന്നെ ചെയ്തു. വികാരജീവിക്ക് വേദനിച്ചെങ്കിലും...

മുറ്റത്തേക്ക് കുറച്ച് ആമകൾ ഇഴഞ്ഞെത്തി. അരവിന്ദൻ അവയക്ക് ഭക്ഷണമിട്ടുകൊടുത്തു. ഇടയ്ക്കു കടന്നുവന്ന കാടൻപൂച്ച ആമകളുമായി പോരു തുടങ്ങി.

"ചേച്ചിക്ക് ഒരു കള്ളന്റെ കൂടെ രാത്രി താമസിക്കാൻ പേടി തോന്നുന്നില്ലേ..... ?" ഇളംകാറ്റിനെപ്പോലെ പതുക്കെയാണ് അരവിന്ദൻ ചോദിച്ചത്.

പൂച്ചയും ആമയും തമ്മിലുള്ള പോരിലേക്ക് മുഴുവൻ ശ്രദ്ധയും കൊടുത്ത് വളരെ അലസമായാണ് ശ്രീജ മറുപടി പറഞ്ഞത്.

"ഇല്ലെടോ.... ആ ആമയെ നോക്ക്....അതിന്റെ പുറന്തോടിനെ കുറിച്ച്...എളുപ്പം ഉള്ളിലേക്ക് വലിക്കാവുന്ന തലയെക്കുറിച്ച് നല്ല ബോധ്യമുള്ളതുകൊണ്ടല്ലേ അത് ഈ രാത്രി, ഭക്ഷണം തേടി ഇറങ്ങിയത്....നാലുകാലിൽ വീഴാനറിയുന്ന, പുലിച്ചന്തമുള്ള പൂച്ചയോടും പൊരുതുന്നത്..."

"പുറന്തോട്.........."

ആ വാക്ക് അവൻ അമ്പരപ്പോടെ ആവർത്തിച്ചു. പിന്നെ പൂച്ചയെ കോരിയെടുത്ത് നെഞ്ചോടു ചേർത്തുപിടിച്ച് അകത്തേക്ക് പോയി.

പൂച്ചയുടെ വയറുനിറച്ചുകൊണ്ടുവന്ന്, അതിനെ തറയിലേക്ക് വിട്ടു. പൂച്ച എന്നിട്ടും ആമകളോട് പൊരുതാൻ തുടങ്ങി.

"നമുക്ക് കിടന്നാലോ,ചേച്ചീ...ഒറങ്ങിയ കാലം മറന്നു."

കൈകൾ നീട്ടിക്കുടഞ്ഞ് അവൻ മുൻപേ നടന്നു.

അകത്തേക്ക് കടക്കണോ പുറത്തുനിന്ന് ആമകളോടു പൊരുതണോ എന്ന് പൂച്ച ഒരു നിമിഷം ശങ്കിച്ചു. പിന്നെ അരവിന്ദന്റെ കാലുകളെ തട്ടിയുരുമ്മി അത് അകത്തേക്ക് കടന്നു. പത്തായത്തിനു മുകളിലേക്ക് ചാടിക്കയറി അരവിന്ദനെ നോക്കി കണ്ണിറുക്കിക്കി

ടന്നു..

"ചേച്ചീ, ഇന്ന് എന്റെ മുറിയില് ഉറങ്ങാമോ? സ്ളീപ്പിങ് പിൽസ് കഴിച്ചാലും ഇപ്പോ ഉറക്കം കിട്ടുന്നില്ല."

ആരാണ് കൂട്ടുവിളിക്കുന്നത്?

രാത്രികളെ പേടിയുള്ള അഞ്ചുവയസുകാരനാണോ....

ജീവിതപ്പെരുങ്കടലിലെ ദുഖങ്ങളുടെ ഓളങ്ങളിൽ തകർന്ന കപ്പൽ ചേർത്തുകെട്ടാൻ കൂട്ടുവിളിക്കുന്ന ഏതോ രാത്രിയാത്രക്കാരനോ..

അതോ ഏതു പനിനീരിൽ മുക്കിയാലും കൈയിലെ കറ മാറില്ലെന്നറിഞ്ഞ് ഉറക്കം നഷ്ടപ്പെട്ട പാപിയോ...

ശ്രീജ ബുദ്ധിമതിക്കും വികാരജീവിക്കും പിടികൊടുക്കാതെ, അല്പനേരം കാലവും സമയവും നഷ്ടപ്പെട്ട് നിന്നുപോയി.

പിന്നെ ബുദ്ധിമതി എത്രയൊക്കെ വിലക്കിയിട്ടും, വികാരജീവി അവന്റെ മുറിയിലേക്ക് നടന്നു.

കട്ടിലിൽ ചാരിയിരിക്കുകയായിരുന്നു, അരവിന്ദൻ.

അവനിൽ പടർന്നുപന്തലിച്ച കാടും പടലുമെല്ലാം വെട്ടിയൊതുക്കി ശുദ്ധവായു ഒഴുകുന്ന ഒരിടമായി അവനെ മാറ്റിയെടുക്കണമെന്ന് ശ്രീജയ്ക്കൊരു ഉൾവിളി ഉണ്ടായി.

മുടി നെറ്റിയിലേക്ക് നന്നായി ചീകിയെടുത്ത്, കത്രിക വേരോളം ആഴ്ത്തുമ്പോഴും അവൻ ഒന്ന് അനങ്ങിയതു കൂടിയില്ല.

"എന്റെ അപ്പൂപ്പൻ സ്ഥാണുമാലയൻ തമ്പി കിടപ്പിലായ ശേഷം ഞാനായിരുന്നു, അപ്പൂപ്പന്റെ ആസ്ഥാനമുടിവെട്ടുകാരി. ഞാനന്നും കണക്കുകാരിയാ...ഒരു മുടിവെട്ടിന് 25 രൂപ...ഷേവിങ്ങിന് പത്ത്..."

അവൻ മൊണാലിസചിരി ചിരിച്ചു.

ശ്രീജയുടെ കൈവേഗത്തിൽ റേസർ കവിളിലൊരു മുറിവ് തീർത്തിട്ടും അവന് വേദനിച്ചില്ല.

മുറിപ്പാടിനു മീതെ വെളിച്ചെണ്ണയിട്ടു കവിൾ മുഴുക്കെ തടവിക്കൊടുക്കുമ്പോൾ അവൻ ചോദിച്ചു

"ഞാനും ചേച്ചിക്ക് പൈസ തരേണ്ടിവരുമോ... ?"

ആ ചിരിയിൽ അവനപ്പോൾ പഴയ അരവിന്ദന്റെ നിഴലെങ്കിലുമായി.

തോളിലേക്ക് ചാഞ്ഞത്, താങ്ങുതേടുന്നത്, ഒരു വെറും പുരുഷനാണോ മകനാണോ സുഹൃത്താണോ സഹോദരനാണോ കാമുകനാണോ എന്നു ബുദ്ധിമതി, മുന കൂർപ്പിച്ച സംശയം കുത്തിച്ചോദിച്ചുകൊണ്ടേയിരുന്നു. വികാരജീവി മറുപടിയില്ലാത്ത ജാലവിദ്യ

ക്കാരിയായി.

യുക്തി കൊണ്ടും ബുദ്ധി കൊണ്ടും മാത്രം ജയിക്കാനാകാത്ത കളിയിൽ വികാരജീവി പിന്നെയും പിന്നെയും ജയിച്ചു.

അവന്റെ കൂമ്പിത്തുടങ്ങിയ കണ്ണുകൾ നോക്കി ഉറക്കം ഉറപ്പുവരുത്തി, ശിരസ്സിന്റെ ഭാരം പതുക്കെ  തലയണയിലേക്ക് കൈമാറിക്കൊണ്ടിരിക്കുമ്പോൾ....

ആ മുടിയിഴകളിലൂടെ വിരലോടിക്കുമ്പോൾ...

അർധബോധത്തിൽ നിന്ന് ഉറക്കത്തിലേക്ക് പൂർണമായും വീഴുംമുൻപ് അവൻ ഇത്രയുംപറഞ്ഞു

“ചേച്ചി ഒരു ബാർബറുമാണ്...ബീർബലുമാണ്...”

എന്താണ് അവൻ പറഞ്ഞതിനർഥമെന്ന് ശ്രീജയ്ക്കു മനസ്സിലായില്ല. ഒരു ചെറുചിരിയോടെ അവനുറങ്ങിപ്പോയി.

പെരിയാർ ഉമ്മ വച്ച കാറ്റ് വന്നുതൊട്ടുകൊണ്ടിരുന്നപ്പോൾ, ശ്രീജയ്ക്ക് ഉറക്കം നഷ്ടപ്പെട്ടു

ബാർബറും ബീർബലും ശ്രീജ എന്നയാളുടെ ജീവിതത്തെ ഏതുവിധം ബന്ധിക്കുന്നു? ഒരു പിടിയുമില്ല...

അവനെന്താണങ്ങനെ പറഞ്ഞത്?

അവൻ ഉറക്കപ്പിച്ചിൽ വെറുതെ എന്തെങ്കിലുമൊക്കെ പറഞ്ഞതാകുമോ?

ബാർബറും ബീർബലും -വെറുതെ നെറ്റിൽ ഒന്നു സെർച്ച് ചെയ്തു...ഉത്തരം കിട്ടിയില്ല.

ഒരാൾ കരുതലിന്റെയും മറ്റെയാൾ അതിബുദ്ധിയുടെയും ആയുധങ്ങൾ നീട്ടിയവർ...

തന്റെ കത്രികയും കൊച്ച് ആയുധങ്ങളും കൊണ്ട് ചുറ്റിനുമുള്ളവരുടെ അഴുക്ക് അകറ്റി, അവരെ അഴകുള്ളവരാക്കണം എന്ന ഒറ്റ ആഗ്രഹം മാത്രമേ ബാർബറിനുള്ളൂ...

പക്ഷേ തന്റെ ബുദ്ധിയെക്കുറിച്ച് വലിയ മതിപ്പുണ്ടായിരുന്നു ബീർബലിന്...ലോകത്തിനു മുഴുവൻ ന്യായം വിധിക്കാൻ, മറ്റുള്ളവരുടെ മനസ്സിനെ കുറിക്കുകൊള്ളുന്ന ഗോലിയാക്കിക്കളിക്കാൻ തനിക്ക് ആകുമെന്ന് അയാൾ കരുതി...തന്റെ ബുദ്ധികൊണ്ട് രാജസിംഹാസനങ്ങളുടെ മാറ്റുകൂട്ടാനാകുമെന്ന് ഉറപ്പിച്ചു.

കുട്ടിപ്രായത്തിനു ശേഷം ബീർബൽ കഥകൾ വായിച്ചിട്ടില്ല.

കിളികളുടെ ചിലപ്പും ചീവീടിന്റെ മൂളലും അവനുറങ്ങിക്കഴിഞ്ഞുണ്ടായ ഒറ്റപ്പെടലിൽ കേൾക്കുമ്പോൾ അസ്വസ്ഥത തോന്നി.... ശ്വാസം മുട്ടൽ...വലിവ്...

ഒരു പനിക്കോളുപോലെ..

ഭയം ബലമായി ഉമ്മവച്ചുമ്മവച്ചാണ്, നേരം വെളുക്കാറായപ്പോഴോ മറ്റോ കണ്ണുകളടഞ്ഞുപോയത്....അതിനെ ഉറക്കമെന്നു തന്നെ വിളിക്കാമോ എന്നറിയില്ല.

നല്ല വെയിൽ വിടർന്ന ശേഷം അടുക്കളമണം കേട്ടാണ് ഉണർന്നത്.

"ഇന്ന് പെസഹായാ.... ചേച്ചീ, പെസഹാ അപ്പം കഴിച്ചിട്ടില്ലല്ലോ."

നെയ്യൊഴിച്ച കട്ടൻകാപ്പി നീട്ടി അവൻ പറഞ്ഞു.

"വേണ്ടെടോ...ഇപ്പോ ഇറങ്ങിയില്ലെങ്കിൽ വൈകും..."

അവൻ പെട്ടെന്നുതന്നെ ഉഴുന്ന് വറുത്തുപൊടിച്ച് ഉള്ളിയും തേങ്ങയും ജീരകവും അരിപ്പൊടിയുമൊക്കെ ചേർത്ത് കുഴച്ച് ആവിയിൽ വേവിക്കും മുൻപ് ഒരു കുരുത്തോലകുരിശുകൂടി വച്ച് ആചാരമൊന്നും തെറ്റിക്കാതെ പെസഹാ അപ്പമുണ്ടാക്കി. ശർക്കരപ്പാവിൽ തേങ്ങാപ്പാലും അരിപ്പൊടിയും ഏലയ്ക്കാപ്പൊടിയും ജീരകപ്പൊടിയും ചുക്കുപൊടിയും ചേർത്ത് കുറുക്കിയെടുത്തു പാനിയുമുണ്ടാക്കി.

അതെല്ലാം അവൻ രണ്ടു പാത്രങ്ങളിലായി പൊതിഞ്ഞെടുത്തു.

"ഇതുവഴി പോകുമ്പോഴെല്ലാം ഇവിടെ വന്നിട്ടേ പോകാവൂ.. ഞാനുണ്ടെങ്കിലും, ഇല്ലെങ്കിലും...ഇപ്പോ ഈ നാടും വിശ്വേട്ടനെയുമൊക്കെ പരിചയമായല്ലോ വീടിന്റെ താക്കോൽ ഉമ്മറത്ത് കിടക്കുന്ന അമ്മയുടെ ചെരുപ്പുകൾക്കടിയിലായിട്ടുണ്ടാകും."

മടക്കയാത്രയ്ക്കായി വണ്ടിയിൽ കയറിയയുടൻതന്നെ ശ്രീജ ഉറക്കത്തിലേക്ക് വഴുതിവീണു.

പൊതിക്കെട്ടിലെ ശർക്കരപ്പാനി പുറത്തേക്ക് തൂവി മടിയിൽ ഈർപ്പം പടർന്നപ്പോഴാണ്, പിന്നെ ഉറക്കമുണർന്നത്.

വിട്ടുപോയ ചിലതൊക്കെ അവൾക്കു ചേർത്തുപിടിക്കാനായതും ആ നിമിഷങ്ങളിലാണ്..

അവന്റെ നനഞ്ഞ ഒച്ച, ചെവിയിൽ തടഞ്ഞുനിൽക്കുന്നുണ്ട്.

ഇന്നലെ വളരെ അടുത്തുനിന്നറിഞ്ഞ ആ ഹൃദയമിടിപ്പുകൾ പോലെ അവ നന്നായി കേൾക്കാനാകുന്നുമുണ്ട്.

"ബീർബലും ബാർബറും"

ആ രണ്ടുവാക്കിൽ എല്ലാമുണ്ട്, ചേച്ചീ....

'സ്നേഹം നടിച്ചെത്തുന്ന ഈ മുടിവെട്ടുകാരിയിൽ മറഞ്ഞിരിക്കുന്ന, അധികാരത്തിന്റെ സിംഹാസനങ്ങൾക്കു തിളക്കംകൂട്ടാൻ കുതിക്കുന്ന ഒരുത്തിയെ ഞാൻ തിരിച്ചറിഞ്ഞിരിക്കുന്നു.

പിന്നെ അപ്പത്തിലെ കുരിശ്.....

രുചികൾ കൊണ്ടുള്ളതായിരുന്നു, ഇന്നലത്തെ കളി...

'എന്റെ കുരിശ് ഞാൻ തന്നെ തീർത്താൽ പിന്നെ ഈ കളിയിൽ നിങ്ങൾ ബുദ്ധിമാന്മാർ ജയിക്കുമെന്നു കരുതേണ്ട....

നിങ്ങൾ എത്ര വലിയ പുറന്തോടു തീർത്താലും മുറിവേറ്റവന്റെ രക്തപ്രവാഹത്തിൽ ആ പുറന്തോട് ഉടഞ്ഞുതകരും......"

കേൾവിയുടെ പൊള്ളലിൽ പിടഞ്ഞ് ശർക്കരപ്പാനി തുടച്ചുമാറ്റാൻ നോക്കുമ്പോഴാണ്......കഴിയുന്നില്ല....

രക്തക്കറ പോലെ ഒന്ന്... വെപ്രാളപ്പെട്ട് എത്ര തുടച്ചിട്ടും അതിന്റെ പാട് മായുന്നില്ല......

ഇന്നലത്തെ മന്ത്രവാദത്തിനിടെ കാർമികർ ശിരസ്സിലെവിടെയോ തറച്ചിരുന്ന വിചാരങ്ങളുടെ ആണി അവൾ തിടുക്കപ്പെട്ട് വലിച്ചൂരി..

പെട്ടെന്ന്....

കൈയിലിരുന്ന് മിടിക്കുന്നത് അവന്റെ ജീവന്റെ അപ്പമാണെന്ന് ശ്രീജ ഉൾക്കിടിലത്തോടെ തിരിച്ചറിഞ്ഞു.

○○

4

# വെറോണിക്കയുടെ കൂട്ടുകാരി

## ഷീല ടോമി

മല കയറുകയാണ്. തളർച്ചയുടെ കയത്തിൽനിന്ന് കാലുകൾ പണിപ്പെട്ടു വലിച്ചെടുത്ത് കിതച്ചുകിതച്ച്. ദൂരം ഒത്തിരി പിന്നിട്ടു കഴിഞ്ഞു. ലക്ഷ്യം ഇപ്പോഴും അകലെതന്നെ. ദാഹത്തിൻറെ തീനാമ്പുകൾ ആത്മാവോളം പടരുന്നു. തോൽക്കുടത്തിൽ ഇത്തിരി വെള്ളമുണ്ട്. അതവിടെ ഇരിക്കട്ടെ. റബ്ബിക്ക് തൊട്ടുകൊടുക്കണം. പ്രാണൻ പിരിയുംമുമ്പ് കുരിശിൽനിന്ന് അവൻ ഇറങ്ങിവരും. എനിക്കറിയാം. കടുകുമണിയോളം വിശ്വാസമുണ്ടെങ്കിൽ മലയും മാറിനിൽക്കും എന്നു പറഞ്ഞത് അവനല്ലേ. ഞാൻ വിശ്വസിക്കുന്നു. പടയാളികൾ നോക്കിനിൽക്കെ രക്തമിറ്റുന്ന മുഖം വലതു കൈപാടത്താൽ അമർത്തിത്തുടച്ച് അവൻ നടന്നുപോകും. ആരും അവനെ തൊടാൻ ധൈര്യപ്പെടില്ല. അനുഗമിക്കാനും. ഒലിവുചില്ലകളിൽ തിത്തിരി പക്ഷികൾ കലപില കൂട്ടുന്നുണ്ട്. അവർ പറയുന്നത് അതുതന്നെയാണ്.

കാനായിലെ കല്യാണവീട്ടിൽ കലവറയുടെ മുന്നിലെ നീണ്ട ഇടനാഴിയിൽ വെച്ചായിരുന്നു അവനെ ആദ്യമായ് കണ്ടത്. പ്രസാദം ഇറ്റുവീഴുന്ന കണ്ണുകൾ. ജ്വലിക്കുന്ന ചൈതന്യം. ഞങ്ങൾ പെൺകുട്ടികൾ പാത്തും പതുങ്ങിയും പിന്തുടരുകയായിരുന്നു അവനെ. അന്നവൻ പരസ്യജീവിതം ആരംഭിച്ചിട്ടില്ല. തെരുവുകൾ അവനെ കാത്തിരിക്കാൻ തുടങ്ങിയിട്ടില്ല. അന്ധകാരത്തിൽ വസിച്ചിരുന്ന ജനം വലിയ പ്രകാശം കാണുന്നതിനും മുമ്പായിരുന്നു അത്. മരണത്തിൻറെ നിഴലിൽ വസിച്ചിരുന്നവർക്കായ് ഒരു ദീപ്തി ഉദയം ചെയ്യുന്നതിനും മുമ്പ്. അന്ന് അവൻ അമ്മയേയും സഹോദരങ്ങളേയും പോറ്റുവാൻ മരപ്പണി ചെയ്യുന്ന ഒരു നസരെത്തുകാരൻ യുവാവ്. കൂട്ടുകാർക്കൊപ്പം ഗലീലി തടാകത്തിൽ വലവീശാൻ

പോകുന്നവൻ. വീര്യം കുറഞ്ഞ വീഞ്ഞ് ആദ്യം വിളമ്പി മുന്തിയത് ഒളിച്ചുകടത്താൻവേണ്ടി പൂഴ്ത്തി വച്ചിരിക്കുകയായിരുന്നു കലവറക്കാരൻ. അയാളുടെ കാപട്യം അവൻ കയ്യോടെ പിടിച്ചത് ഇടനാഴിയിൽ മറഞ്ഞുനിന്ന ഞങ്ങൾ കണ്ടു. ഞങ്ങൾ മാത്രം കണ്ടു! കലവറക്കാരനെ അപമാനിതനാക്കാൻ മനസ്സ് വരാഞ്ഞിട്ടാവും അമ്മയോട് എന്തോ എതിർത്ത് പറഞ്ഞ് പന്തൽ വിട്ട് അവൻ പൊടുന്നനെ മറഞ്ഞുകളഞ്ഞത്. കലവറയിൽ നിന്നും ലഹരി നുരയുന്ന വീഞ്ഞ് രണ്ടാം പന്തിയിലേക്ക് എത്തിയതും യേശു വെള്ളം വീഞ്ഞാക്കി മാറ്റി എന്ന് വാർത്തയൊഴുകിയതും പെട്ടെന്നാണ്. ഞാനും വെറോണിക്കയും പരസ്പരം നോക്കി കണ്ണിറുക്കി ചിരിച്ചു. വിരുന്നുകാരെ തട്ടിയും തടഞ്ഞും തോരണങ്ങൾ വകഞ്ഞുമാറ്റി വളവും തിരിവും കടന്ന് അവൻ പോയ വഴിയേ ഞങ്ങൾ കുറേ ഓടി നോക്കി. എങ്ങും കണ്ടില്ല അവനെ.

പിന്നെപ്പിന്നെ ഒരുപാട് കേട്ടു. എല്ലാം അവൻറെ പുകളുകൾ. സിനഗോഗുകളിൽ ജനം തിക്കിത്തിരക്കുന്നു. രോഗികൾ തെരുവുകൾ തോറും കാത്തുകാത്തിരിക്കുന്നു. ഒരു മൊഴിക്കായ്. ഒരു സ്പർശത്തിനായ്. ഒടുവിൽ ഒരാഴ്ച മുന്നേ ജറുസലേമിലേക്ക് അവൻറെ രാജകീയ യാത്ര. സൈത്തിൻ കൊമ്പുകളും ജയ്‌വിളികളും. പോകാൻ കൊതിച്ചതാണ് അന്നും. സാധിച്ചില്ല. ജറുസലേം അന്നുവരെ കാണാത്ത ജനമുന്നേറ്റമായിരുന്നു അത്. നഗരമതിലിൻറെ പ്രധാന കവാടത്തിലൂടെ കഴുതക്കുട്ടിയുടെ പുറത്ത് അവൻ അകത്തേക്ക് കടന്നപ്പോൾ അരമനകൾ കുലുങ്ങി.

അമ്മയെ ദേവാലയത്തിൽവച്ചു കാണാറുണ്ടായിരുന്നു. വിഷാദം പൊതിഞ്ഞ പുഞ്ചിരി. അതാണ് മറിയം. കൂടെ സലോമിയുമുണ്ടാകും. മൂത്താങ്ങളയെക്കുറിച്ച് പറയുമ്പോൾ ആയിരം നാവാണവൾക്ക്. നീളമുള്ള മുടി കോതിയൊതുക്കി തൈലം പുരട്ടി, ഞൊറിവെച്ച ഉടുപ്പിട്ട്, ഒരു കൊച്ചു മാലാഖയായി വിലസിനടക്കുന്നവൾ. ആങ്ങളമാർ അഞ്ചുണ്ടെങ്കിലും അവൾക്ക് കൂടുതൽ ഇഷ്ടം യേശുവിനോടാണ്. ജോർദാനിൽനിന്ന് തോൾഭാണ്ഡം പേറിയെത്തിയ വ്യാപാരി എടുത്തുനീട്ടിയ അത്തർ മണത്തുനോക്കി ഒരിക്കൽ അവൾ ചിണുങ്ങി. 'വാങ്ങിത്തരുവോ എനിക്കിത്?'

വിലപേശി വാങ്ങിക്കൊടുത്തു യേശു. പിന്നെ കളിയാക്കി.

'എടീ അത്തർ കൊതിച്ചീ, ഞാൻ ഒരിക്കൽ യൂദയായുടെ രാജാവാകും. അറേബ്യയിലെ അത്തർ മുഴുവൻ വാങ്ങിത്തരും നിനക്ക് അന്ന്. അത്താഴത്തിനു യവപ്പൊടി വാങ്ങാൻ വെച്ച കാശാ. ഇനി

യിപ്പൊ എന്ത് ചെയ്യും? കായലീന്ന് മീൻ കിട്ടുമോന്ന് നോക്കട്ടെ.'

യേശു വലയുമായിറങ്ങി. യവപ്പൊടി വാങ്ങാൻ കാശില്ലാത്തവൻ യൂദയായുടെ രാജാവ്! സലോമിക്ക് ചിരിചിരിച്ച് വയറുവേദനിച്ചു. മരപ്പണികൊണ്ട് ഒന്നിനും തികയാത്തപ്പോൾ മീൻപിടിച്ചു വിറ്റാണ് അവൻ കാര്യങ്ങൾ നടത്തുന്നത്. ഏതു സമയത്ത് വലയെറിഞ്ഞാൽ, ഏതേത് ഭാഗത്ത് വീശിയാൽ, വല നിറയേ മീൻ കിട്ടുമെന്ന് അവൻ പഠിച്ചത് അങ്ങനെയാണ്. ജലോപരി പൊന്തിവന്ന് മീനുകൾ വിളിച്ചു പറയും.. ദാ.. ഞങ്ങൾ ഇവിടെയുണ്ട്. പിടിച്ചു കൊണ്ടുപൊയ്ക്കോ. മടിയൻമാരായ അനിയന്മാർക്കും ആ കൊതിച്ചി സലോമിപ്പെണ്ണിനും വയറു നിറച്ച് പൊരിച്ചു കൊടുക്ക്. കായലിൻറെ ഭാവവ്യത്യാസങ്ങൾ അവനേക്കാൾ നന്നായി ആർക്കറിയാം! നിലാവുള്ള രാത്രികളിൽ ഓളങ്ങൾക്ക് മേൽ ചാഞ്ചാടി അവൻറെ കൊച്ചുവഞ്ചി ലക്ഷ്യമില്ലാതെ നീങ്ങുന്നത് ഗലീലിക്കാർ പലപ്പോഴും കണ്ടിട്ടുണ്ട്. വള്ളത്തിൽ ചിന്താമൂകനായിരിക്കുന്ന യുവാവിന്റെ ഉള്ളിൽ നടക്കുന്ന സംഘർഷങ്ങൾ ആരും അറിഞ്ഞില്ലെന്നു മാത്രം.

ഈ പെടാപ്പാടിനിടയിലും വിപ്ലവത്തിന് കുറവൊന്നുമില്ലായിരുന്നല്ലോ. പാപികൾക്കും ചുങ്കക്കാർക്കും ഒപ്പം നടപ്പ്. കുഷ്ഠരോഗികൾക്കും വിജാതീയർക്കുമൊപ്പം. കല്ലെറിയപ്പെടുന്നവരുടെ രക്ഷകൻ. ബന്ധിതരുടെ മോചകൻ. പീഡിതർക്കുവേണ്ടി വാദിക്കുന്നവൻ. അധികാരത്തിന്റെ ശത്രു. എന്തെന്തെല്ലാം ബഹുമതികൾ ആളുകൾ നൽകി! വെറുമൊരു തച്ചന്റെ മകൻ വിപ്ലവം നടത്താനോ! കീഴ്വഴക്കങ്ങളെല്ലാം ലംഘിക്കുന്ന ധിക്കാരി! രാജമന്ദിരങ്ങളിലും പുരോഹിതഗേഹങ്ങളിലും കരുനീക്കങ്ങൾ തുടങ്ങിയത് അവനറിഞ്ഞിരിക്കില്ലേ? ഒന്നും അറിയാഞ്ഞിട്ടല്ലല്ലോ.

തലയോട്ടിക്കുന്നിലേക്ക് അവനെ വലിച്ചിഴയ്ക്കുകയായിരുന്നു. വെറോണിക്കയാണ് പറഞ്ഞത്. കുരിശുമായ് പലവട്ടം അവൻ വഴിയിൽ വീണുപോയ്. പരുപരുത്ത കല്ലുകൾ കാൽമുട്ടിൽ കുത്തിക്കയറി. ചാട്ടവാറടി. ദേഹമാകെ ചോര. ആ മുഖം പതിഞ്ഞ തൂവാലയും നെഞ്ചോടുചേർത്ത് വെറോണി പൊട്ടിക്കരഞ്ഞത് ഇത്തിരി നേരം മുമ്പാണ്. എത്ര ചരൽ വഴികൾ ഇടവഴികൾ പിന്നാലെ നടന്നു അവൾ വെറോണിക്ക. ആരോരുമറിയാതെ. റബ്ബി അറിഞ്ഞിരിക്കാം. അറിഞ്ഞില്ലെന്ന് നടിച്ചതാവാം. ഗാഗുൽത്തായിലേക്ക് കരഞ്ഞുകൊണ്ട് ഓടുന്ന നേരത്ത് വെറോണി കൂടെപ്പോരാൻ വിളിച്ചതാണ്. ഒപ്പം ഇറങ്ങിയോടാൻ കൊതിച്ചതുമാണ്. സിനഗോഗധി

കാരിയുടെ മകൾ നസ്രായനെ കാണാൻ പോകാനോ? അതും ദൈവദ്രോഹക്കുറ്റത്തിനു വിധിക്കപ്പെട്ടവനെ! ആബയോട് അനുമതി ചോദിക്കാൻ ധൈര്യമുണ്ടായില്ല. ആശകൾ മനസ്സിൽ കുഴിച്ചുമൂടുകയായിരുന്നു ഞാൻ. എന്നും.

ആബാ എല്ലാം മറന്നു കാണും...

രണ്ടു വർഷം മുമ്പാണ്. എനിക്ക് പനിയായിരുന്നു. അതിഭയങ്കര ജ്വരം. ഒരാഴ്ച നീണ്ട ഘോര ജ്വരം. ഞാൻ അവശയായ്. ആബായോട് പലരും പറഞ്ഞു യേശുവിനെ വിളിക്കാൻ. ആബായുടെ അഭിമാനം അനുവദിച്ചില്ല. പനിക്കിടക്കയിൽ ഇരുന്ന് വെറോണിക്ക ഒരുപാട് കഥകൾ പറഞ്ഞുതന്നു. അഞ്ചപ്പം കൊണ്ട് അവൻ അയ്യായിരം പേരെ ഊട്ടി എന്ന് ജനം പാടിനടന്ന കഥ. കാറ്റും കടലും പോലും അവൻറെ മുന്നിൽ അടങ്ങിനിന്ന കഥ.

മഴയേ, ഇവിടെ വന്നു പെയ്യൂ...

അവൻ പറയുന്നു. പെട്ടെന്ന് ചാറിയ മഴയിൽ അവൻ നനഞ്ഞു നടക്കുന്നു. അവനൊപ്പം ഞാനും മഴയിലേക്കിറങ്ങി. തെന്നി വീഴാതെ അവനെന്നെ മുറുകേ പിടിച്ചിട്ടുണ്ട്. എന്നിട്ടും അബോധത്തിൻറെ കയത്തിലേക്ക് അറിയാതെ വഴുതുകയാണ്. പനി. മയക്കം.

'യാഹ്വേ അവൾ മരിച്ചുകഴിഞ്ഞു.' വെറോണിക്കയുടെ കരച്ചിൽ ചുമരുകൾ കടന്ന് പായുന്നു. അയൽക്കാർ ഓടിക്കൂടുന്നു. വിലാപത്തിൻറെ കടലിരമ്പം. കാറ്റ് കണക്കെ ആബാ ഇറങ്ങിയോടുന്നത് ഞാനറിഞ്ഞു. ബോധത്തിന്റെ ഓളങ്ങൾ വന്നുംപോയും കരയെ തൊട്ടു.

ഗലീലി തടാകത്തിൽ കാറ്റുണ്ട്. ഞാൻ ഇളകാനും മറിയാനും തുടങ്ങി. വെറോണിക്ക നുള്ളി നോവിച്ചു.

അനങ്ങാതെ കെടന്നോ. നിനക്ക് അവനെ കാണണ്ടേ?

കാറ്റ് ശമിച്ചു. ചിരപരിചിതമായ ഏതോ സുഗന്ധം പരന്നു. സലോമി അടുത്തുവരുമ്പോഴുള്ള അതേ വാസന. ആത്മാവിൽ പടരുന്ന വാസന. പരുപരുത്ത ഒരു കൈത്തലത്തിന്റെ സ്പർശം. മുള്ളുകൊള്ളുന്ന പോലെ.. എങ്കിലും എനിക്ക് നൊന്തില്ല.

തലീത്താ കൂം... ലോകത്തിലേക്കും സാന്ദ്രമായ ശബ്ദം...

തലീത്ത പോലും! എന്നെ കുഞ്ഞാക്കാനാണ് ഭാവം. മെല്ലെമെല്ലെ ഞാൻ കണ്ണുതുറന്നു. അവൻ ഒരു നോട്ടം! ഇന്നും ഞാനത് മറന്നിട്ടില്ല.

'ഇവൾ മരിച്ചിട്ടില്ല. ഉറങ്ങുകയായിരുന്നു.'

അവൻ മൊഴിയുന്നു. അല്ല. ഉറക്കം നടിക്കുകയായിരുന്നു. പറയ

ണമെന്നുണ്ടായിരുന്നു. നീണ്ട താടി പതുക്കെ തടവി എന്നെ നോക്കി അവനിരുന്നു. എന്റെ കണ്ണിലെ കുസൃതി, കള്ളത്തരം, വായിച്ചെടുക്കുകയാണോ? ആബായും വെറോണിക്കയും അടുത്തില്ലായിരുന്നെങ്കിൽ നിശ്ചയമായും കെട്ടിപ്പിടിച്ച് ഉമ്മ വെച്ചേനെ ഞാൻ. മഗ്ദലനയിലെ മേരിയോടുപോലും ക്ഷമിച്ചവൻ പൊറുക്കും എന്നോട്. എനിക്കറിയാം. അതിന് സ്നേഹം ഒരു തെറ്റാണോ?

പുറത്ത് ആളുകൾ തിക്കിത്തിരക്കുന്നുണ്ട്. എല്ലാവർക്കും അവനെ കാണണം. കൈകളിൽ ചുംബിക്കണം.

'ദയവായി മാറി നിൽക്കൂ. റബ്ബി നിങ്ങളെ കാണാതെ പോവില്ല.'

ആബായുടെ വാക്കുകൾ ആരവങ്ങളിൽ മുങ്ങിപ്പോയി. കാട്ടുതീ പോലെ പടർന്നു ആ വാർത്ത. ചുണ്ടുകളിൽ നിന്ന് കാതുകളിലേക്ക്. ദേശങ്ങളിൽനിന്ന് ദേശങ്ങളിലേക്ക്.. മരിച്ച ബാലികയ്ക്ക് റബ്ബി ജീവൻ കൊടുത്തിരിക്കുന്നു! 'ഇവൾ മരിച്ചിട്ടില്ല. ഉറങ്ങുകയായിരുന്നു.' റബ്ബി വീണ്ടും പറഞ്ഞു. വീണ്ടും വീണ്ടും പറഞ്ഞു. ആര് കേൾക്കാൻ! അന്ന് അവൻ എത്ര വിഷമിച്ചു കാണും!

ആബാ എല്ലാം മറന്നു! എത്ര വേഗം മറന്നു!

ഗാൽഗുത്തായിൽനിന്ന് കൊലയാളികളുടെ അട്ടഹാസം കേൾക്കുന്നുണ്ട്. ഒന്നവിടെ ഓടിയെത്താനായെങ്കിൽ... ഇരുട്ടുറങ്ങുന്ന കോണിൽ മരണത്തോളം മരവിച്ച് ഞാൻ ചടഞ്ഞിരുന്നു. പുറത്ത് ഓട്ടുമണി കിലുങ്ങി. കയ്യഫാസിന്റെ ദൂതനാണ്. നസ്രായനെ കുരിശിൽ തറച്ചുകഴിഞ്ഞു. ആഘോഷം തുടങ്ങിയത്രേ. മേലങ്കി എടുത്തണിഞ്ഞ് ആബാ തിടുക്കത്തിൽ പടിയിറങ്ങുകയാണ്. നടന്നകലുമ്പോൾ നോക്കിയ നോട്ടത്തിൽ ഒരു ശാസന തെറിച്ചുനിന്നു. 'അകത്ത് അടങ്ങി ഇരുന്നോണം.' വിലക്കിന്റെ പുകച്ചുരുളിൽ ശ്വാസംമുട്ടി. ഇനിയും വയ്യ. പോകണം. എനിക്ക്. ആബാ കൺവെട്ടത്തുനിന്ന് മാഞ്ഞ് ഒട്ടുനേരം കഴിഞ്ഞപ്പോൾ ഇറങ്ങിയോടുകയായിരുന്നു.. ഒരു കൊടുങ്കാറ്റു പോലെ. ഒലിവ് തോട്ടങ്ങൾ കടന്ന് കുന്നിൻചരിവുകൾ പിന്നിട്ട് കെദ്രോൺ താഴ്വര മുറിച്ചുകടന്ന്...

അടിവാരത്ത് എത്തിയപ്പോഴേക്കും തളർന്നുകഴിഞ്ഞു. ജനം കുന്നിറങ്ങി വന്നുതുടങ്ങി. നിരാശ കൂടുകൂട്ടിയ കുറേ മുഖങ്ങൾ. മക്കാബി പടവുകളിൽ ചോരപ്പാടുകൾ. അവന്റെ രക്തം!

അത്തിരച്ചോട്ടിൽ ഒരാൾ വാടിയിരിക്കുന്നുണ്ട്. നര കയറിത്തുടങ്ങിയ താടി. ഒരാഴ്ചത്തെ ഉറക്കം തളം കെട്ടിയ കുഴിഞ്ഞ കണ്ണുകൾ. അയാൾ സൂക്ഷിച്ചുനോക്കുന്നു. ആരെയോ ഭയന്നിട്ടെന്നവണ്ണം നാലുപാടും മിഴി പായിക്കുന്നു. കിതപ്പടങ്ങും വരെ ഞാനും

അയാൾക്കൊപ്പമിരുന്നു. ആരോടെന്നില്ലാതെ അയാൾ പിറുപിറുക്കുന്നു. 'സത്യമായും അവൻ നീതിമാനായിരുന്നു. ആരെയും വെറുക്കാനാവാത്ത സാധുമനുഷ്യൻ.' അയാൾ പറഞ്ഞുകൊണ്ടിരുന്നു. 'കുരിശിൽ കിടന്ന് അവൻ കരഞ്ഞ കരച്ചിൽ.' അയാൾ കണ്ണു തുടക്കുന്നു. 'ദൈവത്തെ വിളിച്ച് ഉറക്കെയുറക്കെ. പാപിയാണ് ഞാൻ. മഹാ പാപി.'

മെല്ലെയെണീറ്റ് കണ്ണുതുടച്ച് അയാൾ വേച്ചുവേച്ചു നടന്നു. കീശയിൽനിന്ന് ഒരുപിടി നാണയങ്ങൾ വലിച്ചെറിഞ്ഞ് പൊട്ടിക്കരഞ്ഞുകൊണ്ടാണ് അയാൾ പടികളിറങ്ങിയത്.

എല്ലാം പൂർത്തിയായിരിക്കുന്നു...

തോൽക്കുടം മറിഞ്ഞ് ഉരുണ്ടുരുണ്ട് താഴോട്ട്. ഗഗുൽത്തായിൽ നിന്ന് ഒഴുകിവരുന്നു കയ്പുനീരിൻറെ അരുവി. കാഴ്ച മങ്ങുന്നു. പെട്ടെന്ന് ഉപബോധത്തിൽ ഒരു മിന്നലാട്ടം. കുന്നിറങ്ങുന്നത് ആ ഭീരുക്കളിൽ ഒരാളല്ലേ! പന്ത്രണ്ടു പേരിൽ ഒരാൾ!

ഉറക്കെ വിളിച്ചു.

ഏയ്... യൂദാസ് ഒന്ന് നിൽക്കൂ...

കുന്നുകൾ കൂടെ വിളിച്ചു.

ഒന്ന് തിരിഞ്ഞു നോക്കി ഒന്നും മിണ്ടാതെ അയാൾ നടത്തം തുടർന്നു. നടത്തം ഓട്ടമായി. അയാൾ ദൂരെ ഒരു പൊട്ടുപോലെ മറഞ്ഞു.

കാത്തിരിക്കുന്നുണ്ട് മൂന്നു കുരിശുകൾ. ഏതോ താഴ്വരയിൽ മുളച്ചു പൊന്തിയ മൂന്ന് മരങ്ങൾ. കയറ്റം കഴിഞ്ഞു. ഇതാ ഒടുവിൽ ഞാൻ എത്തേണ്ടിടത്ത് എത്തിയിരിക്കുന്നു. അമ്മയുടെ മടിയിലാണവൻ. കണ്ണുകളടച്ച് ശാന്തമായ് ഉറങ്ങുകയാണ് അവൻ. മുറിവേറ്റ മുഖത്ത് മുഖം ചേർക്കുത്തിരിക്കുന്നു അമ്മ. അനക്കമറ്റ ഒരു പ്രതിമ പോലെ, പൊട്ടിക്കരയാതെ. പറിച്ചു മാറ്റല്ലേ എൻറെ മോനെ... ഒരു നിശബ്ദ പ്രാർത്ഥന കാറ്റിൽ മൂളിമൂളി നിൽക്കുന്നു.

ആണിപ്പഴുതുകളിൽ ചുംബിക്കുന്ന മഗ്ദലനാക്കാരി തലയുയർത്തുന്നു. ആരു നീ എന്നൊരു നോട്ടം എന്നെ വിഴുങ്ങുന്നു. എന്റെ വരവ് ഇഷ്ടമായിട്ടില്ല അവൾക്ക്. അരിമത്തിയാക്കാരൻ ജോസഫും സുഗന്ധപ്പുകയിൽനിന്ന് എത്തിനോക്കുന്നുണ്ട്. നോട്ടങ്ങൾ. കൂർത്ത നോട്ടങ്ങൾ. സമീപത്തായി വാപൊളിച്ചുനിൽക്കുന്ന കല്ലറയുടെ മറവിൽ ഞാൻ ഒതുങ്ങിനിന്നു. അവനെ കല്ലറക്കുള്ളിൽ ഒളിപ്പിച്ച് വലിയൊരു കല്ലുരുട്ടി വാതിൽ അടക്കുകയാണ് അവർ. നിലവിളി. പെണ്ണുങ്ങളുടെ. ആണുങ്ങളുടെ. മല കുലുങ്ങുന്നു.

ഇപ്പോൾ അമ്മയെ താങ്ങിപ്പിടിച്ച് മുന്നോട്ടു നടക്കുന്ന ഒരാളെ കാണാം. വെറോണിക്ക പറഞ്ഞ ലക്ഷണം വെച്ച് അത് യോഹന്നാനായിരിക്കാം. യേശുവിന്റെ പ്രിയപ്പെട്ടവൻ. പിന്നാലെ മറ്റു സ്ത്രീകളും കുന്നിറങ്ങിത്തുടങ്ങി.

'അവിടെ ഒറ്റക്ക് നിൽക്കാതെ പോരൂ കുട്ടീ. ഭൂമി ഇരുണ്ടു.'

തിരിഞ്ഞുനിന്ന് ഒന്നിരുത്തി നോക്കി യോഹന്നാൻ വിളിക്കുന്നു. ഞാൻ എങ്ങോട്ടു പോകാൻ!

ഗോലാൻ കുന്ന് കടന്ന് വരുന്ന കാറ്റ് എന്നെ തഴുകുന്നു. ഇന്നോളം അറിയാത്ത ആത്മശാന്തി! കാറ്റ് അടക്കം പറയുന്നു. കുട്ടീ, അവൻ മരിച്ചിട്ടില്ല. മയങ്ങുകയാണ്... ആയിരം കുരിശുകൾ എന്നിലെ എന്നിലേക്ക് ഇല കൊഴിക്കുന്നു. പ്രതീക്ഷ. പ്രത്യാശ. സ്നേഹത്തിന്റെ അനാദിയായ ഗന്ധം നീ അറിയുന്നില്ലേ? കാറ്റ് പിന്നെയും മൂളുന്നു.

പക്ഷെ, എനിക്കും അവനും ഇടയിൽ ഒരു കല്ലുണ്ട്. ഒരു കൂറ്റൻ കല്ല് ആരൊന്ന് മാറ്റിത്തരും ആ അനങ്ങാപ്പാറ?

ഇരുൾപക്ഷികൾ ആകാശത്തിന്റെ അറ്റങ്ങളിൽ ചേക്കേറാൻ തുടങ്ങി.

കല്ലറക്ക് കാവൽക്കാരുണ്ട്. അവരുടെ കണ്ണിൽ പെടാതെ കറുപ്പിന്റെ കൂട്ടിൽ ഞാനിരിക്കുന്നു. കാൽവരിയിലെ പൊന്തക്കാടുകൾ എനിക്ക് മറ തീർക്കുന്നു. ആബാ പണ്ടേ മടങ്ങിയെത്തിക്കാണും. പരിഭ്രമിച്ച് അങ്ങുമിങ്ങും ഓടുന്നുണ്ടാവും. മകളെ തേടി. അയൽ ഗേഹങ്ങളിലും സിനഗോഗിലും കയറിയിറങ്ങി പായുന്നുണ്ടാവും. ഓടട്ടെ. തേടിത്തേടിത്തളരട്ടെ.

കാതടപ്പിക്കുന്ന ഒരു മുഴക്കം. ഇടിമുഴക്കം. പാറകൾ പിളരുന്ന മാതിരി! എനിക്ക് പേടി തോന്നുന്നില്ല. ഭയങ്ങൾക്കതീതമായ ലോകത്തിലാണ് ഇപ്പോൾ ഞാൻ. മഴയുടെ വരവ്. അകലെ ഒരു കൂടാരത്തിൽ വിളക്ക് തെളിയുന്നു. മഴ പേടിച്ച് വെളിച്ചം കണ്ട ഇടത്തേക്ക് മാറുകയാണ് കാവൽക്കാർ. അവർ എന്തൊക്കെയോ വിളിച്ചു പറയുന്നുണ്ട്. ഏതോ ഒരു നിഴൽ മാത്രം കല്ലറക്ക് മുന്നിലുണ്ട്. കല്ല് ഉന്തിമാറ്റുകയാണോ നിഴൽ മനുഷ്യൻ! അയാളുടെ കിതപ്പ് എനിക്ക് കേൾക്കാം. നോക്കൂ, അയാൾ അവനെ പുറത്തെടുക്കുന്നു! ഒട്ടിട നിർന്നിമേഷം റബ്ബിയെ നോക്കിനിൽക്കുന്നു. ദ്രുതം മുറിവുകൾ വെച്ചുകെട്ടാൻ തുടങ്ങുന്നു. മുറിവേറ്റവന്റെ ചുണ്ടിൽ മഴ ഇറ്റി ഇറ്റി നിൽക്കുന്നു. മഴ. കാഴ്ച മറയുന്നു. കരിമ്പാറയിൽ പൊട്ടിച്ചിതറിയ നീർച്ചാൽ താഴെ തടാകമായ് മാറുന്നു. ഗെനേസ

റെത് തടാകം. ആടിയുലയുന്ന വഞ്ചി.
കരയരുത് കുട്ടീ...
ആണിപ്പഴുതുള്ള കരങ്ങൾ എനിക്ക് എനിക്ക് കാണാം.
എന്റെ നേരെ നീളുന്ന കരങ്ങൾ.
ഇനി യാത്ര... ദൂരെ ദൂരേക്ക്...
ലോകം മുഴുവൻ അന്വേഷിക്കട്ടെ റബ്ബിയെ.
ലോകാന്ത്യത്തോളം അന്വേഷണം തുടരട്ടെ.
................
തലീത്താ കൂം (Talitha Kum) ബാലികേ എഴുന്നേൽക്കൂ.
അറമായഭാഷയിലെ വാക്ക്. (മാർക്കോസ്:5)

○○

5

# രാരിച്ചൻ എന്ന പൗരൻ

**ജിസ ജോസ്**

റബ്ബർമരങ്ങൾക്കിടയിലൂടെയുള്ള ഒരു നടപ്പാത ഞാൻ നിരന്തരം സ്വപ്നം കാണുന്ന കാലമായിരുന്നു അത്. ഇല കൊഴിഞ്ഞ് വഴികളാകെ മൂടിയിരിക്കുന്നു. റബ്ബർക്കായകൾ ചവിട്ടിയാൽ പൊട്ടാൻ പാകത്തിൽ വഴിയിൽ ചിതറിക്കിടക്കുന്നു. ചിലപ്പോഴാ വഴി തണുത്തും നനഞ്ഞ വെളിച്ചം വീണു മങ്ങിയും കിടന്നു. മറ്റു ചിലപ്പോൾ എണ്ണ വറ്റിയ വിളക്കിന്റെ അവസാന ആന്തൽ പോലെ ഒരു പൊൻവെളിച്ചത്തിൽ മുങ്ങിയും.രാവിലെകളിലും സന്ധ്യകളിലും ഈ വഴിയിലൂടെ ഞാനെത്രയോ നടന്നിട്ടുണ്ടായിരുന്നുവെന്ന് ഉണരുമ്പോൾ ഓരോ തവണയും എനിക്കു തോന്നും. ഇതു പടിഞ്ഞാറ്റേലെ ഞങ്ങളുടെ തറവാട്ടിലേക്കുള്ള വഴിയാണ്. വല്ലാതെ ഇലപൊഴിയുന്ന മഞ്ഞുകാലങ്ങളിൽ സന്ധ്യയ്ക്ക് പെണ്ണുങ്ങളെല്ലാവരും കൂടി വഴിയടിച്ചുവാരാൻ വരും. ഇലകളെല്ലാം അടിച്ചുകൂട്ടി ഒഴിവുള്ള സ്ഥലത്ത് ചെറിയ കൂനകളാക്കി തീയിടും. ആദ്യത്തെ ആളലും കത്തലും അമർന്നാൽ തീ കെട്ടുകഴിഞ്ഞേ പോരാവൂ എന്നു പറഞ്ഞ് അവർ വീട്ടിലേക്കു പോകും. ഞങ്ങൾ കുട്ടികൾ നീറിനീറിക്കത്തുന്ന തീക്കൂനകൾക്കു കാവലിരിക്കും. അതിനു ചുറ്റുമിരുന്നു കഥകളും കളികളുമായി വീട്ടിൽ നിന്നു വരുന്ന വിളികളെ തീ കെട്ടില്ല അമ്മച്ചി എന്നു തടുത്ത് ഞങ്ങളവിടെ എത്രയോ നേരമിരിക്കും. സ്വപ്നത്തിൽ അതൊന്നുമുണ്ടായിരുന്നില്ല. പക്ഷേ ആ വഴി, എങ്ങോട്ടെന്നില്ലാതെ നീണ്ടുനീണ്ടു പോകുന്ന വെളിച്ചം കെട്ട ഒരു വഴി.. അതെന്നെ വല്ലാതെ അലോസരപ്പെടുത്തുന്ന ദിവസങ്ങളിലൊന്നിലാണ് വടക്കേലെ അമ്മായി കുറച്ചു സീരിയസായി കിടപ്പാണെന്നും കാണണമെങ്കിൽ വന്നോ എന്നും അമ്മ വിളിച്ചു പറ

ഞ്ഞത്. തുണിസഞ്ചിയില് കണ്ടതൊക്കെ വാരിയിട്ട് അന്നു തന്നെ ഞാൻ മലയിറങ്ങുകയും ചെയ്തു. ആ വഴിയുള്ള ലാസ്റ്റ്ബസിനു കൈ കാണിച്ചു കേറുമ്പോൾ കുറച്ച് ഏലക്കാ കൊണ്ടുവരണമെന്നു അമ്മ ഏല്പിച്ചിരുന്നതു ഞാനോർത്തു. എടുക്കാമായിരുന്നു. പത്തു പതിനഞ്ചു യാത്രക്കാരു മാത്രമുള്ള ആ ബസ്സിലിരുന്ന് ഉറങ്ങുന്നതിനിടയിലും ഞാനാ ഇരുണ്ട നടപ്പാത സ്വപ്നം കണ്ടു. സ്വപ്നം തീർന്നോ തുടരുകയാണോ എന്ന സംഭ്രമത്തോടെയാണ് ഞാൻ പുലർച്ചെ നാട്ടിൽ ബസ്സിറങ്ങിയത്.

സെമിത്തേരിക്കവലയിൽ നിന്നു വീട്ടിലേക്കുള്ള കുത്തനെയുള്ള കയറ്റത്തിനിടയിൽ ഒരു വെള്ള സ്വിഫ്റ്റ് എതിരെ വരികയും അതിനുള്ളിൽ നിന്ന് അമ്മയും മോളിയാൻറിയും ബഹളം വെക്കുകയും ചെയ്തു. വണ്ടി കുറച്ചപ്പുറം മണലിലുരഞ്ഞു നിന്നു. അവർ അമ്മായിയെ കാണാൻ പോകുകയാണെന്നറിഞ്ഞപ്പോൾ ഞാനും അതിനകത്തേക്കു കയറി. കാറോടിക്കുന്ന പയ്യനെ അമ്മ പരിചയപ്പെടുത്തിത്തന്നിട്ടും എനിക്കു ശരിക്കു പിടി കിട്ടിയില്ല. നീ ഏലക്കാ കൊണ്ടുവന്നോടാ എന്ന് അതിനെടേലും അമ്മ ചോദിക്കാതിരുന്നില്ല. ഞാനതു കേൾക്കാത്ത ഭാവത്തിൽ പുറത്തേക്കു നോക്കിയിരുന്നു. അമ്മായിയുടെ വിശേഷങ്ങൾ മോളിയാന്റിയും അമ്മയും കൂടെ എനിക്കു വേണ്ടി ഉത്സാഹപൂർവ്വം വിശദീകരിക്കുന്നുണ്ടായിരുന്നു. 'എന്നായാലും കുറച്ചനുഭവിക്കാതെ നാത്തൂനങ്ങനങ്ങു സുഖമായിട്ടു പോകത്തില്ല'

എന്നു അമ്മ വിഷാദത്തോടെ പറഞ്ഞപ്പോൾ ശരിയാ, എല്ലാം കർത്താവു കണ്ടതാണല്ലോന്നു മോളിയാന്റിയും മന്ത്രിച്ചു.

ചെറുപുഷ്പത്തിലാണ് എപ്പഴത്തെയും പോലെ അമ്മായി.

ഷുഗറു കേറീട്ട് ഇടക്കിടെ അഡ്മിറ്റാവുന്ന പോലത്തെ കിടപ്പാണെന്നാണ് ആദ്യം എല്ലാരും കരുതിയത്. ഒരാഴ്ച കഴിഞ്ഞാൽ മുന്നത്തേക്കാളും എനർജില് ഇങ്ങെണീറ്റു പോന്നോളും. പക്ഷേ ഇത്തവണ ഇത്തിരി കടുപ്പമായിരുന്നു. കോയമ്പത്തൂരെന്നും ചെമ്പന്തൊട്ടീന്നും റാണിഗിരീന്നുമൊക്കെ എല്ലാരും വന്നു. കാനഡേലെ മേഴ്സിയാന്റി വരാൻ ടിക്കറ്റു ബുക്കു ചെയ്യുവേം ചെയ്തു. ടെൻഡേറ്റീവായിട്ടാ എടുത്തേ, പത്തു ദിവസത്തിനകം ഏതു ദിവസം വേണേലും പുറപ്പെടാം എന്നു അമ്മയെ വിളിച്ചു കരയുകേം പറയുവേം ഒക്കെ ചെയ്യുന്നുണ്ടായിരുന്നു.

എന്നായാലും ഒരാഴ്ച അങ്ങോട്ടോ ഇങ്ങോട്ടോ എന്ന മട്ടിൽ കിടന്നിട്ട് അമ്മായി പിന്നങ്ങു സ്റ്റേബിളാകാൻ തുടങ്ങി. ഇത്തവണ

യും ഇല്ല എന്നു മനസിലായതോടെ വന്നവരൊക്കെ മെല്ലെ തിരിച്ചു പോകാൻ തുടങ്ങി. ഓരോന്നൊക്കെ ഇട്ടെറിഞ്ഞു നിന്ന നില്പിലു ഓടി വന്ന വരവല്ലേ.

രാരിച്ചൻ കുറച്ചു ദിവസം ഇവ്ടെ കാണുമല്ലോ. ചുമ്മാ നിക്കുവല്ലേ, രാത്രി ഒന്നു ആശൂത്രീ നിക്ക്. പകലൊക്കെ പെണ്ണുങ്ങള് മാറി മാറി നിന്നോളും. രാത്രി നിക്കാനാണ് ആളില്ലാത്തത് എന്നൊക്കെ അമ്മ പറഞ്ഞപ്പോൾ ഞാനും വിചാരിച്ചു, ഒറ്റത്തടി, എനിക്കിപ്പം രാത്രി ആശുപത്രീലായാലും വീട്ടിലായാലും കണക്കു തന്നെ. ഓടിയങ്ങു തിരിച്ചു പോയിട്ടും അത്യാവശ്യമൊന്നുമില്ല. പിന്നെ അമ്മായിയുടെ കമ്പനി. അതെനിക്കിഷ്ടമാണു താനും. എന്റെ കുട്ടിക്കാലത്ത് ഞങ്ങളൊന്നിച്ച് ഒരു വീട്ടിലായിരുന്നു കുറെവർഷം താമസിച്ചിരുന്നത്. അമ്മായീടെ വീടുവെക്കുന്ന സമയമായിരുന്നു അത്. നാലഞ്ചു വർഷം കൊണ്ടൊക്കെയായിരിക്കണം ആ വീടുപണി തീർന്നത്. കട്ടയ്ക്കു മണ്ണു കുഴക്കാനും ചുടാനും എന്നു വേണ്ട ആ വീടിന്റെ സകലമാന പണികൾക്കും അമ്മായി മൂന്നാലുമൈല കലെയുള്ള വടക്കേപ്പുറമ്പിലേക്ക് പോകും. പുലർച്ചെ എണീറ്റ് കഴിക്കാനൊള്ള പഴങ്കഞ്ഞീം കലത്തിലാക്കി ആഞ്ഞൊരു നടത്തമാണ്. പിന്നെ സന്ധ്യമയങ്ങുമ്പഴാണ് തിരിച്ചു വരുന്നത്.

അന്നേരത്തേനും രാവിലെയിട്ട അമ്മായീടെ വെള്ള ചട്ടേം മുണ്ടും വേറൊരു നിറമായിക്കാണും. നേരെ തോട്ടിലേക്കാണ്. ഉടുപ്പൂരാതെ വെള്ളത്തിൽ മുങ്ങി നീണ്ടു നിവർന്നൊരു കിടപ്പ്! ഉടുപ്പിലേം ദേഹത്തേം ചെളീം ചേറും മുക്കാലും ഇളകിപ്പോയ്ക്കോളുമെന്നാണ് അമ്മായി പറയുക.. അമ്മായിക്ക് തുണയ്ക്കായി ഞങ്ങളു പിള്ളേരുസെറ്റും തോട്ടിലേക്കു പോകും. നേരത്തെ കുളിയൊക്കെ കഴിഞ്ഞതാണേലും ഒന്നൂടെ വെള്ളത്തിൽച്ചാടാനൊള്ള കൊതിയായിരുന്നു ഞങ്ങൾടെ പ്രേരണ. അതും നിലാവത്ത്, തണുത്തു വരുന്ന വെള്ളത്തില്! അതൊക്കെ ഓർത്താല് എനിക്കിപ്പഴും രോമങ്ങളെഴുന്നു നിൽക്കും. വീടുപണി നടക്കുന്ന ആ കൊല്ലങ്ങളിലൊക്കെ അമ്മായീടെ മക്കള്, എന്റമ്മേടെ ഭാഷയിൽ നാഴീം പിറുങ്ങണീം പോലത്തെ മൂന്നാലെണ്ണം ഞങ്ങളുടെ വീട്ടിലാണ് വളർന്നത്. അമ്മയാണ് ഞങ്ങൾക്കൊപ്പം അവരെ വളർത്തീത്. അമ്മായി ആ കഷ്ടപ്പാടൊന്നും അറിഞ്ഞിട്ടില്ല.

ചെറുപുഷ്പം ഇപ്പോ ആകെയൊരു വാടിയ പുഷ്പമാണെന്ന് എനിക്കു തോന്നി. ചുറ്റും വലിയ ആശുപത്രികൾ വന്നപ്പോൾ ഇതാകെ ഇടുങ്ങിയതും ചെറുതുമായിപ്പോയി.

പണ്ട് ഞങ്ങടെ ചെറുപ്പത്തിലൊക്കെ എന്തൊരു വലുപ്പവും ഭംഗിയുമായിരുന്നു. മൊസൈക്കിട്ട നീളൻ വരാന്തകളും കോണിപ്പടികളും രണ്ടാം നിലയിലേക്കു വീൽ ചെയററുരുട്ടാനുള്ള ചെരിഞ്ഞ വഴിയും യൂറോപ്യൻ ക്ലോസെറ്റുള്ള കക്കൂസും എല്ലാം കൂടെ കാണുമ്പോ വല്ല അസുഖോമായിട്ടു ആശൂത്രീ കെടക്കണമെന്നാരുന്നു അക്കാലത്തെ ഏറ്റോം വല്യ പ്രാർത്ഥന. പോരാത്തേനു രാവിലെ കിട്ടുന്ന റൊട്ടീംപാലും! ഗേറ്റു കടന്നാൽ റോഡിന്റെ ഇരുവശത്തും നിരയൊപ്പിച്ചു കത്രിച്ചു നിർത്തിയ പല നിറവേലിച്ചെടികൾ, അതിനകത്ത് കന്യാസ്ത്രീകളു പുന്നാരിച്ചു വളർത്തുന്ന പൂന്തോട്ടമാണ്.

വേറെവിടേം കണ്ടിട്ടില്ലാത്ത എന്തുമാത്രം പൂക്കളാരുന്നു.

ബിഗോണിയ, കോസ്മേയ എന്നൊക്കെ വായിൽക്കൊള്ളാത്ത പേരുകള് റാണീം ഓമനേമൊക്കെ പറഞ്ഞു തരും. ഇപ്പോൾ കാണുമ്പോൾ എല്ലാം എത്ര ചെറുതായിട്ടും ശുഷ്കമായിട്ടും തോന്നുന്നു.

കെട്ടിടം പെയിന്റടിച്ചിട്ടും കുറെക്കാലമായിക്കാണും. തോട്ടമൊക്കെ നാനാവിധമായിക്കിടക്കുന്നു. അമ്മായിയെപ്പോലുള്ള പഴഞ്ചന്മാരെ ഇപ്പം ഇങ്ങോട്ടു വരാനിടയുള്ളു.

ആദ്യത്തെ ദിവസം തന്നെ എനിക്കങ്ങു മനസു മടുത്തു. എന്തായാലും ഏറ്റുപോയില്ലേ, ഇനീപ്പം ഡിസ്ചാർജാകുന്നതു വരെ നിന്നല്ലേ പറ്റൂ. അമ്മായി മരുന്നു കഴിച്ച് മയക്കത്തിലാകുമ്പം ആദ്യമൊക്കെ ഞാൻ വരാന്തേച്ചെന്ന് നഴ്സിങ് ക്യാബിനിലെ പെമ്പിള്ളേരെ നോക്കി നിൽക്കുമായിരുന്നു. ഓരോരുത്തരുടെയും ജീവിതം അവരുടെ മുഖത്തു നിന്നും ചലനങ്ങളിൽ നിന്നും വായിച്ചെടുക്കാൻ പറ്റും. എല്ലാവർക്കും പ്രാരബ്ധങ്ങളും കഷ്ടപ്പാടുമാണ്. എങ്കിലും ചിലരുടെ മനസ്സില് പ്രതീക്ഷയുണ്ട്. രക്ഷപെടുമെന്ന വാശിയുണ്ട്. പിന്നതും മടുത്തു. അതുമല്ല കൊച്ചു പെമ്പിള്ളേരെ ഇങ്ങനെ നോക്കുന്നതു കണ്ടാൽ ഇത്രേം പ്രായമായിട്ടും വായിനോട്ടമാണെന്ന് അവര് അടക്കം പറഞ്ഞു ചിരിച്ചേക്കും. പക്ഷേ ആദ്യത്തെ ഒന്നുരണ്ടു ദിവസം കഴിഞ്ഞപ്പോ അമ്മായിയുടെ ക്ഷീണോം മയക്കോമൊക്കെ ഒന്നു വിട്ടു, ആളു നല്ല ഉഷാറിലായി. ഉറങ്ങാതെ വർത്തമാനം പറച്ചിലായി. ഉറങ്ങാനും ലൈറ്റണക്കാനുമൊക്കെ നഴ്സുമാരു പലതവണ വന്നു പറയും. അവസാനത്തെ ഒറക്കത്തിനിനി എത്ര കാലാ പിള്ളേരെ, ഞാനിച്ചിരെ മിണ്ടീം പറഞ്ഞും കെടക്കട്ടെ എന്ന് അമ്മായിയും പറയും. നഴ്സുപെങ്കൊച്ചുങ്ങള്, അമ്മ

ച്ചി ഒറക്കമൊഴിയുന്നത് നല്ലതല്ലെന്ന് എന്നെയൊന്ന് തറപ്പിച്ചു നോക്കി പറഞ്ഞേച്ച് തിരിച്ചു പോകും. അമ്മായി അതു കണ്ട് കുശുമ്പത്തികളെന്ന് അടക്കം പറഞ്ഞു ചിരിക്കും.

ഇത്തവണ എല്ലാരേം പേടിപ്പിച്ചു കളഞ്ഞല്ലോ എന്നു ഞാൻ പരിഭവിച്ചപ്പോ മൂപ്പത്തി നല്ല തെളിഞ്ഞൊരു ചിരി.

'എടയ്ക്കതൊക്കെ വേണ്ടേ രാരിച്ചാ, ഇല്ലേല് നമ്മടെ കാര്യം എല്ലാരുമങ്ങു തീർത്തും മറന്നുകളയും. ഒരു തള്ള കുഴീലോട്ടു കാലും നീട്ടി തറവാട്ടിലിരിക്കുന്നുണ്ടെന്ന് ആരും ഓർക്കൂല്ല. ഇപ്പക്കണ്ടില്ലേ, ഇല്ലാത്ത സമയമൊണ്ടാക്കി എല്ലാരും വരുന്നു. സങ്കടപ്പെടുന്നു. മേഴ്സി മാത്രം ഇത്തവണേം രക്ഷപ്പെട്ടു. അവളേം കൂടി വരുത്തണമാരുന്നു. എന്നാ പറയാനാ, ഇത്രേമായപ്പോ എനിക്കങ്ങു മടുത്തു. മരുന്നും ട്യൂബും ഓക്സിജൻ മാസ്കും... മതീന്നു ഞാനും വിചാരിച്ചു.'

അമ്മായിയ്ക്കെല്ലാം തമാശയാണെന്നു ഞാൻ പരിഭവിച്ചു. എല്ലാരും എത്ര ദിവസമാ വിഷമിച്ചത്. ഊണും ഒറക്കോമില്ലാതെ ആശൂത്രീൽ കാത്തുകിടന്നത്.

അമ്മായിയുടെ മുഖം പെട്ടന്നു ഗൗരവത്തിലായി. അവർ സീരിയസായി പറയാൻ തുടങ്ങി.

'നിങ്ങളങ്ങനെയൊന്നും വെപ്രാളപ്പെടണ്ട രാരിച്ചാ. എന്നതായാലും അടുത്ത ഈസ്റ്ററു ഞാൻ കാണും. അന്നു വേവിക്കുന്ന ഇറച്ചിക്കറിയുടെ മണം കൂടി ഞാനറിയുന്നുണ്ട്. റീത്തയാ വെക്കുന്നത്, നല്ല ഇളം മൂരിക്കുട്ടന്റെ പഞ്ഞി പോലത്തെ എറച്ചിയാ. വേകുമ്പോ അതിനൊരു പ്രത്യേക മണമുണ്ട്. അതു കഴിഞ്ഞ് പിന്നത്തെ കാര്യം ഒന്നുമങ്ങ് അറിയാൻ പറ്റുന്നില്ല. പിന്നെ അപ്പടിയൊരു ഇരുട്ടാ. അതോർക്കുമ്പോ ചെറിയ പേടിയുമൊണ്ട്.'

ഞാൻ അമ്മായിയുടെ ചുളിഞ്ഞ കൈവിരലുകളിൽ മുറുകെ പിടിച്ചു, ഓ, വല്യ പോലീസു പട്ടി, മണമൊക്കെ പിടിക്കുന്നു! ഈസ്റ്ററുകഴിഞ്ഞാ പിന്നെന്നാ, ക്രിസ്മസു വരും. ഒന്നു നീട്ടി മണം പിടിച്ചാ അന്നത്തെ എറച്ചിക്കറീടെ മണോം കിട്ടും. അമ്മാമ്മയ്ക്ക് ഇനീം എത്ര ക്രിസ്മസും ഈസ്റ്ററുമൊക്കെ കൂടാനൊള്ളതാ, റീത്തച്ചേട്ടത്തിയൊണ്ടാക്കുന്ന എത്ര പോത്തിറച്ചി തിന്നാനൊള്ളതാ എന്നൊക്കെ തമാശ പറഞ്ഞെങ്കിലും അമ്മായിയുടെ മുഖം തെളിഞ്ഞില്ല. പിന്നെ ഞാനുമൊന്നും പറയാൻ പോയില്ല.

ബൈസ്റ്റാൻഡറുടെ കട്ടിലേൽക്കിടന്ന് ഒറങ്ങിയേക്കാമെന്നു വെച്ചു. ഇനീം ആ പെങ്കൊച്ചുങ്ങള് വന്ന് ദേഷ്യപ്പെടണ്ട.

പക്ഷേ ആശുപത്രി മുറിയിലെ ഉറക്കമെന്നു വെച്ചാൽ വല്യ കഷ്ടമാണ്. രോഗിയായിട്ടൊള്ള കെടപ്പാണേൽ പ്രശ്നമില്ല. മരുന്നു കേറ്റീം ഗുളിക തീറ്റിച്ചും അവരു നമ്മളെ ഉറക്കിക്കോളും. അമ്മായി ഇത്രേം ദിവസം ബോധം കെട്ട ഉറക്കമാരുന്നല്ലോ. ആ നീല ഷീറ്റും ഇരുമ്പു കട്ടിലും വരാന്തേന്നു വരുന്ന വെളിച്ചോം എല്ലാം ശല്യമാണ്. പോരാത്തേന് ഇടക്കിടെ വാതിലു തുറന്ന് നഴ്സുമാരുടെ വരവും. വാതിലുകുറ്റിയിടാതെ ഉറങ്ങാൻ കിടക്കുന്നത് എവിടായാലും പണ്ടു തൊട്ടേ എനിക്കിത്തിരി പ്രയാസമുള്ള കാര്യമായിരുന്നു. അന്നേരം ഒരു സെക്യൂരിറ്റി ഇല്ലാത്ത പോലെയാണ്. സത്യം പറഞ്ഞാ വാതിലുകുറ്റിയിടാണ്ട് ഞാൻ ഉറങ്ങാൻ കെടക്കാൻ തുടങ്ങീട്ടു കൃത്യം ഒന്നര വർഷമേ ആയിട്ടുള്ളൂ. മോളിയാന്റീടെ മോടെ മോൻ സ്റ്റിഫ് മരിച്ചേപ്പിന്നെ. അവൻ വർക്ക് ഫ്രം ഹോമാരുന്നു. ബാംഗ്ലൂർന്ന് വന്ന് മോളിയാന്റീടെ വീട്ടിലെ മോളിലത്തെ നിലേല് വാതിലടച്ചിരുന്നു പണിയെടുക്കും. ഭക്ഷണമൊക്കെ തോന്നുമ്പോ കഴിക്കും, ചിലപ്പോ കഴിക്കാതിരിക്കും. പണിക്കാരി മോളിലെ ടീപ്പോയീലുകൊണ്ടു പോയി വെച്ചേക്കും. മുട്ടുവേദന കാരണം മോളിയാന്റിക്ക് മേലെ കയറി നോക്കാനൊന്നും വയ്യ. മരിച്ചിട്ട് രണ്ടു ദെവസം കഴിഞ്ഞാ ആളുകളറിഞ്ഞതു പോലും. അന്നു ഞാൻ നാട്ടിലു വന്ന സമയമാണ്. വാതിലു കുത്തിപ്പൊളിക്കാൻ വല്ലാതെ കഷ്ടപ്പെട്ടു. മോളിയാന്റീടെ സ്റ്റീഫനച്ചായൻ മറയൂരെന്നോ മറ്റോ വെട്ടിച്ചു കൊണ്ടുവന്ന കരി വീട്ടിയിലാണ് ആ വീടിന്റെ മരപ്പണി മുഴുവൻ ചെയ്തേക്കുന്നത്. അച്ചായൻ ഉള്ള കാലത്ത് അവിടെ ചെല്ലുമ്പോഴൊക്കെ ആ കരിവീട്ടിമാഹാത്മ്യം കേൾക്കേണ്ടി വരുമായിരുന്നു.

വാതിലു പൊളിച്ച് മുറിക്കകത്ത് അവന്റെ കെടപ്പു കണ്ടേപ്പിന്നെ എനിക്ക് വാതിലടച്ചു കുറ്റിയിട്ട് ഉറങ്ങാൻ കുറച്ചു പേടിയൊണ്ട്. എങ്ങാനും ഉറക്കത്തിൽ തട്ടിപ്പോയാൽ വീട്ടുകാർക്കും നാട്ടുകാർക്കും പണി കിട്ടരുത് ല്ലോ. കട്ടിലേല് കമിഴ്ന്നു കെടക്കുന്ന അവന്റെ ഉടല് അഴുകിക്കൊണ്ടിരിക്കുകേം മുന്നിലൊള്ള ലാപ്ടോപ്പ് ഓഫാവാതെ എന്തോ പടം കാണിച്ചോണ്ടിരിക്കുകേം. മനുഷ്യന്റെ അവസ്ഥയെപ്പറ്റി അന്നേരം ഞാനാലോചിച്ചേന് കണക്കില്ല. അവൻ തീർന്നാലും അവനുണ്ടാക്കി, അതുവരെ അവൻ നിയന്ത്രിച്ചോണ്ടിരുന്ന യന്ത്രം ജീവിച്ചിരിക്കുന്നു! ചത്തു പുഴു തിന്നുന്ന അവന്റെ ദേഹം നോക്കി കൊഞ്ഞനം കുത്തുന്നു. ഹോ! എന്തായാലും അതേപ്പിന്നെ രാത്രി ഞാൻ വാതിലു ചേർത്തടച്ചിട്ട് കുറ്റിയിടുന്നേ

നു പകരം ഒരു കസേര വാതിലിനോടടുപ്പിച്ച് വെച്ചേക്കും.

വാതില് ഒന്നു ആഞ്ഞുചവിട്ടിയാൽ പൊളിയുന്നതാണ്. എന്നാലും നമ്മളായിട്ട് മറ്റുള്ളോർക്ക് പ്രയാസമുണ്ടാക്കണ്ടാന്നു ഞാൻ വിചാരിക്കും.

പന്ത്രണ്ടു മണിക്ക് ഡ്യൂട്ടി മാറി വരുന്ന നഴ്സ് വാതിലു തള്ളിത്തുറന്ന് അകത്തുകേറി ലൈറ്റിട്ട് അമ്മച്ചി ഉറങ്ങിയില്ലാരുന്നോ, അസ്വസ്ഥത വല്ലതുമുണ്ടോ എന്നൊക്കെ ചോദിക്കുന്ന കോലാഹലത്തിൽ എന്റെ പാതിയുറക്കോം പോയിക്കിട്ടി. അവള് ടെമ്പറേച്ചറ് നോക്കി ഏതോ ഗുളികേം കഴിപ്പിച്ചേച്ച് ബഹളമുണ്ടാക്കിക്കൊണ്ടു തിരിച്ചു പോയി. അതിനേടേല് ആ ചേട്ടൻ നല്ല ഒറക്കമാ അല്ലേ, എടക്ക് അമ്മച്ചിയെ നോക്കിക്കോണം കേട്ടോ എന്നൊരു നിർദേശം എനിക്കും. ചിലരിങ്ങനെയാണ്. ആവശ്യമില്ലാത്ത ഒച്ചകളുയർത്തി എല്ലാരെയും ഉണർത്തും. ചെലരാണേൽ ഒരു കാറ്റു പോലെ ഒഴുകിയൊഴുകി വരും. വന്നതും പോയതും ആരുമറിയത്തു പോലുമില്ല. നീയൊറങ്ങിയോടാ എന്നും ചോദിച്ച് അമ്മായി എനിക്കു നേരെ തിരിഞ്ഞുകിടന്നു.

'നീയോർക്കുന്നോ, പണ്ടു നമ്മളെല്ലാം പടിഞ്ഞാറ്റേലെ ആ ചെറിയ വീട്ടില് ഒന്നിച്ചു കഴിഞ്ഞത്? അന്നു എന്റെ വീടുപണി കഴിഞ്ഞിട്ടില്ല. എല്ലാ ദെവസോം വെളുപ്പിനേ ഞാനെറങ്ങിപ്പോകും. ഒരാളുടെ പണിക്കാശു ലാഭിക്കാമല്ലോ. നെന്റമ്മ ഒത്തിരി കഷ്ടപ്പെട്ടിട്ടുണ്ട്. എന്റെ നാലും നിങ്ങളു മൂന്നും കാരണോന്മാരൊള്ള വീടല്ലേ, പണിക്കുണ്ടോ കുറവ് വല്ലതും. കൈസഹായത്തിനു പോലും ആരേം കിട്ടില്ല. പാവം! ഞാനതൊന്നും ഓർക്കാതെയല്ല, പക്ഷേ എനിക്കെന്റെ വീടുപണിയണമാരുന്നു.'

അമ്മായി ചോദിച്ചപ്പോൾ ഞാൻ തലയാട്ടി. അന്നു ഞാൻ പീക്കിരിയാണേലും എല്ലാമെനിക്ക് ഓർമ്മയുണ്ട്.

തോട്ടില് ഞങ്ങള് മുങ്ങിയെടുക്കുന്ന വെള്ളാരങ്കല്ലു പോലെ മിനുസവും വൃത്തിയുമുള്ള ഓർമ്മകൾ! അത്തരം ഓർമ്മകളൊന്നും പിന്നെയൊള്ള ജീവിതത്തിലില്ലാത്തതു കൊണ്ടായിരിക്കും അതിനൊക്കെ ഇത്ര മിഴിവെന്നു പോലും ഞാനോലോചിച്ചിട്ടുണ്ട്.

'പക്ഷേ അവളത്ര പാവമൊന്നുമല്ലാരുന്നു. വീട്ടില് കാരണവന്മാരൊള്ളപ്പം കൊച്ചിനെ നുള്ളിക്കരയിപ്പിക്കും. എന്നിട്ട് കൊച്ചുങ്ങളെ നോക്കുന്നതിന്റേം വീട്ടുപണീടേം കഷ്ടപ്പാടു വല്ലാത്തതാന്ന് അഭിനയിക്കും. എന്റമ്മ, അവളുടെ അമ്മായിയമ്മ ഒരു പകല് എന്റെ പണിസ്ഥലത്ത് വന്ന് എന്നെ മടലെടുത്തു തല്ലിയിട്ടൊണ്ട്.

നിന്റെ മക്കളെ നീ നോക്കിക്കോണം, നിന്റെ കെട്ടിയോനോട് വീടു പണിക്ക് ആളെ വെക്കാൻ പറ എന്നൊക്കെ പറഞ്ഞ്. അത്രേം മിടുക്കിയാരുന്നു അവള്! അതേപ്പിന്നെ വീടുപണി കഴിയുന്ന വരെ ഞാനവളോട് നാവെടുത്തു മിണ്ടീട്ടില്ല. പിന്നെ പെരകേറിത്താമസത്തിനാ നാത്തൂനേ വരണമെന്നു ഞാനാദ്യം മിണ്ടുന്നത്.'

എനിക്കതിനെപ്പറ്റി വലിയ അറിവൊന്നുമില്ല. വീട്ടിലെ സ്ത്രീകൾ തമ്മിൽ ശീതസമരത്തിലായാലോ ഇനിയിപ്പോ നേരിട്ടു തന്നെ യുദ്ധം ചെയ്താലോ കുട്ടികളെ അതൊക്കെയെങ്ങനെ ബാധിക്കാൻ! ഞങ്ങൾക്കു കളിക്കണം. കളിച്ചു മടുക്കുമ്പോൾ തിന്നാൻ കിട്ടണം. നിറവുകളില്ലാതെ ശുഷ്കമായിരുന്ന അടുക്കളയിൽ ചിലപ്പോൾ പെണ്ണുങ്ങൾ നേർക്കു നേരെ അരുതാത്ത വാക്കുകൾ പറഞ്ഞു വഴക്കുണ്ടാക്കുന്നതും എന്റെ ഓർമ്മയിലുണ്ട്. കുറച്ചു കഴിയുമ്പോൾ

എല്ലാരും ഒരു ചക്കയുടെ ചുറ്റും അത് വെട്ടിയൊരുക്കാൻ വട്ടം കൂടുന്നതും കാണാം. അമ്മായി അക്കൂട്ടത്തിലൊന്നുമില്ലായിരുന്നു എന്നു മാത്രം ഞാനോർക്കുന്നുണ്ട്. അവരെന്നും വെളുപ്പാങ്കാലത്തിറങ്ങിപ്പോയി. വീടുപണിയില്ലാത്തപ്പോ പാടത്തു പണിക്കു പോയി. അമ്മായിയുടെ കെട്ടിയോൻ ഒരു സുഖിമാനായിരുന്നു. പണിയെടുക്കാനൊന്നുമറിയില്ല, ചെയ്യുകേമില്ല. പുറത്ത് വെയിലു വീഴും വരെ ഉറങ്ങി, തോട്ടില് കുളിച്ച് നല്ല മുണ്ടും ഷർട്ടുമിട്ട് പൗഡറു പൂശി ഒരുങ്ങിയിറങ്ങും. വരാന്തേലെ ബഞ്ചിലിരുന്ന് നെയ്യ് വീഴ്ത്തിയ കഞ്ഞീം ചമ്മന്തീം ഒണക്കമീൻ ചതച്ചതും ഉപ്പിലിട്ടതും അമ്മ വിളമ്പിക്കൊടുക്കുന്നത് വിസ്തരിച്ചു കുടിച്ചിട്ട് പണിസ്ഥലത്തേക്കാ ചേട്ടത്തീ എന്നും പറഞ്ഞ് ഇറങ്ങിപ്പോകും. ഇത്രേം സിംപളനായിട്ട് ഇങ്ങേർ സിനിമേലഭിനയിക്കാൻ പോകുന്ന പോക്കാണോ എന്ന് അമ്മ താടിക്കു കൈയ്യും കൊടുത്ത് നിൽക്കുന്നത് ഞാനോർക്കുന്നുണ്ട്. പണിസ്ഥലത്തൊന്നും അച്ചാച്ചൻ പോകില്ല. അമ്മായി വെയിലിലും ചൂടിലുമുരുകുമ്പോ അങ്ങേര് തണലിടങ്ങളിലൂടെ മാത്രം പോയി. മഴയത്ത് തണുത്തു വിറച്ചു നനഞ്ഞൊലിക്കുമ്പോ കുട ചൂടി മാറി നടന്നു.

പക്ഷേ ഞങ്ങളു പിള്ളേർക്ക് അച്ചാച്ചനെ വല്യ കാര്യമായിരുന്നു. യാർഡ്‌ലി പൗഡറിന്റെ മണം, വെളുത്ത ഉടുപ്പുകൾ, ചെരിച്ചു ചീകി എന്തോ ക്രീം പുരട്ടിയ കോലൻ തലമുടി. ഇടയ്ക്ക് ഞങ്ങൾക്ക് പ്യാരിമിട്ടായി തരും. പച്ച ക്കടലാസിൽ പൊതിഞ്ഞ മിട്ടായിയുടെ മണവും മധുരവും ഇപ്പഴും നാവു നീട്ടി നുണച്ചാൽ കിട്ടും.

പക്ഷേ ഇതൊക്കെ അമ്മായീം അച്ചാച്ചനും ഞങ്ങളുടെ വീട്ടിൽ പൊറുതിക്കു വന്ന ആദ്യ കാലത്താണ്. പിന്നെ യാർഡ്‌ലി പൗഡറിന്റെ ഡപ്പി കാലിയായി. ഹെയർക്രീമിന്റെ ട്യൂബ് ഞെക്കി ഞെക്കി ചളുങ്ങിപ്പോയി. എന്നാലും കുളിച്ചു വരുമ്പോ അച്ചാച്ചൻ പൗഡർ ടിന്നെടുത്തു ആഞ്ഞു കുടയും. കൈവെള്ളയിൽ ഒന്നും വീണില്ലേലും മുഖത്തമർത്തി പുരട്ടും. ട്യൂബു ഞെക്കി വിരലുകൾ മുടിയിലോടിക്കും. ഇടയ്ക്ക് എന്നെക്കൊണ്ട് അടുക്കളയിൽ നിന്നു പന്നിനെയ്യു കൊണ്ടു വരീക്കും. സുഗന്ധമില്ലേലും മുടി മിനുക്കാൻ ഹെയർക്രീമിനെക്കാൾ നല്ലതാ പന്നി നെയ്യെന്നു പറയുമ്പോ അച്ചാച്ചന്റെ മുഖത്തപ്പടി സങ്കടമായിരിക്കും. വലുതാകുമ്പോൾ അച്ചാച്ചനു നെറയെ പൗഡർ ടിന്നുകളും ഹെയർ ക്രീമുകളും വാങ്ങിക്കൊടുക്കണമെന്നായിരുന്നു അക്കാലത്ത് എന്റെ മോഹം. അപ്പോഴേക്ക് പെമ്പിളവീട്ടിലെ താമസം അച്ചാച്ചന്റെ വിലയിടിച്ചു കളഞ്ഞിരുന്നു. കഞ്ഞിയിലു നെയ്യ് വീഴാതായി. അളിയനെന്നാ പോകാത്തതെന്ന് ഒളിഞ്ഞും തെളിഞ്ഞും ചോദ്യങ്ങളു വരുന്നു. അച്ചാച്ചൻ ഒന്നും കേട്ട ഭാവം നടിക്കാറില്ല. കുത്തുവാക്കുകൾക്കെല്ലാം കൂടി അമ്മായിക്ക് ഒറ്റ മറുപടിയേയുള്ളൂ.

'എന്റെ വീടുപണി ഒന്നു കഴിഞ്ഞോട്ടെ, പിന്നെ ഞാനുമെന്റെ പിള്ളേരും അതിയാനും ഒരു നിമിഷം ഇവിടെ നിക്കുകേല! ഗതികേടു കൊണ്ടു കേറി വന്നതാ ഞങ്ങള്.'

അമ്മായി എപ്പോഴും എന്റെ വീടുപണി എന്നായിരുന്നു പറഞ്ഞിരുന്നതെന്നു ഞാനോർത്തു. ഒരിക്കലുമതിൽ അച്ചാച്ചനെ കൂട്ടുചേർത്തിരുന്നില്ല. അച്ചാച്ചന്റെ ചന്തം കണ്ടും സ്റ്റൈലു കണ്ടും വീണു പോയതാരുന്നത്രേ അമ്മായി. ബിസിനസും നാടകവുമൊക്കെയായി നാട്ടിലൊള്ളതെല്ലാം വിറ്റുതുലച്ചപ്പോൾ എല്ലാരും കൂടെ ആദ്യം ഹൈറേഞ്ചിലേക്കു പോയി. അവിടെ മലമ്പനീം കാട്ടുപന്നീം പട്ടിണീമായിട്ടു കഷ്ടപ്പെടുന്നതറിഞ്ഞ് എന്റപ്പനായിരുന്നു പോയി കൂട്ടിക്കൊണ്ടു വന്നത്. കൈയ്യിലുണ്ടാരുന്ന കാശിന് അമ്മായി പിടിച്ച പിടിയാലേ വടക്കേല് അരയേക്കറ് സ്ഥലം വാങ്ങിച്ചു. ഇപ്പമവിടെ പൂങ്കാവനമാണ്. അമ്മായി പിന്നേം പിന്നേം അടുത്തുള്ള സ്ഥലമൊക്കെ വാങ്ങി ഇപ്പോ വീടിരിക്കുന്ന പറമ്പു തന്നെ നാലഞ്ചേക്കറുണ്ട്. അവിടെ ഇല്ലാത്ത മരങ്ങളും ചെടികളുമില്ല. അപമാനമാരുന്നു രാരിച്ചാ എന്റെ ആകെയൊള്ള മൂലധനം. എല്ലാരും എല്ലായിടത്തും അപമാനിച്ചു. കൂടെ നിക്കാൻ കെട്ടിയോനുമുണ്ടായില്ല. പിന്നെ എഴുന്നേറ്റു നിക്കാണ്ടു പറ്റുമോ? ആ അപമാനങ്ങളെ

നിക്കു തന്ന കരുത്താ എന്റെയീ സൊത്തൊക്കെ എന്നു അമ്മായി എപ്പോഴും പറയുമായിരുന്നു.

'നീയെന്നതാ രാരിച്ചാ ഇങ്ങനായിപ്പോയേ? എവിടേം ഒറയ്ക്കാതെ ഒരു മാതിരി നങ്കൂരമിടാൻ പറ്റാത്ത കപ്പലുപോലെ ഒഴുകി നടപ്പായത്? നിന്റെ ജീവിതത്തില് വിചാരിക്കാത്ത പ്രയാസങ്ങളൊക്കെയൊണ്ടായിട്ടൊണ്ട്. പക്ഷേ അതു കഴിഞ്ഞിട്ടും നീയൊരു കരയിലുറയ്ക്കാത്തതെന്നാ?'

അമ്മായി ചോദിച്ചപ്പോൾ ഞാൻ പെട്ടന്നു പതറി. ഈ പന്ത്രണ്ടു മണി പാതിരയ്ക്ക് ചോദിക്കാൻ പറ്റിയ ചോദ്യം തന്നെ! നീയെന്നാ ഇങ്ങനായിപ്പോയേ എന്ന ചോദ്യം എനിക്കു പുത്തരിയല്ല. ഏതു ബന്ധുക്കളു കൂടുന്ന ഏതു ചടങ്ങിൽ ചെന്നാലും ഞാനിതു കേൾക്കാറുണ്ട്. അതിപ്പം മാമോദീസയായാലും മരിച്ചടക്കായാലും ആ ചോദ്യത്തിനു വ്യത്യാസമില്ല. ഞാൻ കല്യാണം കഴിച്ചില്ല, മക്കളെയൊണ്ടാക്കിയില്ല, സമ്പാദിച്ചില്ല ,വീടു പണിതില്ല.. ഇങ്ങനെ എല്ലാരും ചെയ്യുന്നതൊന്നും ചെയ്തില്ല.

അതുകൊണ്ടെനിക്കെന്തേലും കൊഴപ്പം പറ്റിപ്പോയോന്നു ചോദിച്ചാൽ ഈ നോക്കിനിക്കുന്നോർക്കാ കുഴപ്പമെന്നാണ് എനിക്കു തോന്നുക. സ്വന്തമിഷ്ടത്തിനു തിന്നും കുടിച്ചും യാത്ര ചെയ്തും ,അത്യാവശ്യത്തിനു മാത്രം കാശൊണ്ടാക്കിയും ജീവിക്കുന്നേന്റെ സ്വച്ഛതയെപ്പറ്റി ഇവർക്കൊക്കെ എന്തറിയാം! അമ്മായി മാത്രമാണ് എന്നോട് ഇക്കാര്യം ചോദിക്കാൻ ബാക്കിയൊണ്ടാരുന്നത്. ഇപ്പോ അതും പൂർത്തിയായി!

'നീ തെറ്റിദ്ധരിക്കണ്ട. നിനക്കെങ്ങാ ഇങ്ങനാകാൻ പറ്റിയേന്നോ ഞാനുദ്ദേശിച്ചേ. നാലു വർഷമാ ഞാനെന്റ വീടുപണിതേ.. ഒരു വെയിലും കൊള്ളാതിരുന്നിട്ടില്ല. മഴയത്ത് ഒരു കൈലീം തലേല് പൊതിഞ്ഞ് പണിയെടുക്കും. എന്നാത്തിനാ? കെട്ടിയോനും മക്കളും ഉണ്ടായിപ്പോയി. കുടുംബത്തിനകത്തുപെട്ടു പോയി. രക്ഷപെടാൻ പറ്റാത്ത വിധം കുടുങ്ങിപ്പോയി. ഈ കല്യാണം വേണ്ട കൊച്ചേന്ന് മൂക്കിനു കീഴെ മീശയൊള്ള എല്ലാരും പറഞ്ഞതാ. കേട്ടില്ല. കേക്കാത്തേന്റെ അനുഭവം വല്ലാത്തതായിരുന്നു. വല്ല മീത്തിലും പോയാ മതിയാരുന്നൂന്ന്, അല്ലേ കെട്ടാതെ നിന്നാ മതിയാരുന്നു എന്ന് ഓർക്കാത്ത ദെവസം അന്നൊന്നും ജീവിതത്തിലുണ്ടായിട്ടില്ല. അപ്പഴാ നീയൊരുത്തൻ നല്ല സൊഖമായിട്ട് പറന്നു നടക്കുന്നേ! എങ്ങനെ സാധിക്കുന്നെടാ?'

എനിക്കു ചിരി വന്നു. നങ്കൂരമിടാൻ പറ്റാത്ത കപ്പലിന്റെ യാത്രാ

പഥങ്ങളിൽ അനിശ്ചിതത്വമുണ്ട്. പക്ഷേ, അതിന്റെയൊരു സുഖം ,അതു വല്ലാത്തതാ. എവിടെയാണു ചെന്നടി യുകാന്നറിയാതെ, എവിടേലും ചെല്ലുമോന്നു തന്നെയറിയാതെ ഇങ്ങനെ ഒഴുകിയൊഴുകിപ്പോവുക! അതിന്റെ രസം ആർക്കും പറഞ്ഞാ മനസ്സിലാവുകേല. പറഞ്ഞറിയിക്കാൻ എനിക്കൊട്ടു പറ്റുകേമില്ല. വള്ളിനിക്കറിട്ടു നടക്കുന്ന പ്രായത്തില് തോട്ടിറമ്പിലെ തെങ്ങുചെത്താൻ പാക്കരൻ വരും. പാളപ്പാത്രത്തില് കള്ളിറക്കുമ്പോ അടുത്തു ചെന്നു കൈക്കുമ്പിളു കാണിച്ചാല് പാള ഒന്നു ചെരിച്ച് ഇച്ചിരെ ഒഴിച്ചു തരും. ആ ഇളം കള്ളു കുടിക്കുമ്പഴത്തെ തരിപ്പാ ഈ ജീവിതത്തിന്! അതെങ്ങനാ വേറൊരാൾക്ക് പറഞ്ഞു കൊടുക്കുക! അനുഭവിച്ചാലേ അറിയാൻ പറ്റൂ.

'നിനക്ക് മൂന്നാലു വയസ്സൊക്കെ ആയ കാലത്താ ഞാൻ ഹൈറേഞ്ചീന്നു വന്നത്. നമ്മടെ പള്ളില് പെരുന്നാള് ന് അക്കൊല്ലം ആദ്യവാ നാടകത്തിനു പകരം സിനിമാ പ്രദർശനം വെച്ചത്. രാരിച്ചൻ എന്ന പൗരൻ. ആ സിനിമ കണ്ടേച്ചാ അച്ചാച്ചൻ നിന്നെ രാരിച്ചൻന്നു വിളിക്കാൻ തുടങ്ങിയത്. ആർക്കുമത് ഇഷ്ടമല്ലാരുന്നു. പക്ഷേ മൂപ്പര് വിളിച്ചും കൊഞ്ചിച്ചും അതങ്ങുറച്ചു പോയി.'

എനിക്കീ കഥ നന്നായറിയാം. വീടുവിട്ട് സ്കൂളിൽ പോകാൻ തുടങ്ങിയേപ്പിന്നെ രാരിച്ചൻ എന്ന പേര് എന്നെ ഒറ്റപ്പെടുത്തിയതിനും അപമാനിച്ചതിനും കണക്കില്ല. അതു വരെ രാരിച്ചൻ നല്ല ഓമനത്തമുള്ള പേരായിരുന്നു. സ്കൂളിൽ ചെന്നതിൽപ്പിന്നെ അതൊരു പരിഹാസപ്പേരായി. ഒന്നാമത് അതൊരു ക്രിസ്ത്യാനിപ്പേരു പോലുമല്ല.

'നീയാ സിനിമ കണ്ടിട്ടൊണ്ടോ? നല്ലൊരു ചെറുക്കനാരുന്നെടാ രാരിച്ചൻ. എന്നാ ഓമനത്തമായിരുന്നു. കവിളത്തു നുള്ളി കൊഞ്ചിക്കാൻ തോന്നും. പട്ടു പോലത്തെ സൊഭാവോം. നിന്നെക്കണ്ടാലും അങ്ങനായിരുന്നു. പക്ഷേ വലുതായപ്പോ നീയതൊക്കെക്കളഞ്ഞു കുളിച്ചു!'

അമ്മായി ഉറക്കെയൊരു ചിരി. അവരുടെ മുഖത്തു വേദന തിങ്ങുന്നതു ഞാനറിഞ്ഞു. കാണാനാവാത്ത ഏതൊക്കെ ഉൾമുറിവുകളാവും വലിഞ്ഞുമുറുക്കുന്നത്. ഉറക്കെച്ചിരിച്ചു ദേഹമിളക്കാതിരിക്കെന്ന് ഞാൻ ശാസിച്ചു. അമ്മായി അതു കേട്ടതായിട്ടു ഭാവിച്ചില്ല.

'സത്യത്തില് പള്ളീപ്പെരുന്നാളിനു ഞാൻ ആ സിനിമ രണ്ടാം തവണ കാണുകാരുന്നു. ആദ്യം കാണുമ്പോ കല്യാണപ്പുതുക്കത്തി

ലാ. നീലക്കുയിലു കഴിഞ്ഞ് വരുന്ന സിനിമയാ, പി ഭാസ്കരന്റെയാ, നല്ല പാട്ടൊക്കെയൊണ്ട്ന്നും ഗംഭീരമാന്നും അങ്ങേര് വാതോരാതെ പറയുമായിരുന്നു. എനിക്കെന്തു നീലക്കുയിൽ, എന്തു പി ഭാസ്കരൻ! പക്ഷേ കാണാൻ വല്യ കൊതീമൊണ്ട്. അതുവരെ സിനിമ കണ്ടിട്ടില്ല. സാരീം ചുറ്റി മുടീം പിന്നിയിട്ട് ഞാനൊരുങ്ങിയിറങ്ങി. വീട്ടില് അപ്പനൊണ്ട്, ചേട്ടന്മാരുണ്ട്. കണ്ടാല് കൊന്നുകളയും. അവരാതി എന്നു വിളിച്ച് കണ്ണുപൊട്ടിക്കും, അച്ചാച്ചന് അതൊന്നും അറിയണ്ട, ദൂരെ പറമ്പിന്റെ അറ്റത്ത് ആഞ്ഞിലിക്കു മറഞ്ഞു നിക്കുകാണ്. വെക്കം വരണംന്നു പറഞ്ഞ്. പൊട്ടു വെക്കണം, മുടീല് പൂ വെക്കണം എന്നൊക്കെ അച്ചാച്ചൻ പറയും. അതൊക്കെ ചെയ്താൽ എന്നെക്കണ്ടാല് മീനാകുമാരിയെപ്പോലുണ്ടെന്ന് പറയുമാരുന്നു. ഏതോ ഹിന്ദിക്കാരിനടിയാ.'

അമ്മായിയുടെ ചുണ്ടിൽ ചിരിയൂറി. അമ്മായിയുടെ മുഖത്തും ക്ഷീണിച്ച കണ്ണുകളിലും എന്നെങ്കിലും മീനാകുമാരി ഒളിച്ചിരിപ്പുണ്ടായിരുന്നോ എന്നു ഞാൻ എഴുന്നേറ്റിരുന്നു ചുഴിഞ്ഞു നോക്കി. ചെറുപ്പത്തിലൊക്കെ തലേല് കുട്ടേം വെച്ച് ഞൊറിഞ്ഞുടുത്ത ചട്ടേം മുണ്ടുമായി എവിടേം നിൽക്കാതെ നടത്തമാണോ ഓട്ടമാണോന്നു വേർതിരിച്ചു പറയാൻ പറ്റാത്ത വിധം തിരക്കിട്ട് പോകുന്ന അമ്മായിയെ മാത്രമേ ഞാൻ കണ്ടിട്ടുള്ളൂ. സന്ധ്യകളിൽ തോട്ടീന്ന് കുളിച്ചുകേറി വരുമ്പോൾ ആ മുഖത്തിന് മീനാകുമാരിയുടെ ഛായ ഉണ്ടായിരുന്നോ! ചുരുണ്ടുനീണ്ട മുടി അന്നേരം അഴിഞ്ഞുലർന്നു കിടക്കും. കുരിശു വരയ്ക്കാൻ മുട്ടുകുത്തുമ്പോഴൊക്കെ വിളക്കിന്റെ നാളം താളം ചവിട്ടുന്ന മുഖത്തിന് കന്യാമറിയത്തിന്റെ മുഖച്ഛായ തോന്നുമായിരുന്നു. പ്രാർത്ഥനയ്ക്കിടയിൽ ഉറക്കം തൂങ്ങി വീഴുന്ന ഒരു പാവം കന്യാമറിയം.

ഞാൻ നോക്കുന്നുണ്ടെന്നറിയാതെ അമ്മായി തുടർന്നു.

'അതൊക്കെ അന്നത്തെ കാലത്തു നടക്കുന്ന കാര്യമാണോ! മുടി താത്തി പിന്നിയിടുന്നതു പോലും ആരേലും കണ്ടാ തീർന്നു. സാരിത്തലപ്പു കൊണ്ട് മുടിപ്പിന്നൽ മൂടി ആരും കാണാതെ അടുക്കളപ്പുറത്തു കൂടി ഒളിച്ചിറങ്ങി.. അന്നേരം എവിടുന്നേലും മുന്നിൽ വന്നു ചാടി എന്റെ അമ്മായിയമ്മ പറയും, വെക്കം ചെല്ലടീ, അവനവിടെ നിന്നു വേരെറങ്ങിക്കാണും. സിനിമ കണ്ടേച്ചും വന്നിട്ട് എനിക്ക് കഥ പറഞ്ഞു തരണമെന്ന്! നല്ലൊരമ്മയായിരുന്നു. പാവം! അന്നു സിനിമ കണ്ടു ഞാൻ കുറെ കരഞ്ഞു. തിരിച്ചുവരുമ്പോ കൊട്ടകയ്ക്കടുത്ത്ന്ന് പാട്ടുപുസ്തകം വാങ്ങിത്തന്നു. ആദ്യ

ത്തെ കൊച്ചിനെ രാരിച്ചനെന്നു വിളിക്കണമെന്ന് ചെവീൽപ്പറഞ്ഞ് നാണിപ്പിച്ചു. അഞ്ചാറു കൊല്ലം കഴിഞ്ഞ് പള്ളിമുറ്റത്തന്ന് പിന്നേം ആ സിനിമ കാണുമ്പോ എനിക്ക് മടീലു മൂന്നു പെമ്മക്കളായി! സാരീം കല്യാണപ്പുതുക്കോം ഒക്കെ മാഞ്ഞുപോയി. പക്ഷേ സിനിമയ്ക്കു മാത്രം ഒരു മാറ്റോമില്ല. ഞാനതു കണ്ട് അന്നും ആദ്യം കണ്ടപ്പഴത്തെപ്പോലെ കരഞ്ഞു, ചിരിച്ചു. നാഴിയുരിപ്പാലു കൊണ്ട് നാടാകെ കല്യാണമെന്നു മൂളിപ്പാട്ടു പാടി.'

അമ്മായിയുടെ വാക്കുകളിൽ പഴയ കാലം വിഷാദത്തോടെ തുളുമ്പി വീണു. അന്ന് അച്ചാച്ചൻ എന്നെ തോളത്തിരുത്തിയാണ് പെരുന്നാളു കൂടാൻ കൊണ്ടുപോയതെന്നു മാത്രമാണ് എന്റെ ഓർമ്മയിലുള്ളത്. വാണിഭക്കാരും ഉഴുന്നാടയും കളിപ്പാട്ടങ്ങളുമൊക്കെ നിറഞ്ഞ് വെളിച്ചത്തിൽ കുതിർന്ന പള്ളിമുറ്റം സാധാരണ കാണുന്നതുപോലായിരുന്നില്ല. ശരിക്കുമൊരു മായാലോകം! മാതാവിന്റെ എഴുന്നള്ളിപ്പും രാത്രി കുർബ്ബാനേം വെടിക്കെട്ടും എല്ലാം കഴിഞ്ഞാണ് സിനിമ തുടങ്ങിയത്. അപ്പോഴേക്കും ഉറക്കവും ദാഹവുമെല്ലാം കൊണ്ട് ഞാൻ മടുത്തിരുന്നു. നിലത്തു വിരിച്ച പായേലിരിക്കുന്ന ആരുടെയോ മടിയിൽ തല വെച്ച് ഞാൻ ഒറങ്ങിപ്പോയി. ഉണരുമ്പോ ഞാൻ വീട്ടിലാണ്. സിനിമ കാണണമെന്നു പറഞ്ഞ് ഞാൻ കാറിവിളിച്ചത്രേ. ഒടുവിൽ അച്ചാച്ചൻ എന്നെ കൊട്ടകേലു കൊണ്ടു പോയി കാണിക്കാമെന്നു സമാധാനിപ്പിച്ചതൊക്കെ എനിക്ക് അവ്യക്തമായ ഓർമ്മയുണ്ട്.

'വേറെ സിൻമ കാണണ്ട, രാരിച്ചൻ എന്ന പൗരൻ തന്നെ കാണണം, അതും പറഞ്ഞായിരുന്നു പിറ്റേന്നു നെന്റെ നിലവിളി. അഞ്ചാറുവർഷം മുന്നത്തെ സിനിമ ഏതു കൊട്ടകേന്നു കാണിച്ചു തരാനാ! അച്ചാച്ചൻ അന്നു കൊറെ വെള്ളം കുടിച്ചു കാണും. അങ്ങേർക്ക് പിള്ളേരെ മെരുക്കാൻ നല്ല തഞ്ചമാരുന്നു. പിള്ളേരെ മാത്രം. അങ്ങനങ്ങനാ നിന്നെ രാരിച്ചൻന്നു വിളിക്കാൻ തുടങ്ങിയേ. ഒറക്കം വരുന്നില്ലേൽ നീയെന്റെ കാലൊന്നു തിരുമ്മിത്തരാമോ? എടക്കിടെ മസിലുരുണ്ടു കേറുന്നു.'

ഞാൻ അമ്മായിയുടെ കട്ടിലിലിരുന്നു മെലിഞ്ഞ കാലുകൾ മടിയിലെടുത്തു വെച്ചു ഉഴിഞ്ഞു. കാൽപ്പടം മുതൽ ഞരമ്പുകൾ പിടച്ചും പിണഞ്ഞും കിടക്കുന്നു. ജീവിതം മുക്കാലും നടന്നുമോടിയും തീർത്തതിന്റെ പരുക്കുകൾ എമ്പാടുമുള്ള കാൽപ്പാദങ്ങൾ. പക്ഷേ ഇപ്പോഴതിന് അസാധാരണമായൊരു വെണ്മ! രക്തം വാർന്നു തീർന്നതുപോലെ. കാലുകളിലൂടെയാണോ മരണം കേറി വരുന്നതെ

ന്ന വിചിത്രമായ ഭയത്തെ തട്ടിക്കളയാൻ ഞാൻ അമ്മായിയുടെ പാദങ്ങൾ അമർത്തിയുഴിഞ്ഞു. രക്തപ്രവാഹമുണ്ടാകട്ടെ, വിളർച്ച മാറട്ടെ.

'മെല്ലെ മതീടാ, നിനക്കെന്റെ കാലിനോട് വല്ല ദേഷ്യവുമുണ്ടോ?' അമ്മായി ചിരിച്ചു കൊണ്ട് അരിശപ്പെട്ടു. ആ വെണ്മ എന്നെ ഭയപ്പെടുത്തിയത് അവരറിയണ്ട.

സ്ത്രീകളുടെ കാല്പാദങ്ങൾ ഞാനെപ്പോഴും ശ്രദ്ധിക്കാറുണ്ട്. അവർ നടക്കുന്ന ജീവിതമെങ്ങനത്തേതാണെന്ന് ആ കാലുകൾ വെളിപ്പെടുത്തും. പള്ളിയിൽ മുട്ടുകുത്തി നിൽക്കുമ്പോഴായിരുന്നു ഞാനാദ്യം സൂസിയുടെ വെളുത്ത പാദങ്ങളുടെ ഉൾവശം കണ്ടത്. നെടുകെയും കുറുകെയും കറുത്ത വിള്ളലുകളുടെ രേഖകൾ പാഞ്ഞ പാദങ്ങൾ! അവളോടിഷ്ടം തോന്നാൻ തുടങ്ങിയതും ആ നിമിഷമായിരുന്നു.

'നിന്റവിടുത്തെ താമസമൊക്കെ എങ്ങനാ രാരിച്ചാ? സമയത്തു വെല്ലോമൊക്കെ വെച്ചുണ്ടാക്കിക്കഴിക്കുമോ? അതോ കടേത്തീറ്റയാണോ? ഒരു മോഹമൊണ്ടാരുന്നു, ഒരിക്കെക്കൂടെ ഹൈറേഞ്ചില് പോണമെന്ന്. അവിടെ ഞാൻ നാലഞ്ചേക്കറു സ്ഥലമൊക്കെ വാങ്ങിച്ചിരുന്നു. ഒന്നു രണ്ടു വർഷം ദേഹണ്ണിക്കുകേം ചെയ്തു. വല്ല ഫലവുമൊണ്ടോ! അവസാനം, കിട്ടിയ കാശിന് വീടും വീടിരിക്കുന്നിടത്തെ സ്ഥലോം വിറ്റ് ഇറങ്ങുകാരുന്നു. അന്നു വാങ്ങിച്ചതില് രണ്ടേക്കറ് കുറച്ച് ഉള്ളിലാ. അവിടെ ഓറഞ്ചാരുന്നു. നട്ട് ഒന്നു പച്ച പിടിച്ചു കാണും. ആ സ്ഥലം വിക്കാനും പറ്റിയില്ല. പിന്നങ്ങോട്ടു പോയതുമില്ല. അച്ചാച്ചനോടു പറഞ്ഞിട്ട് എന്തു കാര്യം! അങ്ങേർക്ക് മണ്ണിന്റെ വെമ്പലു മനസിലാകത്തില്ല. മണ്ണിനോടൊള്ള സ്നേഹം അറിയത്തുമില്ല. ഉടുത്തൊരുങ്ങി പൊങ്ങി നടക്കണം, സിനിമ പിടിക്കണം, നാടകക്കമ്പനി തുടങ്ങണം, ഒള്ള സ്ഥലം വിറ്റേച്ച് കാശിങ്ങു താ, ബിസിനസു നടത്തട്ടേന്നായിരുന്നു വയ്യാതാകുന്നതു വരെ പറച്ചില്. ആ ഓറഞ്ചുതോട്ടം ഇപ്പവും കാണുമോ? അടിമാലീന്ന് പടിഞ്ഞാറോട്ട് കാട്ടുവഴികളിൽക്കൂടെ ജീപ്പില് പോണം. പിന്നെ കുറെ നടക്കുകേം വേണം. ഇപ്പമവിടൊക്കെ നല്ല വഴി വന്നു കാണും. അവിടൊന്നു ചെന്നാ മതി, എനിക്ക് വഴിയെല്ലാം മനസ്സിലാവും. അത്രേം മെനക്കെട്ടതാ! അതൊക്കെ കായ്ച്ചു കാണുമോന്ന് എപ്പഴും ഞാൻ സങ്കടപ്പെടുമായിരുന്നു. അതേന്ന് ഒരു ഓറഞ്ചെങ്കിലും തിന്നാൻ കിട്ടിയിരുന്നേല്!'

ഇനിച്ചെല്ലുമ്പോൾ വില്ലേജോപ്പീസില് ഒന്നന്വേഷിച്ചാലോ

എന്നു ഞാനോർത്തു. അമ്മായയീടെ പേരിലൊരു രണ്ടേക്കറ് തോട്ടം അവിടെ ഉപേക്ഷിക്കപ്പെട്ടു കിടക്കുന്നുണ്ടെങ്കിലോ! പിന്നെ അക്കാലത്ത് അതിനൊക്കെ രേഖയോ പട്ടയമോ ഉണ്ടാവില്ലെന്നും ഇപ്പോഴാ തോട്ടം കാടു മൂടി ഇല്ലാതായിക്കാണുമെന്നും ഞാൻ സ്വയം തിരുത്തി. ഉപേക്ഷിച്ചവയെക്കുറിച്ച് സ്ത്രീകൾ കൂടുതൽ മൃദുലഹൃദയകളായിരിക്കും. എന്തൊക്കെ കൈയ്യിൽ വന്നാലും വിട്ടു കളഞ്ഞതിനെക്കുറിച്ച് പിന്നേം പിന്നേം ആവലാതിപ്പെട്ടുകൊണ്ടിരിക്കും.

'മതിയെടാ. നീയുറങ്ങാൻ നോക്കിക്കോ. ഞാനൊരു കൊന്തയെത്തിക്കട്ടെ. അതാ എന്റെ ഒറക്കഗുളിക. ചൊല്ലിത്തീരുമ്പത്തേനും ഞാനൊറങ്ങും. എവരുതരുന്ന ഗുളികയൊന്നും തിന്നാൽ എനിക്കൊറക്കം വരത്തില്ല. പണ്ടും അങ്ങനാ, എന്റെമ്മേടെ കൈയ്യീന്ന് നടുംപുറത്ത് അടി വാങ്ങിക്കാതെ ഒരിക്കലും പ്രാർത്ഥന കഴിച്ചിട്ടില്ല. എന്നാന്നറിയില്ല, ആ സമയത്ത് എവിടുന്നോ ഒറക്കം വന്നു മൂടും'

അമ്മായി പിന്നെയും ഉറക്കെച്ചിരിക്കാനൊരുങ്ങി. ഞാൻ ഭീതിയോടെ തടയാൻ ശ്രമിച്ചത് അവർ ശ്രദ്ധിച്ചതേയില്ല. ആ ചിരിക്കൊടുവിൽ അവർക്കു പിന്നെയും നൊന്തിട്ടുണ്ടാവും. ചരിഞ്ഞു കിടന്ന് തലയിണക്കടിയിൽ നിന്നു വെള്ളമുത്തുകളുള്ള കൊന്ത വലിച്ചെടുത്തെങ്കിലും അമ്മായി പ്രാർത്ഥന തുടങ്ങിയില്ല. ഞാൻ ലൈറ്റുകളണച്ചു. പുറത്തു നിന്നു വരുന്ന വെളിച്ചം മുറിയിൽ പതയുന്നുണ്ട്. ആ നഴ്സ് അടുത്ത ഇഞ്ചക്ഷനു വരുമ്പോൾ എല്ലാ സ്വിച്ചും ഇട്ട് ഓഫു ചെയ്യാതെ പോകും. അതിനിടയിൽ ഇനിയൊന്നുറങ്ങാൻ പറ്റുമോന്നു കണ്ടറിയണം. വെറുതെ കിടന്നു നോക്കാം.

'പെണ്ണുങ്ങടെ ജീവിതംന്നു പറഞ്ഞാ കുരിശിന്റെ വഴിയാടാ.' പെട്ടന്ന് അമ്മായി പറഞ്ഞു. ഓരോ സ്ഥലങ്ങളായിട്ട് തിരിച്ചിരിക്കുകാണ്. ഓരോയിടത്തും നിന്ന് കുറെ അനുഭവിച്ച് നൊന്തുനീറി, അവിടുന്നു പോയാൽ എല്ലാം തീർന്നു എന്നു വിചാരിച്ച് നടന്ന് അടുത്ത സ്ഥലത്തെത്തുമ്പോൾ അതിനേക്കാളും ദുരിതം ...കൂടുതൽ നൊന്ത്! ഒടുക്കമെത്തുന്നത് കുരിശിലും. ജീവനോടെ കുത്തിത്തറച്ച് ..'

നിക്ക് എന്താണു പറയേണ്ടതെന്നു മനസ്സിലായില്ല. അമ്മായി ഇന്ന് ഉറങ്ങാനുള്ള പരിപാടിയില്ല എന്നു തോന്നുന്നു. ഇത്തരം സന്ദർഭങ്ങളിൽ എനിക്കും വാക്കുകൾ മുട്ടും. പെണ്ണുങ്ങളുടെ മാത്രമല്ല, ചില ആണുങ്ങളുടെയും ജീവിതം അങ്ങനെത്തന്നെയാണെ

ന്നു ഞാനോർത്തു. പക്ഷേ അതവർ പറഞ്ഞു നടക്കില്ലായിരിക്കും. എല്ലാ വേദനകളും സ്വയം വിഴുങ്ങിത്തീർത്ത് ഒന്നുമുണ്ടാകാത്ത മാതിരി നടക്കും.

'എത്ര വർഷമായി! അന്നുതൊട്ടേ ചോദിക്കണമെന്നു ആഗ്രഹിച്ചിരുന്നു. സത്യം പറഞ്ഞാൽ ധൈര്യം വരാത്തതുകൊണ്ടാണു രാരിച്ചാ .പക്ഷേ ഇനിയെപ്പഴാ ഞാനിതു ചോദിക്കുക? നീ എനിക്കു കൂട്ടു നിക്കാൻ വന്നപ്പഴേ ഞാനോർത്തു, കർത്താവെനിക്കു തരുന്ന ഒടുക്കത്തെ അവസരമാ ഇതെന്ന്. നിനക്കെന്തേലും മനസ്സറിവുള്ള കാര്യമായിരുന്നോ?'

ഞാൻ തണുത്തുറഞ്ഞു പോകുന്നതു പോലെ തോന്നി. ഇത്രയും കാലങ്ങൾക്കു ശേഷം അമ്മായി ചോദിക്കുന്നതെന്താണെന്ന് എനിക്കറിയാം. ഈ ചോദ്യം എന്നെക്കാണുമ്പോഴൊക്കെ ചോദിക്കാൻ വിങ്ങി നിൽക്കുന്നത് അവരുടെ കണ്ണിലും ഉടലാകെയും ഞാനറിഞ്ഞിട്ടുണ്ട്. സൂസിയുടെ കാലടികൾക്കടിയിലെ കറുത്ത വിള്ളലുകൾ നോവിക്കാൻ തുടങ്ങിയ കാലത്തെപ്പഴോ ആണ് ഞാനവളെ ഇഷ്ടപ്പെടാൻ തുടങ്ങിയത്. അവളുടെ തല മൂടുന്ന വെളുത്ത നെറ്റിൽ നിറയെ കീറലുകളായിരുന്നു. റാണിയുടെ പല തവണ കീറിത്തുന്നി ഉപേക്ഷിച്ച പഴയ ഉടുപ്പുകളായിരുന്നു അവൾക്കിടാനുണ്ടായിരുന്നത്. എന്റെ ഒരു ക്ലാസ് മുകളിലായിരുന്നു പഠിച്ചിരുന്നത്. പടിഞ്ഞാറ്റേ വീട്ടിനടുത്തുള്ള തോട്ടിറമ്പിലെ പുറമ്പോക്കിലായിരുന്നു താമസം. പറമ്പിലെ പണികൾക്ക് അവളുടെ അപ്പനുമമ്മയും വരും. വേനലായാൽ അവധിദിവസങ്ങളിൽ അമ്മ അവളെക്കൊണ്ട് പാതാളം പോലെ താണ കിണറ്റിൽ നിന്നു കിണറു തേകി വറ്റിക്കാൻ മാത്രം വെള്ളം കോരിക്കും. വെള്ള ചട്ടകളും മുണ്ടുകളും കാരത്തിൽ പുഴുങ്ങിയെടുത്ത് അലക്കാൻ വേണ്ടി അവളുടെ കൈയ്യിൽ തോട്ടിലേക്ക് കൊടുത്തയക്കും.

ബക്കറ്റിന്റെ ഭാരം കൊണ്ട് ആടിയുലഞ്ഞു നടക്കുന്ന അവൾക്ക് ഞാൻ കൊടുത്ത കത്തിന്റെ ഭാരം കൂടി താങ്ങാനാവില്ലായിരുന്നുവെന്ന് ആ പതിനഞ്ചാം വയസ്സില് തിരിച്ചറിവില്ലായിരുന്നു. റാണിയുടെ കണക്കുപുസ്തകത്തിൽ വെച്ചാണ് കത്തു കൊടുത്തത്.

'എനിക്കറിയാരുന്നു രാരിച്ചാ, നീ നിരപരാധിയായിരിക്കുമെന്ന്! പക്ഷേ അതൊന്നു തുറന്നു ചോദിക്കാൻ ഇത്രേം വർഷം ഞാനെടുത്തു. തോട്ടിറമ്പില് തഴമുറിക്കാൻ അന്നൊക്കെ എടയ്ക്കു ഞാൻ വരും. നമ്മടെ അവിടെ നല്ല മുഴുത്ത തോട്ടുതഴ കിട്ടും. പായ നെയ്താൽ കെടക്കാനും സാധനങ്ങളൊണക്കാനുമൊക്കെ ഒന്നാന്തര

മാണ്. അങ്ങനെ വരുന്ന സമയത്ത് വേണ്ടാത്തത് ചെലതൊക്കെ കർത്താവു കാണിച്ചു തന്നിട്ടൊണ്ട്. എന്നാ പറയാനാ! ഒന്നും സംഭവിച്ചിട്ടില്ലാത്ത പോലെ അങ്ങേര് മുടീം ഒതുക്കി മുണ്ടും മുറുക്കിച്ചുറ്റി കേറിപ്പോകും. പിന്നെ ആ കൊച്ചിനോട്! അതിനെക്കാണുമ്പോ എനിക്കെന്റെ ഓമനയെയാ ഓർമ്മ വരിക. അവൾടെ പ്രായം! കാണാൻ അവളെക്കാൾ ചെറുത്. അങ്ങേരെ അറുത്തിടാൻ തോന്നും. സ്വന്തം തലക്കടിച്ചു ദേഷ്യം തീർക്കും'

ഞാൻ അമ്മായിയുടെ കിടക്കയിൽത്തന്നെ ഇരുന്നു. എനിക്കു പുറംതിരിഞ്ഞാണവർ കിടക്കുന്നത്. കൈയ്യിൽ കൊന്തയിലെ മുത്തുകൾ തിരിയുന്നതിന്റെ നേരിയ മുരളൽ. അച്ചാച്ചന് വയറിനകത്ത് കാൻസറായിരുന്നു. കണ്ടുപിടിക്കാൻ വൈകി. ഒത്തിരി നൊന്തും സഹിച്ചും മൂന്നാലു മാസം കിടന്നു. ആശുപത്രീന്നു വിട്ടപ്പോൾ പിന്നെ കുഴമ്പും കഷായവുമൊക്കെയായി ആയുർവേദ ചികിത്സയായി. അമ്മായി വെളുപ്പിനെഴുന്നേറ്റു വേണ്ടതൊക്കെ ഇടിച്ചും ചതച്ചും കാച്ചീം കുറുക്കീം ഒണ്ടാക്കും. പക്ഷേ ഒരിക്കലും അച്ചാച്ചനടുത്തിരിക്കുകയോ നല്ല വാക്കു പറയുകയോ ശുശ്രൂഷിക്കുകയോ ചെയ്തില്ല. വല്ലാത്ത മനക്കട്ടിയെന്നും കണ്ണിച്ചോരയില്ലാത്തവളെന്നും എല്ലാ ബന്ധുക്കളും അതിനെപ്പറ്റി പറഞ്ഞു നടന്നിരുന്നു. ഞാൻ അക്കാലത്തൊന്നും നാട്ടിലില്ല. പക്ഷേ കത്തുകൾ വരും. ഓമന പോലും എഴുതിയിട്ടുണ്ട്, 'രാരിച്ചാ ഇവരെന്റെ അമ്മയല്ല, ഒരു രാക്ഷസിയാ. അപ്പൻ നൊന്തു പിടഞ്ഞ് രാത്രി മുഴുക്കേ അലർച്ചയാ! അമ്മച്ചി തെക്കേമുറിയില് കൂർക്കം വലിച്ചുറങ്ങും. വികാരിയച്ചൻ പോലും വന്ന് അമ്മച്ചിയെ ഉപദേശിച്ചിട്ടും ഒരു കാര്യോമില്ല രാരിച്ചാ മൊല കുടിക്കുന്ന കൊച്ചിനേം ഒക്കത്തു വെച്ചിട്ടാ ഞാനിവിടെ നിന്ന് അപ്പനെ നോക്കുന്നത്. നീയൊന്ന് അമ്മച്ചിയോട് പറ, ഞങ്ങളെക്കാള് അമ്മച്ചിക്ക് നിന്നെയാരുന്നല്ലോ ഇഷ്ടം..'

അച്ചാച്ചന്റെ മരണമറിയിക്കുന്ന കത്തു വന്നപ്പോൾ ഞാൻ മഞ്ഞപ്പിത്തം വന്നു വയ്യാതെ കിടക്കുകയായിരുന്നു. കഞ്ഞിയും നാരങ്ങ അച്ചാറും ചുട്ട പപ്പടവും മാത്രമായി എന്റെ ദിവസങ്ങൾ രുചികെട്ടിരിക്കുകയായിരുന്നു. കാണുന്നതെല്ലാം മഞ്ഞനിറത്തിൽ എന്റെ കണ്ണുകളെ ഭ്രമിപ്പിച്ചു. അമ്മ അയച്ച നീലനിറ ഇല്ലൻറ് പോലും മഞ്ഞച്ചതു പോലെ തോന്നി. അതിനുള്ളിലെ ചളുങ്ങിയ അക്ഷരങ്ങൾ തപ്പിപ്പെറുക്കി വായിച്ചെടുത്തപ്പോൾ ഞാൻ സങ്കടം സഹിക്കാതെ ആർത്തു കരഞ്ഞു. ആ ദിവസങ്ങളിലൊക്കെ കണ്ണടച്ചാലുടൻ ഞാൻ പ്യാരിമിഠായിക്കവറുകൾ നിരന്തരം കണ്ടുകൊണ്ടേയി

രുന്നു. അതിന് പച്ചയ്ക്കു പകരം കടുത്ത മഞ്ഞനിറമായിരുന്നു.

'ഞാൻ അങ്ങേരെ വയ്യാത്ത കാലത്തു നോക്കാത്തത് മുപ്പതു കൊല്ലം കഴിഞ്ഞും ആരും മറന്നിട്ടില്ല. അവരു പഴി പറയും. അടുത്തിരുന്നിട്ടില്ല, വായില് മരുന്ന് കോരിയൊഴിച്ചു കൊടുത്തിട്ടില്ല. പക്ഷേ ബാക്കിയൊക്കെ ഞാന്തന്നയാ ചെയ്തിരുന്നത്. താമരപ്പള്ളീന്ന് ഒര് വൈദ്യര് വീട്ടില് താമസമാരുന്നു. ചികിത്സയ്ക്കു വേണ്ടി രണ്ടേക്കറു സ്ഥലം ഒറ്റിവെച്ചു. കൈവായ്പകളും പണയോം വേറെ! അങ്ങേരടുത്തിരിക്കുമ്പോ എനിക്കറപ്പാകുമായിരുന്നു. ആ കൊച്ചിന്റെ പേടിച്ച മുഖം അയാടെ കണ്ണിൽത്തെളിയും. പിന്നെ എനിക്കങ്ങു കലി കേറും. എന്നാ ചെയ്യാൻ തോന്നുന്നതെന്ന് എനിക്കു പോലും അറിയാൻ മേല. അതോണ്ടാ ഞാൻ ഒഴിഞ്ഞുമാറിക്കൊണ്ടിരുന്നത്!'

സൂസിയുടെ വെടിച്ച കാല്പാദങ്ങൾ നേർത്തും അതിലെ കറുത്ത വരകളാകെ മാഞ്ഞും അവളെ വെള്ളത്തിൽ നിന്നു മുങ്ങിയെടുത്ത ദിവസം ഞാനോർത്തെടുത്തു. അതിനു തൊട്ടുമുമ്പുള്ള ആഴ്ചയായിരുന്നു അവൾക്കു ഞാനെഴുതിയ കത്ത് പരസ്യമായത്. അതിൽ അവളോടുള്ള എന്റെ പ്രണയവും ഒന്നിച്ചുള്ള ഭാവി ജീവിതത്തെക്കുറിച്ചുള്ള സ്വപ്നങ്ങളും അപക്വമായ ഭാഷയിൽ അക്ഷരത്തെറ്റുകളോടെ എഴുതി നിറച്ചിരുന്നു. സ്കൂളിലെ മുതിർന്ന കുട്ടികൾ അതിലെ വരികൾ ഉറക്കെ പറഞ്ഞ് ഞങ്ങളെ പരിഹസിച്ചിരുന്നു. സൂസിയുടെ കണ്ണുകളിൽ എന്തായിരുന്നു ഭാവമെന്ന് എനിക്കൊരിക്കലും മനസ്സിലായില്ല. സ്കൂളിൽ വെച്ചോ വഴിയിൽ വെച്ചോ ഒരിക്കൽപ്പോലും അവളെയൊന്നു തലയുയർത്തി നോക്കാൻ എനിക്കു പിന്നെ ധൈര്യം വന്നതുമില്ല.

അവളുടെ ശരീരം വെള്ളത്തിൽ നിന്നു പൊക്കിയെടുത്ത സന്ധ്യയ്ക്കു തന്നെ എന്നെ മലബാറിലേക്കു നാടുകടത്തുകയായിരുന്നു. പിന്നെ പഠിത്തമുണ്ടായില്ല. അമ്മാച്ചന്റെ തോട്ടത്തിലെ പണിക്കാരനായി എത്രയോ കാലം. പിന്നെയുമെത്രയെത്ര അലഞ്ഞുതിരിയലുകൾ. ഇപ്പോഴും നാട്ടിൽ വന്ന് ഒരാഴ്ചയിലധികം നിന്നാൽ അമ്മയ്ക്കു വേവലാതിയാണ്! സൂസിയുടെ വീട്ടുകാരൊക്കെ അന്നേ അവിടം വിട്ട് എവിടെയൊക്കെയോ ചിതറിപ്പോയി, എന്നിട്ടും.

'ആ കൊച്ച് വെള്ളത്തിലു തന്നെ ചാടിയതാണോ, മുക്കിക്കൊന്നതാണോന്നു ഞാനെപ്പഴും സംശയിക്കും. അതിനു വയറ്റിലൊണ്ടായിരുന്നു. നീയാണു കാരണക്കാരനെന്നു എല്ലാരും വിചാരിച്ചു

കാണും. അതാ നിന്നെ രായ്ക്കുരാമാനം പറഞ്ഞു വിട്ടത്. നീ കാരണമാ അതു മരിച്ചേന്ന് കുറെക്കാലം ഞാൻ എന്നെത്തന്നെ വിശ്വസിപ്പിച്ചിരുന്നു.! പക്ഷേ എത്ര കാലം അങ്ങനെ സ്വയം വഞ്ചിക്കാൻ പറ്റും! മഴക്കാലത്ത് തോട്ടില് വെള്ളം പൊങ്ങി പറമ്പിലോട്ടു കേറും. എല്ലാടത്തും ചേറും ചെളീം വന്നു മൂടും. കുറച്ചു കഴിഞ്ഞ് മഴ പെയ്യുമ്പോ അതെല്ലാം തോട്ടിലേക്കു തന്നെ ഒഴുകി പറമ്പുവൃത്തിയാകും. രണ്ടും വെള്ളം! പക്ഷേ ഒന്നു ചേറും ചെളിയും കൊണ്ടു മൂടുന്നു. ഒന്ന് കഴുകി വെളുപ്പിക്കുന്നു! എന്റെ മനസ് എന്നും ചേറില് മൂടിക്കിടന്നോട്ടെ എന്നു ഞാൻ പ്രാർത്ഥിച്ചു. ഒന്നുമറിയണ്ട. അല്ലേല് അറിഞ്ഞതു മാത്രമാണ് സത്യമാണെന്നു വിശ്വസിച്ചിരുന്നോളാം. പക്ഷേ എത്ര കാലം! നമ്മുക്ക് നമ്മളെ പറ്റിക്കാൻ കഴിയുന്നേന് ഒരു പരിധിയുണ്ട് രാരിച്ചാ'

ഞാൻ അമ്മായിയുടെ കൈകളിൽ അമർത്തിപ്പിടിച്ചു. വിരലുകളിലിപ്പോ കൊന്തയുരുളുന്നില്ല. അതു നിശ്ചലമായിരിക്കുന്നു. അമ്മായി കരയുകയാണോന്നു ഞാൻ ഭയന്നു. കരയുന്ന സ്ത്രീകളെ ആശ്വസിപ്പിക്കാൻ എനിക്കറിയില്ല. സ്കൂളിലേക്കുള്ള കുറുക്കുവഴിയിൽ കാത്തുനിന്ന്  റാണീടെ കണക്കുപുസ്തകം ഇന്നാ എന്നു പറഞ്ഞ് നീട്ടുമ്പോൾ സൂസിയുടെ കണ്ണുകൾ ചോർന്നൊലിക്കുന്നുണ്ടായിരുന്നു. ആരുമില്ലാത്ത വഴിയിലൂടെ അവൾ കരഞ്ഞു കൊണ്ടു നടക്കുകയായിരുന്നു. ഞാൻ പേടിച്ചു പോയി. എന്തുപറഞ്ഞ് ആശ്വസിപ്പിക്കണമെന്നറിയാതെയായി.

അവളുടെ മുന്നിൽ  നിന്ന് രക്ഷപെട്ടാൽ മതിയെന്ന ചിന്തയിൽ, പുസ്തകത്തിനകത്ത് ഒരു കത്തുണ്ടെന്നും വായിച്ച് മറുപടി പറയണമെന്നും പലതവണ പറഞ്ഞുറപ്പിച്ച ആ വാക്കുകൾ ഞാൻ മറന്നേ പോയി. അവളാ കത്തു വായിച്ചിട്ടുണ്ടാവില്ല. അതിനു മുമ്പേ അതു മത്തായി സാറിന്റെ കൈകളിലെത്തി. സാറതു ക്ലാസിൽ ഉറക്കെ വായിച്ചു.

'നീയുറങ്ങിക്കോ രാരിച്ചാ. ആ സിനിമേലും രാരിച്ചന്റെ ഗതി ഇങ്ങനൊക്കെയായിരുന്നു. നിന്നെയാ പേരു വിളിക്കരുതായിരുന്നു. ചില പേരുകളു പോലും ഇങ്ങനെ ഗതികെട്ടതാ. എനിക്ക് മാതാവിന്റെ പേരാ! കണ്ണീരു തോർന്നിട്ട്, കഷ്ടപ്പാടൊഴിഞ്ഞിട്ട് ഒരു നിമിഷം ഉണ്ടായിട്ടില്ല.'

ഞാൻ എന്റെ കിടക്കയിലിരുന്നു. ഉറങ്ങാൻ ഭയം തോന്നി. സ്വപ്നത്തിൽ വീണ്ടും ആ അരണ്ട വഴി കടന്നു വന്നേക്കും. വെളിച്ചം കെട്ട ആ വഴി തോട്ടുതഴകൾ തഴച്ചു വളർന്ന ഒരു തോട്ടിറമ്പിലേ

ക്കാണു നീണ്ടുപോകുന്നതെന്ന് എനിക്കിപ്പോഴറിയാം. ഒരിക്കൽക്കൂടി സ്വപ്നത്തിലെ ആ വഴിയെ നടക്കുന്നതോർത്തപ്പോൾ ഞാൻ തണുത്തുറഞ്ഞു. അടുത്ത കിടക്കയിൽ നിന്ന് അവ്യക്തമായ ഒച്ചകൾ എന്നെത്തൊട്ടു. അമ്മായി പ്രാർത്ഥിക്കുകയല്ലെന്നും അതൊരു പാട്ടിലെ വരികളാണെന്നും ശ്രദ്ധിച്ചപ്പോൾ എനിക്കു മനസ്സിലായി.

'കല്ലേ കനിവില്ലേ
തെല്ലുനാൾ മഴയേറ്റു കിടന്നാൽ
കല്ലിതുമലിയില്ലേ....' (1)

അടഞ്ഞശബ്ദത്തിൽ ഇതേ വരികൾ അമ്മായി ആവർത്തിച്ചു പാടിക്കൊണ്ടിരുന്നു.

*1. രാരിച്ചൻ എന്ന പൗരനിലെ പാട്ട്.*

○○

6

# ഒസ്യത്ത്

## വി. പ്രവീണ

1

ജീവിതം കൊണ്ട് ഞെട്ടിക്കുന്നവർ ഇങ്ങനെ മരണം കൊണ്ടും ഞെട്ടിക്കുന്നത് എന്തൊരു ഗതികേടാ... ജീവിച്ചിരുന്ന കാലത്ത് ചില മരണങ്ങളുടെ കാര്യത്തിൽ ഞാനും ഇങ്ങനൊക്കെ ചിന്തിച്ചിട്ടുണ്ട്. അതേപോലെ ഞെട്ടിച്ചുകൊണ്ടായിരിക്കും ഞാനും ഈ ലോകം വിടുന്നതെന്ന് അന്നൊന്നും ഓർത്തിരുന്നില്ല. പുതുക്കാട്ടയ്യത്ത് ഓനാൻ മകൻ ഔസേപ്പെന്ന ഞാൻ സത്യത്തിൽ എന്തൊരു ചെയ്ത്താ ഈ ചെയ്തത്. അടച്ച പെട്ടി കല്ലറയിലേക്ക് താങ്ങിയെടുക്കാൻ കുടുംബക്കാരൊക്കെ അടുത്തേക്ക് വന്നുകഴിഞ്ഞു. ശവപ്പെട്ടിയുടെ ഇടതുവശത്ത് ഇരിക്കുന്ന ചട്ടയുടുത്ത സ്ത്രീയാണ് എന്റെ ഭാര്യ സാറ. തൊട്ടടുത്തിരിക്കുന്നത് ഞങ്ങക്ക് ആകെക്കൂടെയുള്ള സന്തതി റോയിക്കുട്ടി. റോയിക്കുട്ടിയുടെ കെട്ട്യോള് റൂബിയും മക്കൾ ആബേലും തെരേസയുമാണ് പിന്നിൽ. പെട്ടി താങ്ങിപ്പൊക്കിക്കഴിഞ്ഞു. തങ്ങളെ ആര് താങ്ങുമെന്ന മട്ടിലതാ സാറയും റോയിക്കുട്ടിയും. എന്റെ അവശേഷിച്ച ശരീരത്തിൽ പട്ടക്കാരൻ കുരിശാകൃതിയിൽ പൂഴി തൂകുകയാണ്.

മക്കളിൽ അപ്പൻ കൃപ ചെയ്തതുപോലെ
ഭക്തരിൽ ദൈവം കൃപ ചെയ്യും.

ഒടുവിലെ പ്രാർത്ഥന കേട്ട് പതംപറഞ്ഞ് വാവിട്ടു നിലവിളിക്കുന്ന റോയിക്കുട്ടിക്ക് മേല് കുഴഞ്ഞ മട്ടാണ്. ദേ അവനിപ്പോ വീഴും. ഇല്ല ഭാഗ്യം. മറിഞ്ഞുവീഴുന്നതിനു മുന്നേ ആരാണ്ടൊക്കെയോ ചേർന്ന് താങ്ങി. ശവം കല്ലറയിലേക്ക് നടന്നുതുടങ്ങി. വെച്ചോണ്ടിരിക്കാൻ പാകത്തിനല്ല ശരീരം. മരിച്ചുകൂടാത്ത സമയമൊന്നുമല്ലായിരുന്നു. പക്ഷേ, ഞാൻ ഇങ്ങനെ മരിക്കേണ്ട ആളൊന്നും ആയിരു

ന്നില്ലെന്നാണ് എല്ലാരും പറഞ്ഞുവെക്കുന്നത്. കല്ലറമൂടിക്കഴിഞ്ഞു. പള്ളി വികാരി ഈപ്പൻ മത്തായിയും ഇടവക അംഗങ്ങളെപ്പോലെ മരണം ഉണ്ടാക്കിയ അങ്കലാപ്പിൽ തന്നെയാ. ആ മുഖത്തൂന്ന് അത് വായിച്ചെടുക്കാം. എൺപതുകാരനും തികഞ്ഞ ആരോഗ്യവാനുമായ എന്റെ മരണത്തെപ്പറ്റിത്തന്നെയാണ് ചുറ്റും കൂടി നിൽക്കുന്നവര് ഇപ്പോ അച്ചനോട് പറഞ്ഞോണ്ടിരിക്കുന്നതും. നാട്ടുകാരുടെ കാര്യമല്ലേ. അവർക്ക് പറഞ്ഞൂടാത്തതായി വല്ലോം ഉണ്ടോ. പക്ഷേ, പൊടിപ്പും തൊങ്ങലും ചേർക്കാൻ യോജിച്ച പ്രായത്തിൽ അല്ലാതായിപ്പോയി മരിപ്പ്. അന്യന്റെ മരണത്തിലേക്ക് മറ്റുള്ളവർക്ക് ആർത്തിയോടെ പാഞ്ഞുചെല്ലാൻ പ്രായവും ഒരു ഘടകമാണല്ലോ. ഈപ്പൻ മത്തായി ഇടവകപ്പള്ളിയിൽ വികാരിയായി എത്തിയിട്ട് കഷ്ടിച്ചൊരു മാസം തികയുന്നതേയുള്ളൂ. അയാളോട് ചോദിച്ചറിയാൻ ചെന്നിട്ട് കാര്യമൊന്നുമില്ല. പിന്നാരോട് ചോദിക്കാൻ. മറുപടി പറയേണ്ടവൻ അടച്ച തടിപ്പെട്ടിക്കുള്ളിൽ മൺകുഴിയിൽ അടക്കം ചെയ്യപ്പെട്ടു കഴിഞ്ഞു.

ഞങ്ങടെ കുടുംബക്കാരൊഴികെയുള്ളവരൊക്കെ പള്ളിയുടെ ഒതുക്കുകൾ ഇറങ്ങി വീടുകളിലേക്ക് മടങ്ങിത്തുടങ്ങി. പള്ളി മിനാരത്തിലെ പ്രാവുകളുടെ കുറുകലിപ്പോ നന്നായി കേൾക്കാം. അതിനൊപ്പം കലർന്നു കേൾക്കുന്നത് സാറയുടെ തേങ്ങലാണ്... എല്ലാരും കരുതുന്നപോലെതന്നെ ദൈവഭയം ഉള്ളവനായിരുന്നു ഞാൻ. അടിപറ്റിയ വറ്റ് വലിയ വിരുന്നൊരുക്കാനുള്ള വകയായി പരുവപ്പെട്ടപോലെയായിരുന്നു എന്റെ ജീവിതം. എന്തൊരു മായാജാലമായിരുന്നു.

കുഴിമാടത്തിലേക്കുള്ള ഈ പോക്ക് ചെകുത്താൻ കൂടിയ നേരത്ത് പറ്റിപ്പോയൊരു തോന്നലായിട്ടേ എല്ലാരും കാണൂ. ദേണ്ടേ, സാറയും മരുമകളും കൊച്ചുമക്കളും കയറിയ കാറ് റൂബിയുടെ ഒടയാമ്മുറ്റത്തെ തറവാടുവീട്ടിലക്ക് പോവുകയാണ്. അവര് തൽക്കാലം കുറച്ചുദിവസം അവിടെ നിൽക്കുമായിരിക്കും. പിന്നങ്ങോട്ട് എന്താ എങ്ങനാ എന്നൊക്കെ എത്തുംപിടീം കിട്ടാൻ കുറച്ചു ദിവസമെടുക്കും. സെമിത്തേരിയിലെ മരണത്തിരക്കിൽ മണ്ണോടമർന്ന തൊട്ടാവാടിച്ചെടികൾ ഇലനിവർത്തുന്നത് നോക്കിയിരിക്കാൻ നല്ല രസമുണ്ട്. ഉൾവലിഞ്ഞ മനുഷ്യമ്മാരെപ്പോലെതന്നെയാ ആ ചെടിപ്പടർപ്പും. കുമ്പസാരിക്കാൻ ആരോ വന്നിട്ട് ഈപ്പൻ മത്തായി അകത്തേക്ക് കയറിപ്പോയി. എല്ലാരേം പറഞ്ഞയച്ചിട്ട് റോയിക്കുട്ടി മാത്രം കല്ലറയ്ക്കരികത്ത് നിൽപ്പുണ്ട്. റൂബിയുടെ ആങ്ങളക്കൊ

ച്ചൻ കൂട്ടുനിൽക്കാമെന്നു പറഞ്ഞതാ. പക്ഷേ, റോയിക്ക് കുറച്ചു നേരം തനിച്ചിരിക്കണം എന്നൊരു തോന്നൽ. ഇരുട്ടുന്നേന് മുന്നേ ഒടയാമ്മുറ്റത്തൂന്ന് വണ്ടി വല്ലോം വന്ന് അവനെ കൂട്ടിക്കൊണ്ടുപോകുമായിരിക്കും. അതുവരെ അവിടെ ഇരുന്ന് അപ്പനോട്

ചോദിക്കാൻ ബാക്കിവെച്ച ചോദ്യങ്ങളൊക്കെ ചോദിക്കാൻ അവനൊരു തോന്നലുണ്ടാകും. അവൻ പണ്ടും അങ്ങനാ. അതും ഇതും ചോദിച്ചും പറഞ്ഞും എന്റെ പിന്നാലെ നടക്കും. പള്ളിമുറ്റത്തിപ്പോൾ പൗലോസ് മാത്രമേയുള്ളൂ. ഏതാണ്ടൊരുമാതിരി ഏനക്കേടുംകൊണ്ട് അവിടേം ഇവിടേം കുറേ നേരമായി അവൻ നിന്നുതിരിയുന്നു. മേലനങ്ങാൻ മടിയുള്ള പാവത്താനാ. എന്തോ പിറുപിറുക്കുന്നുണ്ട്. കർത്താവിനോടാണ്. നീട്ടിയൊരു കുരിശും വരച്ചിട്ട് പൗലോസ് മരിപ്പിനു വന്നവർക്ക് ഇരിക്കാൻ നിരത്തിയിട്ട കസേരകൾ അടുക്കിവെക്കുകയാണ്.

മലയടിപ്പള്ളിയിൽ ആണ്ടുനേർച്ച കൂടാൻ പോകണമെന്ന് റോയിക്കുട്ടിയോട് ഞാൻ തന്നാ പറഞ്ഞത്. കാത്തുവെക്കാനുള്ള മൊതല് വീടിനുള്ളിലെത്തിയതിൽപ്പിന്നെ അങ്ങനൊരു പോക്ക് പതിവില്ലാത്തതാ. വീടുംപൂട്ടി ഇറങ്ങാൻ നേരത്ത് ഉൾവിളി. കാത്തുവെച്ചതൊക്കെ ആരേലും കട്ടോണ്ടു പോകുമെന്നൊരു പേടി. അതിനെ മറികടക്കാൻ പറ്റാഞ്ഞിട്ട് തിരികെ അകത്തോട്ട് കേറി. കതകടച്ച് കുറച്ചുനേരം കിടന്നു. വെട്ടം വീണാപ്പിന്നെ അയ്യത്തൊന്ന് ഇറങ്ങി നടക്കുന്ന പതിവുണ്ട്. വെള്ളിയാഴ്ചച്ചന്തയ്ക്ക് വാങ്ങിവച്ച പേരത്തൈ അടുക്കള വശത്ത് ഇരിക്കുന്ന കാര്യം എനിക്കപ്പോ ഓർമ്മ വന്നു. പുറത്തിറങ്ങി കതക് വലിച്ചടച്ചേച്ച് ഞാൻ പേരത്തൈയും കൂന്താലിയും എടുത്ത് കിഴക്കു വശത്തോട്ട് നടന്നു. ശീമപ്ലാവിന്റെ മൂട്ടീന്ന് മാറി വെട്ടം കിട്ടുന്നിടത്ത് നടാനായിരുന്നു. അന്നേരം പൗലോസ് ശീമപ്ലാവിന്റെ കൊമ്പത്ത് അള്ളിപ്പിടിച്ച് ഇരിപ്പുണ്ടെന്നും എന്നെ കണ്ടിട്ട് അവനിറങ്ങി എരിത്തിലിന്റെ പുറകിൽ പതുങ്ങുമെന്നും ആരറിഞ്ഞു. അന്നവിടെ നടന്നത് എന്താന്ന് പൗലോസ് കാണാനിടയുണ്ടായിരുന്നു. പക്ഷേ, പാതിവെന്ത എന്റെ ശരീരം പോലെ അവനും കാണേണ്ട കാഴ്ച പാതിയേ കണ്ടുള്ളൂ. അതിന്റെ വേവലാതിയാ ഇപ്പോൾ അവന്റെ മുഖത്ത് എഴുതിവെച്ചിരിക്കുന്നത്. താങ്ങാൻ പറ്റാത്ത ഏനക്കേടുംകൊണ്ട് അവൻ പള്ളിമുറ്റത്ത് നിന്ന് ചുറ്റിത്തിരിയുന്നത് കണ്ടിട്ട് എനിക്കുപോലും ഒരു പൊറുതികേട്.

തലേക്കെട്ട് വലിച്ച് തോളത്തിട്ട് അൾത്താരയ്ക്കു നേരെ ഒരു

കസേര വലിച്ചിട്ട് പൗലോസ് ഇരിക്കുന്ന ഇരിപ്പ് കണ്ടില്ലേ. കുറച്ച ങ്ങോട്ട് മാറി വല്യപ്പാപ്പന്റെ അതായത് എന്റപ്പന്റെ കല്ലറയ്ക്കു മുക ളിൽ കയറി പാവമെന്റെ റോയിക്കുട്ടിയും അതേ ഇരിപ്പിലാണ്. സത്യം കല്ലറ കയറിവരുമെന്ന് അവനാഗ്രഹിച്ചാലും തെറ്റ് പറയാൻ പറ്റില്ല. മരണപ്പെട്ടവനെ പരലോകത്തേക്ക് വിശുദ്ധനാക്കി യാത്രയ യച്ച പുകച്ചുരുൾ അന്തരീക്ഷത്തിൽ വലയം തീർത്ത് അവിടെത്ത ന്നെ തങ്ങിനിൽക്കുന്നത് എനിക്കു കാണാം. റോയിക്കുട്ടി പരലോ കത്തേക്കും പൗലോസ് കർത്താവിങ്കലേക്കും പങ്കുവെക്കാൻ ഒരു മ്പെടുന്ന കാര്യങ്ങളിലെ തെറ്റ് തിരുത്തി വസ്തുനിഷ്ഠമാക്കാൻ കാത്തുനിന്ന കൃത്യവാനായ ആത്മാവിന്റെ രൂപം. എനിക്കു മാത്രം വെളിപ്പെടുന്ന ധൂപവലയങ്ങളിൽ ആ രൂപം ഞാൻ കാണുന്നു.

2

അപ്പനും അപ്പനു മുൻപേ പോയവരും ഉറങ്ങുന്ന മണ്ണല്ലേ ഇത്. ഉള്ളിലെ ദെണ്ണം നിങ്ങളോടല്ലാതെ ആരോട് പറയാനാ. അപ്പൻ ഈ ചെയ്ത ചെയ്ത്ത് വല്ലാത്ത ചതിയല്ലിയോ. ഞാനിനി എന്തോ ചെയ്യും. അമ്മച്ചിയും പെണ്ണുമ്പിള്ളയും മക്കളും... അവരെ ഞാനെ ങ്ങനെ പോറ്റും. ഓർമ്മയുള്ള കാലംതൊട്ട് ഞാൻ കാണുന്നതാ അപ്പന്റെ പെടാപ്പാടൊക്കെ. മഴക്കാലത്ത് ചോരുന്ന കൂരയിൽ അപ്പ നും ഞാനും അമ്മച്ചിയും കൂടി കുടചൂടി ഇരുന്നിട്ടുണ്ട്. റോയിയേ, മക്കള് വിഷമിക്കണ്ടടാ... കഷ്ടപ്പാടൊക്കെ മാറുമെന്നു പറഞ്ഞ് അന്നപ്പനെന്നെ ചേർത്തുപിടിച്ചതൊന്നും ഞാനൊരു കാലത്തും മറന്നിട്ടില്ല. അപ്പനൊരിക്കലും വെറുതേയിരുന്നിട്ടില്ല. മുഴുപട്ടിണി വന്നുകൂടിയപ്പോഴും കയ്യിലുണ്ടാരുന്ന മുതല് വിറ്റു തുലച്ചിട്ടുമില്ല. അപ്പനെന്തൊരു പോരാളിയായിരുന്നു. കണ്ടവരുടെ പറമ്പിലെ കുപ്പ പെറുക്കി വിറ്റിട്ടാ അപ്പനെന്നെ പോറ്റിയത്. അടുക്കിക്കൂട്ടിയ ആക്രി തലച്ചുമടെടുത്ത് അപ്പൻ അങ്ങാടിയിലോട്ട് വേച്ച് നടക്കു ന്നത് ഞാനിപ്പോഴും സ്വപ്നം കാണാറുണ്ട്. പാതിരായ്ക്ക് അമ്മ ച്ചീം ഞാനും കിടക്കുന്ന മുറീല് അപ്പൻ വന്നു കയറുമ്പോ കുളിച്ചാ ലും മാറാത്ത ഉളുമ്പുമണവും കൂടെ കയറിപ്പോരാറുണ്ടായിരുന്നു. അന്യര് കയ്യൊഴിയാൻ വച്ചതൊക്കെ തന്റേതാക്കി മാറ്റിയ പാങ്ങിന് അപ്പനൊപ്പം പൊറുതി കൂടിയതാണ് ആ മണം. കുപ്പ പെറുക്കി വിറ്റാ അപ്പൻ വളർന്നതും ഞങ്ങളുടെ വിശപ്പ് തളർന്നതും. അപ്പ ന്റെ ജീവിതം കണ്ട് ഈശോപോലും അതിശയിച്ചിട്ടുണ്ടാവും.

അഴുക്കും വിഴുപ്പും അടുക്കിക്കൂട്ടി അപ്പൻ മുക്കിലൊരു കടയി

ട്ടു. വെട്ടംവീഴും മുൻപേ ചാക്കും തൂക്കി ഇറങ്ങും. മുക്കിലെ കടയെല്ലാം പൂട്ടിയാലും അപ്പന്റെ കടയിൽ വെട്ടം അണയാറില്ലായിരുന്നു. നല്ല പ്രായം മുഴുവനും അപ്പനങ്ങനെ ചോരനീരാക്കി. അതുകൊണ്ടെന്താ അപ്പന്റെ കയ്യിൽ നാല് ചുള വന്നു. കാലണപോലും കളയാതെ കൂട്ടിവെച്ച് അപ്പൻ കാശുകാരനായി. ഒന്നും ചെയ്യാൻ പറ്റാത്ത തരത്തിൽ അപ്പൻ വളർന്നപ്പോ നാട്ടുകാര് അപ്പനെ ആക്രീ ആക്രീന്ന് നീട്ടിവിളിച്ച് മനക്കുത്ത് തീർത്തു. ഞങ്ങടെ കഷ്ടപ്പാട് മാറി. പൈസേം പത്രാസും ആയപ്പോഴും എല്ലാരും അപ്പനെ ആക്രീന്നു തന്നെ വിളിച്ചു. അപ്പനത് ഔസേപ്പെന്ന് തിരുത്താനൊന്നും പോയില്ല. അപ്പൻ വളർന്നതിൽ അസൂയ ഇല്ലാത്തത് ആർക്കാ. ചോരുന്ന കൂര പൊളിച്ച് അപ്പൻ ഒന്നാന്തരമൊരു വീട് കെട്ടിപ്പൊക്കി. ജീപ്പ് വാങ്ങി. നാട്ടിലെ പ്രമാണിയായി. അമ്മച്ചി കനത്ത സ്വർണ്ണമാല കഴുത്തിലിട്ട് ഞായറാഴ്ച കുർബ്ബാനയ്ക്ക് പോയിത്തുടങ്ങി.

നാട്ടുകാർക്ക് അപ്പനോട് അസൂയയും കൂടി. പൈസേടെ കാര്യത്തിൽ അപ്പൻ ആരേം വിശ്വസിച്ചില്ല. അപ്പന്റെ ബാങ്ക് വീടായിരുന്നു. സമ്പാദിച്ചതൊക്കെ മുറിയിൽ വെച്ച് പൂട്ടി അപ്പൻ അതിനു കാവലിരുന്നു. റോയിയേ നമക്കൊന്ന് മലയടിപ്പള്ളിയിൽ ആണ്ടു നേർച്ച കൂടണമെന്ന് അപ്പൻ പറഞ്ഞപ്പോ ഞാൻ ഞെട്ടി. ഇടവകപ്പള്ളിയിൽ കുർബ്ബാനയ്ക്ക് പോവാൻപോലും മടിയുള്ള അപ്പനിത് എന്തോ പറ്റിയെന്ന് ഞാൻ അതിശയിച്ചു. അപ്പനീ വയ്യാത്ത കാലും വെച്ച് മലകയറുമോ എന്നു ചോദിക്കാൻ തോന്നിയെങ്കിലും ഞാൻ അനങ്ങിയില്ല.

എല്ലാം റെഡിയാക്കി പിറ്റേന്ന് പുലർച്ചെ വണ്ടിയിൽ കയറാൻ നേരത്ത് അപ്പൻ പറയുവാ ഞാൻ വരുന്നില്ലെന്ന്. വീടടച്ചിട്ട് പോവാനുള്ള മടിയാണെന്ന്. എനിക്കും അമ്മച്ചിക്കും മനസ്സിലായി. എന്നാ നിങ്ങള് പോയിട്ട് വാ ഞാനിവിടെ ഇരുന്നോളാം എന്നു പറഞ്ഞ് തിരികെക്കയറിയ അമ്മച്ചിയെ ഉന്തിത്തള്ളി വണ്ടിയിൽ കയറ്റി അപ്പൻ അകത്തുകയറി കതകടച്ചു. അമ്മച്ചിക്കും എനിക്കും ചിരിയാ വന്നത്. ഇങ്ങേരെപ്പോലൊരു പൂതം എന്നും പറഞ്ഞ് അമ്മച്ചി ചിരിച്ചപ്പോ ഞങ്ങളും കൂടെച്ചിരിച്ചു. അങ്ങോട്ടുള്ള യാത്രയിൽ അമ്മച്ചി എന്റെ മക്കളോട് വലിയപ്പച്ചൻ കടന്നുപോയ കഷ്ടപ്പാടുകൾ ഓരോന്ന് പറയുന്നുണ്ടായിരുന്നു. അതുകേട്ടിട്ട് എന്റെ പിള്ളേരുടെ കണ്ണ് നിറയുന്നത് ഞാൻ കണ്ണാടിയിൽ കണ്ടു. പള്ളിയിലേക്കുള്ള മലകയറുന്നതിനിടയിലാ ഫോൺ വന്നത്. അപ്പനൊ

ന്നു വീണതാണെന്നേ വിളിച്ചയാള് പറഞ്ഞുള്ളൂ. വണ്ടി പറത്തി ഇങ്ങ് വന്നപ്പോഴേക്ക് വീടിരുന്നിടത്ത് കരിയും പുകയും മാത്രം. മോർച്ചറീൽ അപ്പനെ കിടത്തിയിടത്തോട്ട് ഞാൻ പോയില്ല. മരിച്ച അപ്പനെ ഞാൻ കണ്ടിട്ടില്ല. കാണാൻ പാകത്തിനൊന്നും തീ ബാക്കിവെച്ചതുമില്ല.

3

സത്യത്തിൽ ഞാനിവിടെ ചുറ്റിപ്പറ്റി നിന്നത് അച്ചനെ കണ്ടൊന്ന് കുമ്പസാരിക്കാൻ തന്നെയാ. ചെയ്യാത്ത കുറ്റത്തിന്റെ ഭാരം കൊണ്ടെനിക്ക് നിവർന്നിരിക്കാൻ പറ്റുന്നില്ലീശോയേ. മറശീല വിരിച്ചിട്ട് അച്ചനിപ്പോ ആരുടേയോ രഹസ്യം കേട്ടോണ്ടിരിക്കുവേ. ഞാനിനി അച്ചനോടൊന്നും പറയാൻ നിൽക്കുന്നില്ല. ഉള്ളതൊക്കെ കർത്താവെ നീയൊന്ന് കേൾക്കണം. എനിക്ക് പറയാനുള്ളത് കുറച്ച് കനപ്പെട്ടൊരു കാര്യമാണ്. ആകയാൽ വേണ്ടപോലെ കേക്കണം. ഈ രഹസ്യത്തോട് നീതി കാട്ടണം... കർത്താവ് മനുഷ്യരെപ്പോലെ ചിന്തിക്കുന്ന ആളാണെങ്കിൽ പൗലോസേ നീയിപ്പോ കുടിച്ചിട്ടുണ്ടോ എന്നായിരിക്കും എന്നോട് ചോദിക്കുന്നത്. കർത്താവാണേ എന്റെ രണ്ട് പിള്ളേരേ പെറ്റ പെണ്ണുമ്പിള്ളയാണേ ഞാനിന്നെന്നല്ല രണ്ട് ദിവസമായി ഒരു തുള്ളി തൊട്ടിട്ടില്ല... എല്ലാം പറഞ്ഞിട്ട് ഇന്നെനിക്കൊന്ന് നീതിമാനെപ്പോലെ കിടന്നുറങ്ങണം... ഈശോയേ ഞാനാകെ അങ്കലാപ്പിലാ. മനുഷ്യരിൽ ചെകുത്താനും ദൈവവുമുണ്ട്. പക്ഷേ, ഇതു രണ്ടുമല്ലാത്ത ഒരുത്തനാ ഞാൻ. എന്നുവെച്ചാ വേണമെങ്കിൽ ദൈവവുമാകാം ചെകുത്താനുമാകാം... കുരിശീന്ന് ഇറങ്ങിവന്ന ഒടേതമ്പുരാനാ ഞാനിപ്പോ. എന്റെ തലേലൊരു മുൾക്കിരീടം ഇരിപ്പുണ്ട്. അലക്കും മുൻപ് കാരമിട്ട് പതപ്പിക്കുന്ന പരിപാടി നിർത്തി ഞാൻ നേരിട്ടങ്ങ് പറഞ്ഞു തുടങ്ങാൻ പോകുവാ. എന്താന്നു വെച്ചാ എനിക്കിത് താങ്ങാൻ മേലായീശോയേ.

കുറച്ചു മുന്നേ കുഴിമാടത്തിലേക്ക് ഇറങ്ങിപ്പോയ ഔസേപ്പില്ലേ... അങ്ങേരെപ്പറ്റിയാ എനിക്ക് പറയാനുള്ളത്. ഈശോയ്ക്കറിയാല്ലോ ഔസേപ്പച്ചായനെ ഞാൻ ഇന്നും ഇന്നലേം കാണാൻ തുടങ്ങിയതല്ല. പുള്ളിക്കാരൻ വിയർത്തും വിറച്ചും ജീവിക്കാൻ പെടാപ്പാട് പെടുന്ന കാലം മുതലറിയാം. മരിച്ചവരെ ദുഷിപ്പിക്കുന്നത് പാപമല്ലേ എന്നാരിക്കും ഈശോയിപ്പോ എന്നോട് ചോദിക്കാൻ പോകുന്നത്. പക്ഷേ, ഒടേതമ്പുരാന് എന്നാത്തിനാ ഈ മുൻവിധി. പറ

ഞ്ഞു തുടങ്ങുമ്പോഴേ കേറി വിധിക്കുന്നത് ശരിയാണോന്ന് കർത്താവൊന്ന് ഓർത്തു നോക്കിക്കേ... ഞാനീ നാട്ടിൽ വരുത്തനാണ്. നാടങ്ങ് മലയാറ്റൂരാണ്. ഞങ്ങടപ്പച്ചന് പാറപ്പണിയായിരുന്നു. അങ്ങേര് ഒരു ഏനക്കേടൊപ്പിച്ച് നാട്ടിൽ നിൽക്കക്കള്ളി ഇല്ലാതെയായപ്പോ ഉള്ള മുതലും വിറ്റുപെറുക്കി ഞങ്ങളിങ്ങ് പോന്നു. എന്റെ മൂത്തതുങ്ങള് രണ്ടുപേരും ദീനംവന്ന് ചത്തു. കൊടല് ചീഞ്ഞ് അപ്പനും പോയി. അമ്മച്ചി വീട്ടുവേലയ്ക്ക് പോയിത്തുടങ്ങി. ഞാനന്ന് കൊച്ചനാണ്. അന്നീ ഔസേപ്പിന്റെ സ്ഥിതി അത്ര നല്ലതൊന്നുമല്ല. അയാടെ കയ്യിൽ ഓഹരി കിട്ടിയ പത്തിരുപത് സെന്റ് സ്ഥലം ഉണ്ടായിരുന്നു. ദാരിദ്ര്യം കൊണ്ട് പിഞ്ഞിക്കീറിയപ്പോഴും അയാളാ പറമ്പ് വിറ്റില്ല. കീറച്ചാക്കും തോളത്തിട്ട് അയാള് വഴിനീളെ നടക്കും. കണ്ടവര് വലിച്ചെറിഞ്ഞ കുപ്പിയും കൂടും പെറുക്കും. അതു കൊണ്ടുപോയി വിൽക്കും. അങ്ങേർക്ക് ആകെയൊരു കൊച്ചനേ ഉള്ളൂ. എന്റെ പ്രായത്തിലും താഴെയുള്ള ഒരെണ്ണം. ഇല്ലായ്മ മാറിക്കിട്ടാൻ അങ്ങേര് അവൻ വലുതാവുന്നതും കാത്തിരുന്നതൊന്നുമില്ല. പെടാപ്പാടായിരുന്നു.

ഔസേപ്പ് അദ്ധ്വാനിച്ചു.

ആ അദ്ധ്വാനത്തിന്റെ ഫലം കിട്ടി. അങ്ങേര് പണക്കാരനായി.

അയാക്കടെ ഈ സൗഭാഗ്യങ്ങളൊക്കെ കണ്ട് കണ്ണ് തള്ളാത്തവരുണ്ടോ. എന്തിരവനൊന്ന് മുടിഞ്ഞുകാണണണമെന്ന് ആഗ്രഹിക്കാത്ത മനുഷ്യരില്ലാരുന്നു ഈ നാട്ടിൽ. നാട്ടിലെമ്മാതിരി കഥകളായിരുന്നെന്നോ. കഷ്ടപ്പാട് വന്ന് കൊങ്ങായ്ക്ക് പിടിച്ചു ഞെരിക്കുമ്പോ ഈ കഥകളൊക്കെ കേൾക്കുമ്പോ എനിക്ക് ദേഷ്യം വരും. ഈ തന്തേടെ തലയിലെഴുതിയതിന്റെ ഒരു പങ്ക് എന്റെ കൈവെള്ളേലെങ്കിലും എഴുതിക്കൂടായിരുന്നോ എന്നു ഞാൻ പല തവണ ചോദിച്ചിട്ടുള്ളത് കർത്താവ് കേട്ടിട്ടുള്ളതല്ലേ. ജീവിക്കാൻ വേണ്ടി പല പണീം ചെയ്തു. പക്ഷേങ്കി ചിലോരടെ കഷ്ടപ്പാട് അങ്ങനൊന്നും തീരുകേല്ല. ഉള്ളതുകൊണ്ട് തികയാതെ വന്നപ്പോ പിടിച്ചുപറിച്ചേ പറ്റൂ എന്നു ഞാനെന്നോ മനസ്സിൽ കുറിച്ചിട്ടതാ. മലയാറ്റൂർന്ന് ഈ മുരുപ്പും പ്രദേശത്ത് വന്നേപ്പിന്നെ ഞാൻ കണ്ട അത്ഭുതമായിരുന്നു ഔസേപ്പ്. അങ്ങേരടെ വീടിനകത്ത് എനിക്ക് അല്ലലില്ലാതെ ജീവിക്കാനുള്ള വകയുണ്ടെന്ന് എനിക്കങ്ങ് തോന്നി. അയാളുടെ വിധിയുടെ പങ്ക് പറ്റണമെന്ന് ഒരു പൂതി. ഒരിക്കലും കട്ടിട്ടില്ലാത്ത ഞാൻ ആ വീട്ടിൽ കയറി ഉള്ളതെല്ലാം എടുത്ത് നാടുവിടുന്നത് സ്വപ്നം കണ്ടു. തക്കം നോക്കിയിരുന്നു.

മുരിങ്ങുമ്മേ ജങ്ഷനിൽ റോയിക്കുട്ടീടെ റബ്ബറ് കടയിൽ ഞാൻ വല്ലപ്പോഴും പോയിരിക്കാറുണ്ട്. കയറിച്ചെന്നാ വലിക്കാനും കുടിക്കാനും വല്ലോം തരാതെ അവനെന്നെ പറഞ്ഞയക്കുകേല. അവര് കുടുംബത്തോടെ മലയടിപ്പള്ളിയിൽ പോകുന്ന കാര്യം ഞാൻ റോയിക്കുട്ടി പറഞ്ഞാ അറിഞ്ഞത്. അതുകേട്ടപ്പോ മലയാറ്റൂർ പള്ളീല് പെരുന്നാളിനു പൊട്ടുന്ന അമിട്ടെല്ലാം കൂടി എന്റെ മനസ്സിലങ്ങ് പൂത്തുവിരിഞ്ഞു. നാളും തീയതീം ഓർത്തുവെച്ച് ഞാനെന്റെ വിധിനാള് കുറിച്ചിട്ടു. മുണ്ടിന്റെ കുത്തിൽ ഒരു കവറിൽ ഒന്ന് രണ്ട് സ്പാനറും ഉളിയും അല്ലറചില്ലറ ആയുധങ്ങളുമായി പുലർച്ചെ മതില് ചാടി ഞാനവരടെ അയ്യത്ത് ഇറങ്ങി. പടിഞ്ഞാറുവശത്തെ ശീമപ്ലാവിന്റെ കൊമ്പിൽ കയറി ഒറ്റയിരുപ്പ്. വെട്ടം വീണാൽ പടകളെല്ലാം കൂടി മലയടിക്ക് പോകുമല്ലോ. അഞ്ചര മണിയായപ്പോ റോയിക്കുട്ടീടെ വണ്ടി ഇറങ്ങിപ്പോയി. വല്ല പാൽക്കാരോ പത്രക്കാരോ വരാനുണ്ടെങ്കിൽ വന്നുപോട്ടേന്നു കരുതി ഞാൻ കുറച്ചുനേരം കൂടി കാത്തിരുന്നു. പക്ഷേ, എന്റെ കണക്കുകൂട്ടല് തെറ്റി. നേരം കുറച്ചൊന്നു നീങ്ങിയപ്പോ അടുക്കളക്കതക് തുറന്ന് ഔസേപ്പച്ചായൻ പുറത്തിറങ്ങി.

എരിത്തിലിന്റെ മൂലേന്ന് ഒരു പേരത്തൈയും കൂന്താലിയും എടുത്ത് ഞാനിരുന്ന ശീമപ്ലാവിന്റെ നേരെ അങ്ങേര് ഒരു വരവ്. ആന്തൽ ഇളകിയെങ്കിലും ഞാൻ അവിടെത്തന്നെ അള്ളിപ്പിടിച്ച് ഇരുന്നു. പ്ലാവിന്റെ മൂട്ടീന്ന് സ്വല്പമൊന്ന് കിഴക്കോട്ട് മാറി കിളവൻ കുഴികുത്താൻ തുടങ്ങിയപ്പോ ഞാൻ പതുക്കെ ഇറങ്ങി എരിത്തിലിന്റെ പുറകിൽ പമ്മി. മേല് തരിച്ച് മേലാതായപ്പോ കണ്ണ് രണ്ടും ഇറുക്കിച്ചിമ്മി അവിടിരുന്നു. കുറച്ചു കഴിഞ്ഞ് ഔസേപ്പ് കൂന്താലി കൊണ്ടുവന്ന് എരുത്തിലിൽ ഇടുന്ന ശബ്ദം കേട്ടു. അടുക്കള വഴി അയാള് അകത്തു കയറിയപ്പോ വല്ല വഴിക്കും ചാടി പുറത്തിറങ്ങാൻ ഞാൻ ഒരുമ്പെട്ടതാ.

പക്ഷേ, എനിക്ക് നേരം തികയുന്നേനു മുൻപേ അയാള് വീണ്ടും ഇറങ്ങി എരിത്തിലിൽ കയറി. മൂക്കിൽ മണ്ണെണ്ണച്ചൂര് അടിച്ചുകയറിയപ്പോ ഞാൻ കിളിവാതിലിലൂടെ എത്തിനോക്കി. വലിയൊരു കന്നാസ് പൊക്കി തലവഴി മടമടാന്ന് മണ്ണെണ്ണ ഒഴിക്കുവാണ് തന്ത. കർത്താവേ നേരായിട്ടും ഞാൻ മരവിച്ചുപോയി. എന്താ ചെയ്യേണ്ടതെന്ന് എനിക്കൊരു നില കെട്ടിയില്ല. കന്നാസും എടുത്ത് അയാൾ അകത്തു കയറി വീണ്ടും വാതിൽ അടച്ചു. ആ തക്കം നോക്കി ഞാൻ പുറത്തേക്ക് ഇറങ്ങി ഓടാൻ നോക്കി. ഓടിച്ചെന്ന് ഞാൻ

ഗേറ്റ് തുറക്കാൻ നോക്കുമ്പോ പുറകിലൊരു ഒച്ച. തിരിഞ്ഞു നോക്കുമ്പോ കരിയും പുകയും ഒക്കെയായി വീട് നിന്നുകത്തുന്നു. ആന്തല് കൊണ്ട് ഞാനോടിച്ചെന്ന് ആ ശീമപ്ലാവിന്റെ പിന്നിൽ മറഞ്ഞുനിന്നു. പിന്നെ ആളുകളോടി വന്നപ്പം ഞാൻ ഒന്നും അറിയാത്തപോലെ ആ തിരക്കിൽ നിന്നുതിരിഞ്ഞു. പക്ഷേ, അന്നേരം കൂടെക്കൂടിയ വിറയല് ഇപ്പോഴും മാറുന്നില്ല കർത്താവേ. തിരുരൂപം തൊട്ട് ഞാൻ സത്യം ചെയ്യാം അങ്ങേരീ ചെയ്തുകൂട്ടിയതിൽ എനിക്കൊരു പങ്കുമില്ല.

4

മരിച്ചു മണ്ണടിയുന്ന കാലംവരെ മറ്റുള്ളവർക്ക് എന്നെപ്പറ്റി എന്താ പറയാനുള്ളതെന്നതിന് ചെവികൊടുക്കാത്ത ആളായിരുന്നു ഞാൻ. ആ ഞാനിപ്പോ റോയിക്കുട്ടിയും പൗലോസും മരിപ്പിന് വന്ന ജനങ്ങളും പറയുന്നത് മൊത്തം കേട്ടു. മജ്ജയും മാംസവുമുള്ള ശരീരം തീയ്ക്ക് എറിഞ്ഞുകൊടുത്തു. പൊള്ളിക്കുടുന്ന ബാക്കിയൊക്കെക്കൂടി വെഞ്ചരിച്ച് പെട്ടിയിലാക്കി മണ്ണിനടിയിലാക്കുകയും ചെയ്തു. ഈ പ്രായത്തിൽ ഞാനിതെന്തിനാ ചെയ്തതെന്ന് ആലോചിക്കുന്നുണ്ടാവും പലരും. മറവ് ചെയ്ത ശരീരം മാന്തിപ്പുറത്തെടുക്കുന്നപോലെയാ കഴിഞ്ഞ കാര്യങ്ങളിങ്ങനെ ചികഞ്ഞെടുക്കുന്നതും. അന്ന് ആ പേരത്തയ്യും കൊണ്ട് ആ പറമ്പിലൂടെ നടക്കുമ്പോ എന്റെ മനസ്സ് നിറച്ചും സന്തോഷമായിരുന്നു. റോയിക്കും മക്കൾക്കും അവരുടെ മക്കൾക്കും പഞ്ഞമില്ലാതെ കഴിഞ്ഞുകൂടാനുള്ളതൊക്കെ ഞാൻ സമ്പാദിച്ചുവെച്ചിട്ടുണ്ട്. പ്രായം കൊണ്ട് മുതിർന്നെങ്കിലും അദ്ധ്വാനിച്ച നാളുകളോർക്കുമ്പോ എനിക്ക് നല്ല ചെറുപ്പം തോന്നും.

റോയി കുഞ്ഞായിരുന്നപ്പം എനിക്കവനെ താലോലിക്കാനോ അറിഞ്ഞൊന്ന് കെട്ടിപ്പിടിക്കാനോ പോലും പറ്റിയിരുന്നില്ല. ദുരിതം കയറി മേയുന്ന കാലത്ത് വിരക്തി കയറിയങ്ങ് ഭരിച്ചുകളയും. പക്ഷേ, അവന് കൊടുക്കാൻ പറ്റാത്ത ലാളനയൊക്കെ ഞാനവന്റെ രണ്ട് മക്കൾക്കും കൊടുത്തു. കൊച്ചുങ്ങൾക്ക് രണ്ടിനും ഞാനെന്നുവച്ചാ ജീവനാ. അതുങ്ങളു വളരുമ്പോ കയ്യെത്തി പറിച്ചോട്ടേന്നു കരുതിയാ ഞാൻ അയ്യും മുഴുവനും മരം നട്ടത്. അന്നാ പേരത്തൈ നടാൻ കുഴിമാന്താൻ തുടങ്ങുമ്പോഴും മനസ്സ് മൊത്തം ആ കുഞ്ഞുങ്ങളായിരുന്നു. അതുങ്ങള് വളരുന്നത് കാണാൻ ഞാനിനി എത്ര നാളുണ്ടെന്നോർത്ത് എനിക്കിച്ചിരി വിഷമവും തോന്നാതി

രുന്നില്ല. കൊച്ചൊരു പേരത്തൈയല്ലേ. ഇളകിയ മണ്ണിൽ കൈപ്പത്തിത്താഴ്ചയിൽ ഒരു കുഴി എടുത്താൽ മതി. നാരുപോലത്തെ വേരങ്ങ് പടർന്നോളും. കൂന്താലി ഞാൻ കുത്തി. രണ്ടാമത്തെ താഴ്ചയിൽ കൂന്താലിത്തുമ്പ് എന്തിലോ തട്ടി. കല്ലാണെന്ന് കരുതി മാന്തിയപ്പോ തടഞ്ഞതൊരു അടപ്പാണ്. തപ്പിച്ചെന്നപ്പം ഒത്തവലിപ്പമുള്ള ഒരു ചെമ്പുകുടം വാ തുറന്ന് കൺമുന്നിൽ. വറുതികൊണ്ട് മൂടിയ പഴയകാലം വാപിളർത്തിയെന്നെ നോക്കുന്നപോലെ ആദ്യത്തെ കാഴ്ചയിൽത്തന്നെ ഞാൻ ഞെട്ടി. വെട്ടമടിച്ച് എന്റെ കണ്ണഞ്ചിപ്പോയി. മണ്ണുപുരണ്ട കൈകൊണ്ട് ഒരുപിടി വാരിയെടുത്തപ്പോ തനിത്തങ്കം. എനിക്ക് കർത്താവിനോടപ്പോ തോന്നിയ ദേഷ്യം.

എന്റപ്പൻ ഓനാൻ വലിയ സമ്പത്തിലേക്കാ ജനിച്ചുവീണത്. അപ്പന്റെ കൊച്ചുന്നാളിൽ നാടിളക്കി വസൂരി വന്നു. അപ്പന്റമ്മേം അപ്പനേം കൂടെപ്പിറപ്പുകളേയും ആ മാറാവ്യാധി വിഴുങ്ങി. ശവങ്ങൾ കൂട്ടിയിട്ട് കത്തിക്കുന്ന ശവപ്പറമ്പിൽ വിധി അപ്പനെ അനാഥക്കുഞ്ഞാക്കി. ജീവിതകാലത്ത് അപ്പനാ വിഷമം മറന്നിരുന്നില്ല. അപ്പൻ ചുറ്റിനുമുള്ളവരെയൊക്കെ ആർത്തിയോടെ സ്നേഹിച്ചു വളർന്നു. ഉണ്ടാരുന്ന മൊതലെല്ലാം കിടപ്പാടം ഇല്ലാത്തവർക്ക് എഴുതിക്കൊടുത്തു. ഇരുപത് സെന്റും അതിൽ ഇടിഞ്ഞുവീഴാറായ ഒരു കൂരയും അപ്പനെനിക്ക് മാറ്റിവച്ചു. ദീനം വന്ന് കിടപ്പായപ്പോ എന്നെ വിളിച്ച് അടുക്കലിരുത്തിയിട്ട് ഒന്നേ പറഞ്ഞുള്ളൂ. പട്ടിണി കിടന്നാലും പുരയിടം വിൽക്കരുതെന്ന്. ഞാനതുകേട്ട് അപ്പന്റെ കയ്യേലൊന്ന് മുറുക്കിപ്പിടിച്ചു. അതെന്റെ വാക്കായിരുന്നു. അത് തെറ്റിക്കില്ലെന്നു ഞാൻ തീരുമാനിച്ചിരുന്നു.

പിന്നെയങ്ങോട്ട് ഞാനനുഭവിച്ച കഷ്ടപ്പാട്...

അത് തമ്പുരാനറിയാം. പൊരിവെയിലത്തും കുതിരുന്ന മഴയത്തും വിശപ്പറിഞ്ഞ് ഞാൻ അലഞ്ഞിട്ടുണ്ട്. ഞാനെന്റെ കൊച്ചന്റെ വിശപ്പകറ്റാൻ പെടാപ്പാട് പെട്ടിട്ടുണ്ട്. വയറ് നിറയ്ക്കാൻ വകയില്ലാഞ്ഞിട്ടാ കൊച്ചുങ്ങള് ഒന്നുമതീന്ന് സാറയും ഞാനും കൂടി തീരുമാനിച്ചത്. സാറ പെറ്റകാലത്ത് വയറുവറ്റി കൊച്ചിന് കൊടുക്കാൻ പാലില്ലാതായിട്ടുണ്ട്. എന്നിട്ടും ഞാനാ പുരയിടം വിറ്റില്ല. നിൽക്കക്കള്ളിയില്ലാത്ത നേരത്തും ഞാനെന്റെ അപ്പന്റെ കയ്യിൽ മുറുകെപ്പിടിച്ച് കൊടുത്ത വാക്കോർക്കും.

ഗതികേട് മൂക്കുന്ന നേരത്ത് ആരും കാണാതെ ഞാനാ പറമ്പത്തിരുന്ന് നെലവിളിച്ചിട്ടുണ്ട്. എന്റെ കണ്ണീര് കൊണ്ടാ പറമ്പ് നന

ഞ്ഞിട്ടുണ്ട്. നല്ലകാലം മുഴുവൻ ഞാൻ ചോരനീരാക്കി. ശരീരംകൊണ്ടും മനസ്സുകൊണ്ടും ഞാനൊരു സുഖവും അറിഞ്ഞിട്ടില്ല. കുപ്പിയിലാക്കി ഇരുട്ടത്ത് നുരയാൻ വെച്ച വീഞ്ഞുപോലായിരുന്നു എന്റെ ചെറുപ്പം. അതിന്റെ നീരിറങ്ങിയതോടെ സമ്പത്ത് വന്നു. ഞാനതൊരു ഭൂതത്തെപ്പോലെ കാത്തുവെച്ചു.

മരിച്ചു മണ്ണടിയുമ്പോ അവനായി അപ്പൻ ബാക്കിവച്ച സമ്പത്ത് കണ്ടെന്റെ റോയിക്കുട്ടി കണ്ണീര് വീഴ്ത്തുന്നത് ഞാൻ സ്വപ്നം കണ്ട് ആനന്ദിച്ചിട്ടുണ്ട്. പക്ഷേങ്കിൽ, ഒരു കയ്യകലത്തിൽ കുടത്തിൽ അടച്ച തങ്കം കണ്ടപ്പോ എന്റെ ആർത്തിയൊക്കെ കെട്ടുപോയി. പണ്ടറിഞ്ഞ പരിഹാരമില്ലാത്ത വിശപ്പ് വീണ്ടും അടിവയറ്റിലടിഞ്ഞു. എന്നാത്തിനാ കർത്താവേ എന്നോടീ ചതി ചെയ്തതെന്നും ചോദിച്ച് എനിക്കു തലതല്ലി കരയാൻ തോന്നി. ഗതിപിടിക്കാത്ത കാലത്ത് ഈ മണ്ണിലിരുന്ന് വാവിട്ട് കരഞ്ഞതും അഴുക്ക് പെറുക്കി ചെറുപ്പം തുലച്ചതും ഞാനെങ്ങനെ മറക്കാനാ. ചോര വറ്റിയ കാലത്ത് എനിക്കിനി എന്നാത്തിനാ ഈ നിധിയെന്നോർത്ത് ഞാനാ മണ്ണിൽ കാർക്കിച്ച് തുപ്പി. പിന്നെ എണീറ്റു നിന്ന് അതേ മണ്ണ് ആഴത്തിൽ കുഴിച്ച് കുടം ഞാനതിൽ ഇറക്കിവെച്ചു. അതിനും മുകളിൽ മണ്ണിട്ട് ഞാനാ പേരത്തൈ അതിൽ ഉറപ്പിച്ചു.

ഞാനകത്ത് കയറി അന്നോളമുള്ള എന്റെ സമ്പാദ്യം മുഴുവനും കട്ടിലിൽ നിരത്തിവെച്ചു. അപ്പോഴും കണ്ണിലാ തങ്കത്തിന്റെ തിളക്കമായിരുന്നു. എന്നെ തോൽപ്പിച്ച വിധിയെ എന്റെ മോൻ തോൽപ്പിക്കണം എന്നൊരു ആശയേ എനിക്കപ്പോ തോന്നിയുള്ളൂ. മിണ്ടാനറിയാത്ത ദൈവം മണ്ണിനടിയിൽ പൂഴ്ത്തി ഒളിപ്പിച്ച മഹാരഹസ്യം മധ്യസ്ഥരാരും ഇല്ലാതെ അവൻ കണ്ടുപിടിക്കണമെന്ന് ഞാൻ ആശിച്ചു. ഉള്ളിൽ കിടന്ന് ആ ദുര വലിയൊരു പാമ്പിനെപ്പോലെ പുളച്ചു. വേച്ചുവേച്ച് ഞാൻ പുറത്തിറങ്ങി. പണ്ടത്തെ ഇല്ലായ്മയുടെ പഴുക്കമണം എന്നെ വേവായി പൊതിഞ്ഞു. എരിത്തിലിൽ ഇരുന്ന കന്നാസെടുത്ത് മേത്ത് കമഴ്ത്തുമ്പോ വേവറിയുന്നവനെ കുളിർപ്പിക്കുന്ന തണുത്ത മഴ പെട്ടെന്ന് പെയ്തതുപോലെയാ എനിക്കു തോന്നിയത്. ആ മഴയെന്നെ കഴുകിവെടിപ്പാക്കി.

ഞാൻ അകത്തുകയറി വാതിലടച്ചു. പണം അടുക്കിനിരത്തിയ കട്ടിലിൽ കയറിക്കിടന്ന് ഞാൻ തീയുരച്ചു. ഇല്ലായ്മയുടെ കാലത്ത് കയ്യകലത്തിരുന്ന് കളിപ്പിച്ച പൊന്ന് ഇപ്പോഴും അവിടെയുണ്ട്. അന്ന് ഞാൻ കൊണ്ട വെയിലും ഞാൻ നനഞ്ഞ മഴയും എന്റെ മോനിപ്പോൾ അറിയുന്നുണ്ട്. കയ്യകലത്തുനിന്ന് അവനാ ഭാഗ്യം

കുഴിച്ചെടുത്താലേ ഞാനറിഞ്ഞ തോൽവികൾ പരിഹരിക്കപ്പെടുകയുള്ളൂ...

അപ്പനെ തോൽപ്പിച്ച പാഠം അവൻ പഠിക്കട്ടെ...

അതുവരെ, മൈതാനത്തിന്റ അരികിലിരുന്ന്, ഞാനിന്നേവരെ ജീവിച്ച ജീവിതം ഞാനൊന്ന് കാണട്ടെ.

○○

7

# നാനാർത്ഥം

**ധന്യാരാജ്**

എന്റെ അമ്മാവൻ ജെ.കെ. ജയദേവൻ അറിയപ്പെടുന്ന ഒരു ചരിത്രകാരനാണ്. ഒട്ടനവധി ചരിത്രഗ്രന്ഥങ്ങളും പഠനങ്ങളും അദ്ദേഹത്തിന്റേതായി പുറത്തുവന്നിട്ടുണ്ട്. വായനക്കാർക്കിടയിൽ ആമുഖം ആവശ്യമില്ലാത്ത ഒരു എഴുത്തുകാരനാണദ്ദേഹം. ഒരു ചരിത്രകാരനെന്ന നിലയിൽ അദ്ദേഹത്തിന്റെ സംഭാവനകൾ എത്രമാത്രമെന്ന് അക്കമിട്ട് എണ്ണിപ്പറയാൻ എന്റെ അറിവ് അപര്യാപ്തമാണ്. കാരണം അകലെനിന്നു മാത്രമേ ഞാൻ അദ്ദേഹത്തിന്റെ പുസ്തകങ്ങളെ നോക്കിക്കണ്ടിട്ടുള്ളൂ. അവയിലൂടെ ഞാൻ വഴിതെറ്റിയലഞ്ഞിട്ടില്ല. ചരിത്രം എനിക്ക് അത്ര താല്പര്യമുള്ള വിഷയമല്ലാത്തതാകാം കാരണം.

എന്തൊക്കെപ്പറഞ്ഞാലും വ്യക്തിപരമായി എനിക്ക് ഏറെ അടുപ്പമുള്ള ഒരാളാണ് അമ്മാവൻ. എന്നാലും അതിലും അടുപ്പം അദ്ദേഹത്തിന്റെ ഭാര്യ ജലജ അമ്മായിയോടാണെന്നു പറയേണ്ടി വരും. മറ്റൊരുവിധത്തിൽ പറഞ്ഞാൽ അമ്മായിയിലൂടെയായിരുന്നു അദ്ദേഹവുമായുള്ള അടുപ്പത്തിന്റെ പാലം പണിതത്. എന്റെ വിദ്യാഭ്യാസകാലത്ത് 'ചരിത്രകാരൻ ജെ.കെ. ജയദേവന്റെ അനന്തരവൾ' എന്നതായിരുന്നു എന്റെ മേൽവിലാസം. തുടക്കത്തിൽ അതെനിക്ക് അലങ്കാരമായിരുന്നെങ്കിലും ചില അവസരങ്ങളിലെങ്കിലും അതൊരു ഭാരമായി എന്നെ ശ്വാസം മുട്ടിച്ചു. ചില അദ്ധ്യാപകർ അദ്ദേഹത്തിന്റെ ധൈഷണികമായ ഔന്നത്യവും അഗാധമായ അറിവും പരന്ന വായനയുമൊക്കെ എന്നിലും പ്രതീക്ഷിച്ചു നിരാശരായി. എന്നാൽ, അദ്ദേഹത്തിന്റെ പെൺമക്കൾ രണ്ടുപേർക്കും അദ്ദേഹത്തിന്റെ പ്രകൃതമായിരുന്നു. നല്ല വായനാശീലവും ബുദ്ധിസാമർത്ഥ്യവും മാത്രമല്ല, അദ്ദേഹത്തിന്റെ അന്തർമുഖത്വം

കൂടി അവർക്കു പകർന്നു കിട്ടിയിരുന്നു.

ജലജ അമ്മായിയായിരുന്നു എന്റെ കുട്ടിക്കാലത്തിന്റെ കൂട്ട്. ഞങ്ങൾ തമ്മിൽ ഏറെ വയസ്സിന്റെ വ്യത്യാസമുണ്ടായിരുന്നെങ്കിലും സമപ്രായക്കാർക്കു മാത്രം സാധ്യമാകുന്ന മാനസികമായ ഒരു ഇഴയടുപ്പം ഞങ്ങൾക്കിടയിലുണ്ടായിരുന്നു. കോളേജ് അദ്ധ്യാപകനായ അമ്മാവൻ ജോലിക്കു പോയാലുടനെ അമ്മായി ഞങ്ങളുടെ ഉമ്മറത്ത് കൊച്ചുവർത്തമാനങ്ങളുമായി എത്താറുണ്ടായിരുന്നതാണ് ഓർമ്മ. അമ്മാവന്റെ പുസ്തകങ്ങളോടോ സാഹിത്യ പ്രസിദ്ധീകരണങ്ങളോടോ വലിയ താല്പര്യം കാട്ടാതിരുന്ന അമ്മായി എന്റെ ചിത്രകഥാപുസ്തകങ്ങൾ ഒന്നൊഴിയാതെ എടുത്തുകൊണ്ടുപോയി വായിച്ചിരുന്നു. പക്ഷികളേയും മൃഗങ്ങളേയും കേന്ദ്രകഥാപാത്രങ്ങളാക്കി സാങ്കല്പിക കഥകൾ പറയാനും അവർക്കു നല്ല കഴിവായിരുന്നു. യാദൃച്ഛികമായി എവിടെനിന്നോ കിട്ടിയ ഒരു സിനിമാവാരിക ഞങ്ങൾ ഇരുവരും തിരിച്ചും മറിച്ചും ഒരു വർഷം വായിച്ചതും ഞാനിടക്കിടെ ഓർക്കും. പ്രായത്തോടൊപ്പം പടിപടിയായി വളർന്നതായിരുന്നു അവരുമായുള്ള ചങ്ങാത്തം. എന്റെ വിവാഹശേഷം തമ്മിൽ കാണുന്നതൊക്കെ കുറവായെങ്കിലും ഞാൻ വീട്ടിലെത്തുമ്പോഴൊക്കെ അമ്മായിയോട് മനസ്സ് തുറന്നു സംസാരിക്കാറുണ്ട്.

ആഴ്ചകൾക്കു മുൻപ് ഒരു ദിവസം നേരിൽ കണ്ടപ്പോൾ അമ്മായി എന്നോട് ഗൗരവമുള്ള എന്തോ ഒരു കാര്യം പറയാനുണ്ടെന്നു സൂചിപ്പിച്ചു. അവരുടെ മുഖത്തുനിന്നും പഴയ പ്രസരിപ്പും കുസൃതിയും കുടിയൊഴിഞ്ഞതുപോലെ തോന്നി. ശബ്ദത്തിൽ പതിവില്ലാത്ത ഒരു ഉദ്വേഗം പതുങ്ങിനിന്നു.

'എന്താണ് അമ്മായീ പ്രശ്നം?' ഞാൻ ചോദിച്ചു.

അമ്മായി മറുപടിയൊന്നും പറയാതെ എന്നെ അവരുടെ കിടപ്പുമുറിയിലേക്കു കൂട്ടിക്കൊണ്ടുപോയി.

'കത്തുകൾ...' അടക്കിയ ശബ്ദത്തിൽ അവർ പറഞ്ഞു.

'ചില കത്തുകളാണ് പ്രശ്നം.'

'കത്തുകളോ?' ഞാൻ അതിശയിച്ചു. ഇമെയിലും വാട്സാപ്പും ഫേസ്ബുക്കുമൊക്കെ വ്യാപകമായ ഇക്കാലത്ത് ആരാണ് കത്തുകളെഴുതാൻ മെനക്കെടുന്നത് എന്ന ചിന്തയാണ് എന്റെ മനസ്സിലേക്ക് ആദ്യം വന്നത്. ഇനി അഥവാ കത്തുകൾ വരുന്നുണ്ടെങ്കിൽ അത് അമ്മാവന്റെ എഴുത്തുമേഖലയുമായി ബന്ധപ്പെട്ടവയായിരിക്കുമെന്ന് ഞാൻ കരുതി. മുൻകാലങ്ങളിൽ നട്ടുച്ചനേരത്ത് പോസ്റ്റ്

മാൻ ഓരോ കെട്ട് എഴുത്തുകളുമായി അമ്മാവന്റെ വീട്ടുപടിക്കൽ വന്ന് സൈക്കിൾ ബെൽ അടിക്കാറുണ്ടായിരുന്ന കാഴ്ച ഞാൻ ഓർത്തു. ഒരുകാലത്ത് അമ്മാവൻ അക്ഷമയോടെ കാത്തിരുന്ന ആ എഴുത്തുകുത്തുകളൊക്കെ ഇപ്പോൾ അദ്ദേഹത്തിനു ബാധ്യതയായി മാറിയെന്നാണോ? ഞാൻ ആശയക്കുഴപ്പത്തിലായി.

'അമ്മാവനിപ്പോൾ കത്തുകൾ വരുന്നതിലൊന്നും താല്പര്യമില്ലേ?' ഞാൻ ചോദിച്ചു.

'കത്തുകൾ വരുന്നത് നിന്റെ അമ്മാവനല്ല. എനിക്കാണ്.' അമ്മായി പറഞ്ഞു.

എനിക്ക് തമാശ തോന്നി. വാർദ്ധക്യത്തിലേക്കു പ്രവേശിച്ച അമ്മായിക്ക് ആരാകും കത്തുകൾ എഴുതുന്നത്? അമ്മാവന്റെ എഴുത്തുജീവിതവുമായി അമ്മായിക്ക് ബന്ധമൊന്നുമില്ലതാനും. അതൊരിക്കലും അവർക്കു താല്പര്യമുള്ള മേഖലയായിരുന്നില്ലെന്നുറപ്പ്.

'കുറേനാളായി ഈ പ്രശ്നം എന്റെ സമാധാനം കെടുത്തിയിട്ട്.' അമ്മായി ഇരുണ്ട മുഖത്തോടെ പറഞ്ഞു.

'എന്തുചെയ്യണമെന്ന് ഒരു എത്തും പിടിയും കിട്ടുന്നില്ല. അങ്ങനെയാണ് ആ എഴുത്തുകളെപ്പറ്റി നിന്നോട് പറയാമെന്നു വിചാരിച്ചത്.'

അമ്മായിയുടെ ശബ്ദത്തിലെ രഹസ്യാത്മകത വീണ്ടും എന്നെ കുഴക്കി. കത്തുകളൊന്നും അമ്മാവനുള്ളതല്ലെങ്കിലും കത്തുകളുടെ പ്രതിപാദ്യ വിഷയം അമ്മാവനും അദ്ദേഹത്തിന്റെ കഴിഞ്ഞകാല ജീവിതവുമാണെന്നും അമ്മായി സൂചിപ്പിച്ചു.

കത്തുകളൊക്കെ അയക്കുന്നത് ഒരു സ്ത്രീ ആണെന്നും അവർക്ക് അമ്മാവനുമായി അടുത്ത ബന്ധമുണ്ടായിരുന്നുവെന്നും എന്റെ തുടർന്നുള്ള ചോദ്യങ്ങളുടെ മറുപടിയായി അമ്മായി പറഞ്ഞു. അമ്മാവന്റെ ജീവിതത്തിലെ മറ്റൊരു സ്ത്രീയാണ് കത്തുകളുടെ ഉടമസ്ഥ എന്ന അറിവ് അവിശ്വസനീയമായി എനിക്കു തോന്നി. ഇതിനു വിശ്വാസ്യതയുടെ ഒരംശമെങ്കിലും കിട്ടുന്നതിനായി കത്തുകൾ നേരിട്ട് കാട്ടിത്തരാൻ ഞാൻ അമ്മായിയോടാവശ്യപ്പെട്ടു. ഒരു നിമിഷം സംശയിച്ചു നിന്നതിനുശേഷം അമ്മായി കിടപ്പുമുറിയിലെ പഴയ തടിയലമാര തുറന്ന് ഒരു തടിച്ച ഡയറി പുറത്തെടുത്തു. അതിന്റെ ആദ്യ പേജിൽ അടുക്കിവച്ചിരുന്ന എഴുത്തുകൾ എനിക്കു കൈമാറുമ്പോൾ അമ്മായിയുടെ മുഖം പലതരം വികാരങ്ങളാൽ വിക്ഷുബ്ധമായിരിക്കുന്നതു ഞാൻ കണ്ടു.

ഞാൻ ജിജ്ഞാസയോടെ കത്തുകളിലൂടെ സഞ്ചരിച്ചു. മധുമതി

യെന്ന് സ്വയം പരിചയപ്പെടുത്തിയിരിക്കുന്ന സ്ത്രീയാണ് കത്തുകൾ എഴുതിയിരിക്കുന്നത്. എല്ലാ കത്തുകളും തവിട്ടുനിറമുള്ള കവറിനകത്താക്കി പോസ്റ്റു ചെയ്തവയായിരുന്നു. ആദ്യ എഴുത്ത് ഉദ്ദേശം ആറു മാസങ്ങൾക്കു മുൻപാണെഴുതിയത്. പിന്നീട് ഓരോ മാസത്തെ ഇടവേളയിൽ നാല് എഴുത്തുകളും അയച്ചിട്ടുണ്ട്. അങ്ങനെ നോക്കുമ്പോൾ ഏറ്റവും പുതിയ കത്തുവരാൻ സമയമാകുന്നതേയുള്ളൂ.

ആദ്യത്തെ കത്ത് സാമാന്യം നീണ്ടതാണ്. ഒരു സ്ത്രീയുടേതെന്നു തോന്നിപ്പിക്കുന്ന വടിവൊത്ത അക്ഷരങ്ങളിൽ അവരുടേയും അമ്മാവന്റേയും കഴിഞ്ഞകാല ജീവിതത്തെപ്പറ്റി തുറന്നെഴുതിയിരിക്കുന്നു.

'ഇങ്ങനെയൊരു കത്ത് എഴുതണമോയെന്ന് പലവട്ടം ആലോചിച്ചു. പിന്നീട് എഴുതാതിരിക്കുന്നത് അവനവനോട് തന്നെ ചെയ്യുന്ന നീതികേടായിരിക്കും എന്ന തിരിച്ചറിവിൽ എഴുതാൻ തന്നെ തീരുമാനിച്ചു' എന്ന് കത്തിന്റെ തുടക്കത്തിൽ പറയുന്നുണ്ട്.

അമ്മാവനുമൊത്തുള്ള അവരുടെ ജീവിതത്തിന്റെ വിവരണമാണ് രണ്ടും മൂന്നും കത്തുകളിലുള്ളതെന്ന് അക്ഷരങ്ങളിലൂടെ ഒന്ന് കണ്ണോടിച്ചപ്പോൾത്തന്നെ എനിക്കു മനസ്സിലായി. ഞെട്ടലിനോടൊപ്പം ഒരു അവിശ്വാസവും എനിക്ക് അനുഭവപ്പെട്ടു. നമ്മുടെ അമ്മാവനെത്തന്നെയാണോ അവർ ഉദ്ദേശിച്ചത്? തികഞ്ഞ സാത്വികനും അടിമുടി മാന്യനുമായി സമൂഹമധ്യത്തിൽ അറിയപ്പെടുന്ന അദ്ദേഹത്തിന് ഇങ്ങനെയൊരു മുഖമോ? അസാധ്യം! ഏതു മനുഷ്യനും ജീവിതത്തിലെ ഏതെങ്കിലുമൊരു നിമിഷത്തിൽ പിഴവുകൾ സംഭവിക്കാമല്ലോ. അത്തരത്തിലുള്ള എന്തെങ്കിലും സാഹചര്യമാകാം അദ്ദേഹത്തെ ഈ സ്ത്രീയുമായുള്ള ബന്ധത്തിനു പ്രേരിപ്പിച്ചതെന്നു ഞാൻ സമാധാനിക്കുന്നതിനിടയിലാണ് മൂന്നാമത്തെ കത്തിലെ ചില വരികൾ എന്റെ കണ്ണിൽപ്പെടുന്നത്. മധുമതി എഴുതിയിരിക്കുന്നു:

'വാസ്തവത്തിൽ ആരുടെ ജീവിതത്തിൽനിന്നുമാണ് അദ്ദേഹം എന്നിലേക്ക് വന്നത്? അദ്ദേഹത്തിന്റെ ഭാര്യ ജലജയുടേതോ? അതോ ഹേമാപാർവ്വതിയുടേയോ? മീനാക്ഷിയുടേയോ? വൈജയന്തിയുടേയോ?'

ഇതിൽ ഹേമാപാർവ്വതിയെ മാത്രമേ തനിക്ക് നേരിട്ട് പരിചയമുള്ളൂവെന്നും അവരിൽ അദ്ദേഹത്തിന് ഒരു മകനുമുണ്ടെന്നും മധുമതിയുടെ വെളിപ്പെടുത്തൽ തുടരുന്നു. ഈ മകൻ എല്ലാക്കാല

വും അദ്ദേഹത്തിന്റെ ദൗർബ്ബല്യമായിരുന്നുവത്രെ. അമ്മാവന്റെ ഓർമ്മകളിലെ വൈജയന്തിയേയും മീനാക്ഷിയേയും കത്തിന്റെ അവസാന ഭാഗങ്ങളിൽ മധുമതി പകർത്തുന്നുമുണ്ട്. വൈജയന്തി സദാ പ്രസരിപ്പാർന്നവളാണെങ്കിൽ മീനാക്ഷി ഒരു ദിവാസ്വപ്നം പോലെ മനോഹരിയായിരുന്നുവത്രെ. ഇതിലെ 'ദിവാസ്വപ്നം പോലെ' എന്ന പ്രയോഗം എന്റെ മനസ്സിലുടക്കി. ആരുടെയെങ്കിലും ദിവാസ്വപ്നമാണോ ഈ കഥകളെല്ലാം എന്ന സംശയം എന്നെ അലട്ടി. മധുമതി, ഹേമാപാർവ്വതി, മീനാക്ഷി, വൈജയന്തി എന്നീ പേരുകളെല്ലാം തന്നെ വളരെ കാല്പനികത നിറഞ്ഞവയാണെന്ന് എനിക്കു തോന്നി. ഏതോ കഥയിലേയോ നോവലിലേയോ കഥാപാത്രങ്ങളാണെന്നു തോന്നിപ്പിക്കുന്നവ. പ്രത്യേകിച്ചും മധുമതി എന്ന പേര്. അത് അത്യപൂർവ്വമായതുമാണ്. ഇനി ഇതൊക്കെ വാസ്തവമാണെങ്കിൽ അമ്മാവൻ പേരുകളുടെ അടിസ്ഥാനത്തിലാണോ സ്ത്രീകളെ ഇഷ്ടപ്പെട്ടത്?

'ആ സ്ത്രീ എഴുതിയതൊക്കെ സത്യമാകണമെന്നുണ്ടോ?' ഞാൻ അമ്മായിയോട് ചോദിച്ചു.

'ഇതൊക്കെ ശരിക്കും സംഭവിച്ചതാണെന്നതിന് തെളിവുകളെന്തെങ്കിലുമുണ്ടോ?'

'അവർ പറഞ്ഞതൊക്കെ സത്യം തന്നെ.' അമ്മായി ഉറപ്പിച്ചു പറഞ്ഞു.

'എത്രയോ വർഷങ്ങൾക്കു മുൻപ് നടന്ന കാര്യങ്ങളാണ്.' അമ്മായി തുടർന്നു.

'ഓർത്തുനോക്കൂ, മുപ്പതോ മുപ്പത്തഞ്ചോ വർഷങ്ങൾക്ക് മുൻപ്. ഓരോ കാലത്തും നിന്റെ അമ്മാവൻ ഏത് സ്ഥലത്ത്, ഏത് കോളേജിലാണ് പഠിപ്പിച്ചിരുന്നതെന്ന് അവർക്കെങ്ങനെയറിയാം? കത്തിൽ പറഞ്ഞിരിക്കുന്ന വർഷങ്ങളും സംഭവങ്ങളുമൊക്കെ വാസ്തവമാണ്; എനിക്കറിയാം. ഒന്നിലും ഒരു ഓർമ്മപ്പിശകും സംഭവിച്ചിട്ടില്ല.'

എല്ലാം വാസ്തവമാണെന്നു സാക്ഷ്യപ്പെടുത്താനായി അമ്മായിയും കഴിഞ്ഞതൊക്കെ ഇത്ര കൃത്യമായി ഓർത്തുവച്ചിരിക്കുന്നോ എന്നു ഞാൻ അതിശയിച്ചു. അമ്മാവൻ റിട്ടയർ ചെയ്തിട്ടു തന്നെ പത്തു പതിനഞ്ചു വർഷം കഴിഞ്ഞു.

സമൂഹത്തിൽ അഭിവന്ദ്യനായ ഒരു മനുഷ്യനെപ്പറ്റി ആ സ്ത്രീ ജീവിത സായന്തനത്തിൽ ഇത്തരം വെളിപ്പെടുത്തൽ നടത്തുന്നതിന്റെ സാംഗത്യം എത്ര ആലോചിച്ചിട്ടും എനിക്കു മനസ്സിലായില്ല.

എന്റെ കയ്യിലിരിക്കുന്ന എഴുത്തുകളിലേക്ക് ആശയക്കുഴപ്പത്തോടെ ഒന്നുകൂടി നോക്കിയപ്പോൾ ആദ്യത്തെ കത്തിൽ ഇങ്ങനെയൊരു വാചകം എന്റെ കണ്ണിൽപ്പെട്ടു.

'വേണമെങ്കിൽ എനിക്ക് ഇത്തരത്തിലുള്ള ഒരു തുറന്നുപറച്ചിൽ നടത്താതിരിക്കാമായിരുന്നു. പക്ഷേ, കാലമേറെ കഴിഞ്ഞിട്ടും ഇപ്പോഴും കുറ്റബോധം അലട്ടുന്നതിനാൽ...'

ഞാൻ അസ്വസ്ഥതയോടെ കത്തുകൾ ഡയറിയിൽത്തന്നെ വച്ചിട്ട് അമ്മായിയെ നോക്കി. അപ്പോൾ അവരുടെ കണ്ണുകളിൽ ഒരു കനലെരിയുന്നതു ഞാൻ കണ്ടു.

'നിനക്കിപ്പോൾ അമ്മാവന്റെ യഥാർത്ഥ സ്വഭാവം മനസ്സിലായല്ലോ?' അമർഷത്തോടെ അവർ പറഞ്ഞു.

'ഒരു ചെറിയ സംശയത്തിനുപോലും ഇടനൽകാതെ വിദഗ്ദ്ധമായി അദ്ദേഹമെന്നെ വഞ്ചിക്കുകയായിരുന്നു, ഇക്കാലമത്രയും.'

'ഹേയ്, അങ്ങനെയാവില്ല.' ഞാൻ പറഞ്ഞുനോക്കി.

'ഇതിൽ എന്തെങ്കിലും ചതിയുണ്ടാകും.'

'ഇത് ചതിയല്ല.' അമ്മായി പറഞ്ഞു.

'ഇത് എല്ലാ തെളിവുകളോടും കൂടിയ സത്യമാണ്. നിന്റെ അമ്മാവൻ ചെയ്തതാണ് ചതി. ഇനിയും ഇക്കാര്യങ്ങൾ മൂടിവയ്ക്കാൻ ഞാൻ ഉദ്ദേശിക്കുന്നില്ല.' അമ്മായി വാശിയോടെ പറഞ്ഞു.

'ഇതിനെപ്പറ്റി ഞാൻ എല്ലാവരോടും പറയും. നിന്റെ അമ്മാവന്റെ തനിനിറം ലോകമറിയട്ടെ.'

ഡയറിത്താളിൽ വിശ്രമിക്കുന്ന കത്തുകൾ വലിയൊരു പ്രഹേളികയായി എനിക്കു തോന്നി. അവയിലേക്കു പ്രവേശിക്കാൻ ഇനിയും വായനകൾ വേണ്ടിവരുമെന്നും. അമ്മായിയുടെ പേരും മേൽവിലാസവും എഴുതിയ ശവിട്ടുനിറത്തിലെ കവറുകളിലെ തപാൽമുദ്ര പരിശോധിച്ചപ്പോൾ അവ പോസ്റ്റ് ചെയ്തിരിക്കുന്നത് തൊട്ടടുത്ത പോസ്റ്റ് ഓഫീസിൽനിന്നാണെന്നു ഞാൻ തിരിച്ചറിഞ്ഞു. ഞാൻ അമ്പരന്നുപോയി. എന്റെ മനസ്സിലേക്ക് ആദ്യത്തെ കരട് പാറിവീണു. വീട്ടിലേക്കു മടങ്ങുമ്പോൾ ഞാനാ എഴുത്തുകൾ എന്റെ പഴ്സിൽ മടക്കിവെച്ചു. ചെറിയൊരു വൈമനസ്യത്തോടെ അമ്മായി അതിനുള്ള അനുവാദം തന്നു.

വീട്ടിലെത്തിയയുടൻതന്നെ ഒരു കുറ്റാന്വേഷകയുടെ ജിജ്ഞാസയോടെ ഞാനാ എഴുത്തുകൾ സമഗ്രമായൊരു വായനയ്ക്ക് വിധേയമാക്കി. രണ്ടും മൂന്നും വായനകളിൽ തെളിഞ്ഞുകിട്ടാതിരുന്ന വസ്തുതകളിലൊരെണ്ണം നാലാം വായനയിൽ ചുരുൾ നിവർ

ത്താൻ തുടങ്ങി. അത് കത്തെഴുതിയ സ്ത്രീയുടെ അനുഭവകഥകളെപ്പറ്റി ആയിരുന്നില്ല; മറിച്ച്, അതെഴുതിയ കയ്യക്ഷരത്തെ സംബന്ധിച്ചായിരുന്നു. ഇടതുവശത്തേക്ക് നേരിയ ചെരിവുള്ള ആ അക്ഷരങ്ങൾ എവിടെയോ കണ്ടു പരിചയമുള്ളതാണല്ലോ എന്ന ചിന്തയാണ് അപ്പോൾ മനസ്സിലേക്ക് വന്നത്. തുടർന്നുള്ള ആലോചനയിൽ അമ്മായിയുടെ കൈപ്പടയുമായി ഇവയ്ക്കു സാദൃശ്യമുണ്ടോയെന്ന് എനിക്കു സംശയമായി. ഈ സംശയത്തെ സ്ഥിരീകരിക്കാനുതകുന്ന തെളിവുകളിലൊരെണ്ണം കണ്ടെടുക്കാനായി ഞാൻ പഴയ പുസ്തകങ്ങളിലും മാസികകളിലും തിരഞ്ഞു നിരാശപ്പെട്ടു. അപ്പോഴാണ് അമ്മായി പണ്ട് എല്ലാ വർഷവും മുടങ്ങാതെ അയച്ചിരുന്ന ജന്മദിനാശംസ കാർഡുകളെപ്പറ്റി ഞാൻ ഓർത്തത്. തൊട്ടയൽപക്കത്തു താമസിക്കുന്ന അമ്മായി പണ്ട് എന്റെ എല്ലാ പിറന്നാളുകൾക്കും ആശംസ കാർഡുകൾ തപാലിൽ അയച്ചിരുന്നു. കണ്ണഞ്ചിക്കുന്ന നിറത്തിലുള്ള കവറുകളിലാക്കി അയച്ചിരുന്ന ആ കാർഡുകളുടെ അകവശത്ത് സ്കെച്ച് പേനയിൽ 'എന്റെ സൗമ്യ മോൾക്ക്, സ്നേഹത്തോടെ ജലജയമ്മായി.' എന്ന് എഴുതിയിട്ടുണ്ടാകും. എന്റെ നെഞ്ചിൽ ഒരു ഭാരം വിങ്ങി. അസ്വസ്ഥതയോടെ ഞാൻ അലമാരയുടെ അടിത്തട്ടിലും മേശവലിപ്പുകളിലും ആ കാർഡുകൾക്കുവേണ്ടി തിരയാൻ ആരംഭിച്ചു. മണിക്കൂറുകൾക്കു ശേഷമാണ് പൊടിപിടിച്ച തുണിസഞ്ചി കണ്ടെടുക്കാനായത്. അതിനുള്ളിലായിരുന്നു കഴിഞ്ഞുപോയ പിറന്നാളുകളുടെ തിരുശേഷിപ്പുകൾ.

ആകെ പൊടിയിൽ മൂടിയിരുന്നെങ്കിലും കാർഡുകളുടെ കടും നിറത്തിനും തിളക്കത്തിനും മങ്ങലേറ്റിരുന്നില്ല. ഇടത്തോട്ട് ചെരിഞ്ഞ വടിവൊത്ത അക്ഷരങ്ങളിലെ സ്നേഹം തീപ്പൊരിപോലെ മനസ്സിൽ പൊള്ളിത്തുടങ്ങി. ഞാൻ പഴ്സിൽ സൂക്ഷിച്ച കത്തുകൾ നിവർത്തിയിട്ട് കയ്യക്ഷരങ്ങൾ താരതമ്യം ചെയ്തു. അതിശയകരമാംവിധം സാമ്യം പുലർത്തുന്നവയാണ് ആ രണ്ടു കൈപ്പടകളുമെന്ന് ഞാൻ അവിശ്വസനീയതയോടെ തിരിച്ചറിഞ്ഞു. കത്തുകളിൽ കൈപ്പട വ്യത്യാസപ്പെടുത്തിയെഴുതാൻ മനഃപൂർവ്വം ശ്രമിച്ചിട്ടുണ്ടെങ്കിലും.

'അമ്മായീ...'

കാർഡുകൾക്കു മീതെ വിരലോടിച്ചുകൊണ്ട് ഞാൻ വിഷമത്തോടെ ചോദിച്ചു:

'എന്തിനുവേണ്ടിയാണ് ഈ നാടകങ്ങൾ?'

എന്റെ കുട്ടിക്കാലത്ത് ഞാനും അമ്മായിയും ഊഴമിട്ടു വായി

ക്കാറുണ്ടായിരുന്ന ബാലപ്രസിദ്ധീകരണങ്ങളിലെ സമസ്യപോലെ യുണ്ട് ഇതെന്ന് എനിക്കു തോന്നി. വളഞ്ഞുപുളഞ്ഞു കിടക്കുന്ന ദുരൂഹമായ പാതകളുടെ മറുവശത്ത് അമ്മായി നിൽക്കുന്നു. ഏതു വഴിയിലൂടെ സഞ്ചരിച്ചാലാണ് അവരിലേക്ക് എത്താനാവുക?

അടുത്ത ദിവസം അമ്മായിയുടെ നാലോ അഞ്ചോ ഫോൺവി ളികൾ എന്നെ തേടിയെത്തി. എന്റെ കയ്യിലിരിക്കുന്ന എഴുത്തുകൾ അവരുടെ സ്വസ്ഥത കെടുത്തുന്നുവെന്നു തോന്നി. പിറ്റേന്നു ഞാൻ അമ്മായിയുടെ വീട്ടിലെത്തി.

'ആ എഴുത്തുകൾ എവിടെ?' എന്നെ കണ്ടപ്പോൾതന്നെ അമ്മാ യി ഉദ്വേഗത്തോടെ തിരക്കി. ഞാൻ പഴ്സിൽനിന്നും കത്തുകൾ പുറത്തെടുത്തു. ഒപ്പം അമ്മായി അയച്ച പഴയ ജന്മദിനാശംസ കാർ ഡുകളും. അമ്മായിയുടെ മുഖം പെട്ടെന്നു വിവർണ്ണമാകുന്നത് കണ്ടു. അവരുടെ നോട്ടം എന്റെ മുഖത്തേയ്ക്കും കാർഡുകളിലേ ക്കും മാറിമാറി സഞ്ചരിച്ചു. ബാലമാസികയിലെ സമസ്യയുടെ മുന്നിൽ ചിന്താധീനയായിരിക്കുന്ന കുട്ടിയുടെ ഓർമ്മ വീണ്ടും എന്നെ അലട്ടി.

'എന്തിനാണ് അമ്മായി ഈ കത്തുകളൊക്കെ എഴുതിയത്?' കുറച്ചു സമയത്തിനുശേഷം ഞാൻ അവരുടെ കണ്ണുകളിലേക്കുറ്റു നോക്കിക്കൊണ്ടു ചോദിച്ചു. അമ്മായി നിസ്സംഗമായ മുഖത്തോടെ അതു നിഷേധിക്കാനൊരുങ്ങി.

'എന്തിനാണ് അമ്മാവനോട് ഇത്രമാത്രം ദേഷ്യം?' ഞാൻ ഉറച്ച ശബ്ദത്തിൽ വീണ്ടും ചോദിച്ചു. ഇത്തവണ അമ്മായി നിശ്ശബ്ദയാ യി നിന്നു.

അമ്മായി എന്തെങ്കിലും ഒരു മറുപടി നൽകുമെന്ന പ്രതീക്ഷ യിൽ ഞാൻ ക്ഷമയോടെ കാത്തുനിന്നു. അവരുടെ മൗനം സാവ ധാനം ഒരു കരച്ചിലിനു വഴിമാറുന്നതു കണ്ടു. ആശ്വാസവാക്കുക ളൊന്നുമില്ലാതെ ഞാൻ അവരെ നോക്കിനിന്നു

'അമ്മായി എന്തിനാണ് അമ്മാവനുമായി പിണങ്ങിയത്?' കുറ ച്ചു സമയത്തിനു ശേഷം ഞാൻ ചോദിച്ചു.

'പിണങ്ങിയതോ?' അമ്മായി അമ്പരപ്പോടെ എന്നെ നോക്കി.

'പിണക്കങ്ങളേയില്ലാത്ത ജീവിതമായിരുന്നു ഞങ്ങളുടേത്.'

ഒരു നിമിഷത്തിനു ശേഷം അവർ കൂട്ടിച്ചേർത്തു.

'ഇണക്കങ്ങളും.'

ഞാൻ സംശയത്തോടെ അവരെ നോക്കി. അമ്മായി വിശദീക രിക്കുന്ന മട്ടിൽ തുടർന്നു:

'പതിനേഴാമത്തെ വയസ്സിലാണ് ഞാൻ അദ്ദേഹത്തെ വിവാഹം കഴിക്കുന്നത്. അന്ന് അദ്ദേഹത്തിന് ഇരുപത്തിയഞ്ചു വയസ്സായിരുന്നു പ്രായം. വിവാഹദിവസം അദ്ദേഹമെന്നോട് മിണ്ടിയതേയില്ല. തുടർന്നുള്ള ദിവസങ്ങളിലും. പിന്നീട് സംസാരിച്ചു തുടങ്ങിയപ്പോഴാകട്ടെ, അളന്നു മുറിച്ച ഏതാനും വാക്കുകൾ മാത്രം. അദ്ദേഹത്തിനെന്നെ ഇഷ്ടമല്ലാത്തതിനാലാകും എന്നു ഞാൻ കരുതി. അദ്ദേഹം ഒരു ചരിത്രകാരനായിരുന്നു. ഞാൻ പിന്നീട് തിരിച്ചറിഞ്ഞു. ഒരു ചരിത്ര ഗവേഷകൻ. എഴുത്തുകാരായ സുഹൃത്തുക്കൾക്കിടയിൽ അദ്ദേഹം ജെ.കെ. എന്നറിയപ്പെട്ടു.

'ജെ.കെ. വീട്ടിലുണ്ടോ?' ഞങ്ങളുടെ ലാൻഡ് ഫോണിലൂടെ പല പുരുഷശബ്ദങ്ങളും എന്നോട് ചോദിച്ചുകൊണ്ടിരുന്നു; അപൂർവ്വം ചില സ്ത്രീ ശബ്ദങ്ങളും. 'ഉണ്ട്.' ഞാൻ ഭവ്യതയോടെ അറിയിച്ചു. പഠനത്തിനും ഗവേഷണത്തിനുമായി കൂടുതൽ സമയം ചെലവഴിക്കേണ്ടതുണ്ടെന്ന് ജെ.കെ. ഒരു ദിവസം ഒരു സുഹൃത്തിനോട് ഫോണിലൂടെ പറയുന്നത് കേട്ടു. അതിനിടയിൽ ഒരു കല്യാണത്തെപ്പറ്റി ചിന്തിച്ചതേയില്ലായിരുന്നുവത്രെ. പക്ഷേ, അച്ഛന്റെ വാക്കുകളെ ധിക്കരിക്കാനുള്ള ഇച്ഛാശക്തി ഇല്ലാതിരുന്നതിനാൽ... എനിക്കു കാര്യങ്ങളൊക്കെ സാവധാനം വ്യക്തമാകാൻ തുടങ്ങി. ഞാൻ പത്താം ക്ലാസ്സുവരെ മാത്രമേ പഠിച്ചിരുന്നുള്ളൂ. അതിനുശേഷം അദ്ദേഹമായിരുന്നു എന്റെ പാഠപുസ്തകം.' അമ്മായി ഒരു നിമിഷം നിറുത്തി.

'പതിനേഴാമത്തെ വയസ്സിലാണ് ഞാൻ ജെ.കെയുടെ ജീവിതത്തിലെത്തിയത്.' അമ്മായി ആവർത്തിച്ചു. 'എന്റെ ഭ്രാന്തൻ സ്വപ്നങ്ങളിൽപോലും പിന്നീട് മറ്റൊരാൾ കടന്നുവന്നിട്ടില്ല. എന്നാൽ, അദ്ദേഹം എന്നെ പരിഗണിച്ചതേയില്ല. ജെ.കെയ്ക്ക് ആരോടും സ്നേഹമില്ലായിരുന്നു എന്നു പറഞ്ഞുകൂടാ. അദ്ദേഹം പുസ്തകങ്ങളെ ഭ്രാന്തമായി സ്നേഹിച്ചു. അദ്ദേഹത്തിന്റെ വായനാമുറിയിലെ അലമാരകളിൽ നിറയെ പുസ്തകങ്ങളായിരുന്നു. വായിക്കാനെടുക്കുന്നതിനു മുൻപേ ജെ.കെ. അവയെ തൊട്ടും തലോടിയും ഏറെ സമയം ചെലവഴിക്കുന്നത് ഞാൻ കണ്ടിട്ടുണ്ട്. ചിലപ്പോൾ പേജുകൾ തുറന്നു പുസ്തകങ്ങളുടെ ഗന്ധം ഉള്ളിലേക്കാവാഹിച്ചുകൊണ്ട് അദ്ദേഹം നിർവൃതിയിലാണ്ടു നിൽക്കുന്നതും കാണാമായിരുന്നു. ഒരുപക്ഷേ, അവയായിരുന്നിരിക്കണം ജെ.കെയുടെ ജീവിതത്തിലെ ഏറ്റവും സന്തോഷം നിറഞ്ഞ നിമിഷങ്ങൾ. പുസ്തകങ്ങളുടെ കാര്യത്തിൽ അദ്ദേഹത്തിനു സ്വാർത്ഥതപോലും

ഉണ്ടായിരുന്നു. അപൂർവ്വമായ ചില പുസ്തകങ്ങൾ അന്വേഷിച്ചുവരുന്ന ചങ്ങാതിമാർക്ക് അവ കൊടുക്കാൻ അദ്ദേഹം എപ്പോഴും മടികാട്ടി. ചിലപ്പോൾ ഗത്യന്തരമില്ലാതെ പുസ്തകങ്ങൾ കൈമാറേണ്ടിവന്നപ്പോഴൊക്കെ അവ തിരിച്ചുകിട്ടുന്നതുവരെ ജെ.കെ. അസ്വസ്ഥനായി. നിധികാക്കുന്ന ഭൂതത്തെപ്പോലെ അദ്ദേഹം അവയ്ക്ക് കാവലിരുന്നു എന്നു വേണമെങ്കിൽ പറയാം. തിരികെ കിട്ടുന്ന പുസ്തകങ്ങളെ വേവലാതിയോടെ ജെ.കെ. ആദ്യാവസാനം പരിശോധിച്ചു. പേജുകളിൽ പുതുതായുണ്ടായ ചുളിവുകൾ അദ്ദേഹത്തിന്റെ നെറ്റിയിൽ പ്രതിബിംബിച്ചു. പുസ്തകത്താളുകളിലെ ചെറിയ മഷിയടയാളങ്ങൾപോലും ജെ.കെയ്ക്ക് നെഞ്ചിൽ കത്തികൊണ്ട് കീറിവരഞ്ഞ മുറിവടയാളങ്ങളായി തോന്നി. ഒരിക്കൽ ജെ.കെ. ഉറ്റ സുഹൃത്തിനോട് ഇക്കാര്യത്തിൽ വഴക്കിടുകപോലും ഉണ്ടായി. ആ പുസ്തകം അത് ഏതായിരുന്നെന്നു ഞാൻ ഓർക്കുന്നില്ല.

'ഈ പുസ്തകം അത്രയ്ക്കിഷ്ടമാണെങ്കിൽ ഇതിന്റെ മറ്റൊരു കോപ്പികൂടി വാങ്ങിയാൽ പോരെ?' സുഹൃത്ത് ചോദിച്ചു.

'അത് പറ്റില്ല.' അപ്പോൾ ജെ.കെ. പറഞ്ഞു: 'ഒന്നിനു പകരമാകില്ല മറ്റൊന്ന്. ഞാനിത് ഇരുപതാമത്തെ വയസ്സിൽ ആദ്യമായി വായിച്ചപ്പോഴുള്ള ഓർമ്മകൾ ഈ താളുകളിലേയുള്ളൂ. പുതിയ കോപ്പിയിൽ അതു കാണുമോ? ഓരോ പുസ്തകത്തിനും ഓരോ ഭാവമാണ്.' തൊട്ടടുത്ത മുറിയിൽ ചായഗ്ലാസ്സുകൾ നിരത്തുന്നതിനിടയിലാണ് ഞാൻ ഇതു കേട്ടത്. 'ഭാവം' എന്നു കേട്ടപ്പോൾ എനിക്കു സിനിമാഭിനയമാണ് ഓർമ്മവന്നത്. അല്ലാതെ പുസ്തകത്തിന് എന്തു ഭാവം? എനിക്കു മനസ്സിലായിരുന്നില്ല; ഇപ്പോഴും. ജെ.കെ. പുസ്തകങ്ങളെ എത്രമാത്രം സ്നേഹിച്ചോ, അത്രമാത്രം ഞാൻ അവയെ വെറുത്തു.' അമ്മായി അസന്തുഷ്ടി നിറഞ്ഞ ശബ്ദത്തിൽ പറഞ്ഞു.

'കാരണം ആ പുസ്തകങ്ങളാണ് അദ്ദേഹത്തെ എന്നിൽനിന്നും അകറ്റിയതെന്നു ഞാൻ കരുതി.'

ഞാനൊന്നും മിണ്ടിയില്ല. എതിർവാദങ്ങൾ ഉന്നയിക്കുന്നതിൽ അർത്ഥമില്ലായിരുന്നു. അമ്മായി തുടർന്നു.

'അദ്ദേഹവും ഞാനും മാത്രമായി എത്രയോ ദിവസങ്ങൾ കഴിച്ചുകൂട്ടി. എത്രയോ പകലുകളും രാത്രികളും... ആലോചിച്ചു നോക്കൂ, സംസാരിക്കുകയാണെങ്കിൽ എന്തൊക്കെ കാര്യങ്ങളെപ്പറ്റി പറയാമായിരുന്നു! ജെ.കെയ്ക്ക് എന്നോടു സംസാരിക്കാൻ പ്രത്യേ

കിച്ച് ഒന്നുമില്ലായിരുന്നു. എന്നാൽ, ആദ്യകാഴ്ചയിൽത്തന്നെ ജെ.കെ. എന്നിൽ കൗതുകമുണർത്തി. എപ്പോഴായിരിക്കും അദ്ദേഹം എന്നോട് മനസ്സു തുറക്കുകയെന്ന് ഞാൻ ആശ്ചര്യപ്പെട്ടു. എന്നാൽ, അതൊരിക്കലും ഉണ്ടായില്ല. പഠനത്തിൽ ഞാൻ ശരാശരിക്കാരിയായ ഒരു കുട്ടിയായിരുന്നു. ജെ.കെയെ പഠിക്കുന്ന കാര്യത്തിൽ ഞാൻ അതിലും താഴെയായി എന്നു പറയേണ്ടിവരും. അദ്ദേഹം എങ്ങനെയുള്ള മനുഷ്യനാണെന്ന് എനിക്കു മനസ്സിലായതേയില്ല. ഒരു ദിവസം ഇക്കാര്യത്തെപ്പറ്റി ഞാൻ ജെ.കെയോട് സൂചിപ്പിച്ചു. അദ്ദേഹം കുറച്ചുസമയം എന്തോ ചിന്തിച്ചിരുന്നിട്ട് ആശ്വസിപ്പിക്കുന്ന മട്ടിൽ സഹതാപത്തോടെ പറഞ്ഞു:

'ജലജേ, നീ കാര്യങ്ങളെ കുറച്ചുകൂടി ലളിതമായി കണ്ടുനോക്കൂ' എന്ന്. ജീവിതത്തെ ഒരിക്കൽപോലും ലളിതമായി കണ്ടിട്ടില്ലാത്ത ഒരു മനുഷ്യനാണ് ഇതു പറയുന്നതെന്നോർക്കണം.

ജെ.കെ. എനിക്ക് ഒരു പ്രാധാന്യവും നൽകുന്നില്ലേ? എന്റെ അസാന്നിധ്യംപോലും അദ്ദേഹത്തെ ബാധിക്കില്ലേ? ആദ്യപ്രണയത്തിൽപ്പെട്ട കൗമാരക്കാരിയുടെ ബാലിശതയോടെ ഞാൻ ഉത്തരത്തിനായി തെരഞ്ഞു. ഒരു ദിവസം അദ്ദേഹത്തിനുള്ള ഭക്ഷണമൊക്കെ ഊൺമേശമേൽ തയ്യാറാക്കി വെച്ചിട്ട് ഞാൻ പകൽ മുഴുവനും വീട്ടിൽനിന്നും മാറിനിന്നു. ജെ.കെ. ദിവസം മുഴുവനും എഴുത്തിലും വായനയിലും മുഴുകി കഴിച്ചുകൂട്ടി. എന്നെ ജെ.കെ. അന്വേഷിച്ചതേയില്ല. ഒരു പുസ്തകത്തിന്റെ വിലപോലുമില്ലേ എനിക്ക്? എന്റെ മനസ്സ് ഇടിഞ്ഞുതാണു.

പിറ്റേ ദിവസം ഞാൻ അദ്ദേഹത്തിന്റെ ഒരു പുസ്തകം അലമാരയിൽനിന്നും എടുത്തുമാറ്റി. അപ്പോൾ അദ്ദേഹം അങ്ങേയറ്റം അസ്വസ്ഥനാകുന്നതു ഞാൻ കണ്ടു. ഊണും ഉറക്കവും ഉപേക്ഷിച്ച് ജെ.കെ. പുസ്തകത്തിനായി തിരഞ്ഞു. ആ പുസ്തകം എടുത്തുകൊണ്ടു പോകാനിടയുള്ള ചങ്ങാതിമാരെപ്പറ്റി ചിന്തിച്ച് അദ്ദേഹം ആശങ്കപ്പെട്ടു. ജെ.കെ. ഒരിക്കൽപ്പോലും എന്നെ സംശയിച്ചില്ല. ദിവസങ്ങൾക്കുശേഷം പുസ്തകം തിരിച്ചുകിട്ടിയപ്പോൾ അദ്ദേഹം അളവറ്റു സന്തോഷിക്കുന്നതും ഞാൻ കണ്ടു. എനിക്കു കാര്യങ്ങൾ കൂടുതൽ വ്യക്തമായി.

വർഷങ്ങൾ കടന്നുപോയി. ജെ.കെ. ഒരിക്കലും ഞാനാഗ്രഹിച്ചതുപോലെ ഒരു നല്ല സുഹൃത്തോ കാമുകനോ ആയില്ല. ഒരു നല്ല ഭർത്താവായി എന്നും പറയാൻ കഴിയില്ല. പക്ഷേ, ഉറപ്പായും അദ്ദേഹം ഒരു നല്ല അച്ഛനായിരുന്നു. ഞങ്ങളുടെ പെൺമക്കൾ രണ്ടു

പേർക്കും ജെ.കെയോടായിരുന്നു ഏറെയടുപ്പം. മുതിർന്നപ്പോൾ അവർ അദ്ദേഹത്തിന്റെ വഴി പിന്തുടർന്ന് വായനയുടെ ലോകത്തിലെത്തിച്ചേർന്നു. അതോടെ അവരുടെ സംഭാഷണങ്ങളിൽനിന്നും പുറന്തള്ളപ്പെടുന്നതുപോലെ എനിക്കു തോന്നി. അത് എന്നെ കൂടുതൽ അസ്വസ്ഥയാക്കി.

'എപ്പോൾ മുതലാണ് അച്ഛൻ നിങ്ങളെ പരിഗണിക്കാൻ തുടങ്ങിയത്?' ഞാൻ മക്കളോട് ചോദിച്ചു.

'നിങ്ങൾ മുതിർന്നു പുസ്തകങ്ങളുമായി ചങ്ങാത്തത്തിലായതിനുശേഷം മാത്രം. അതുവരെ അദ്ദേഹം നിങ്ങളേയും അവഗണിച്ചിട്ടേയുള്ളൂ.'

കുട്ടികൾ ചെറുതായിരുന്നപ്പോൾ അവരുടെ കരച്ചിൽ ഞങ്ങളുടെ വീടിന്റെ നിശ്ശബ്ദതയെ തകർത്തുകൊണ്ട് ഇടയ്ക്കിടെ ഉയർന്നുകേൾക്കാറുണ്ടായിരുന്നത് ഞാൻ ഓർമ്മിച്ചു. എഴുത്തിനും ഏകാന്തതയ്ക്കുമിടയിലെ രസച്ചരട് മുറിഞ്ഞതിന്റെ അസഹ്യതയോടെ ജെ.കെ. അപ്പോഴൊക്കെ കയർക്കുമായിരുന്നു.

'എന്തൊരു കരച്ചിലാണ് ഈ കുട്ടിയുടേത് രാത്രിയെന്നും പകലെന്നുമില്ലാതെ...'

നിശ്ശബ്ദതയുമായി സന്ധിസംഭാഷണം നടത്താനായിരുന്നു ജെ.കെയ്ക്ക് എന്നും താല്പര്യം. ചിലപ്പോൾ ഉച്ചസമയങ്ങളിൽ കൽക്കണ്ടം മാത്രം വായിലിട്ടുകൊണ്ട് ജെ.കെ. മണിക്കൂറുകളോളം മുറിയടച്ചിരുന്നു. അദ്ദേഹത്തിനു ഭക്ഷണം നിർബ്ബന്ധമല്ലായിരുന്നു. പുകവലിയോ മദ്യപാനമോ ഉണ്ടായിരുന്നില്ല. സ്ഥലംമാറ്റം കിട്ടുന്നതിനനുസരിച്ച് ജെ.കെ. അകലെയുള്ള പല കോളേജുകളിലും പഠിപ്പിച്ചു. അവിടത്തെ വാടകവീടുകളിൽനിന്നും അദ്ദേഹം ഇടക്കൊക്കെ എന്നെ ഫോണിൽ വിളിച്ചു. മിക്കവാറും ഒരേ മട്ടിൽ ആവർത്തിക്കുന്നവയായിരുന്നു സംഭാഷണങ്ങൾ. ജെ.കെ. വീട്ടിൽ എത്തുന്ന അവധി ദിവസങ്ങളിൽ അദ്ദേഹത്തെ കാണാനായി എഴുത്തുകാരായ സുഹൃത്തുക്കൾ വരാറുണ്ടായിരുന്നു കൂടുതലും ആണുങ്ങൾ. ചില സ്ത്രീകളും ഇടക്കൊക്കെ അദ്ദേഹത്തെ അന്വേഷിച്ചെത്തി. കോളേജ് അദ്ധ്യാപികമാരും ഗവേഷണ വിദ്യാർത്ഥിനികളും പത്രപ്രവർത്തകകളുമായിരുന്നു അവരിൽ ഏറിയ പങ്കും. ഞാൻ വീട്ടുജോലികളിൽ മുഴുകുമ്പോൾ ഉമ്മറത്ത് അദ്ദേഹത്തിന്റേയും ചങ്ങാതിമാരുടേയും ഉച്ചത്തിലുള്ള സംസാരവും ചിരികളും ഉയർന്നു കേട്ടുകൊണ്ടിരുന്നു. പുരുഷന്മാരുടെ ലോകം ഞാൻ അസൂയയോടെ ഓർത്തു അപൂർവ്വം ചില സ്ത്രീകളുടേയും.

അഭിമുഖ സംഭാഷണങ്ങളിലൊക്കെ ജെ.കെ. ഭാര്യയേയും മക്കളേയുംപറ്റി പ്രതിപാദിച്ചു. ജലജ വീട്ടുകാര്യങ്ങളൊക്കെ നോക്കുന്നതിനാലാണ് തനിക്ക് ഗ്രന്ഥരചനയിൽ പൂർണ്ണമായും ശ്രദ്ധിക്കാൻ കഴിയുന്നതെന്ന് അദ്ദേഹം അഭിപ്രായപ്പെട്ടു. ചില വാരികകളിൽ എന്റേയും കുട്ടികളുടേയും പടം അച്ചടിച്ചുവരികയും ചെയ്തു. എനിക്ക് ആദ്യമായി വലിയ സന്തോഷം തോന്നി. എന്നാൽ, അദ്ദേഹം തന്റെ വായനക്കാരെ തൃപ്തിപ്പെടുത്താനായി അങ്ങനെ പറഞ്ഞതായിരിക്കുമോ എന്ന സംശയം പിന്നീട് എന്നെ അലട്ടി.

സ്ത്രീകളുമായുള്ള ജെ.കെയുടെ ഫോൺ സംഭാഷണങ്ങൾ നീണ്ടുപോകുമ്പോഴൊക്കെ ഞാൻ അസ്വസ്ഥയായി. അദ്ദേഹം പുരുഷന്മാരുമായി ഇടപഴകുമ്പോഴും ഞാൻ അസൂയാലുവായി. ഒരിക്കൽ ജെ.കെ. ഒരു സ്ത്രീയുമായി സംസാരിക്കുന്നത് ഞാൻ ഗൂഢമായ ഒരു താല്പര്യത്തോടെ കേട്ടുകൊണ്ടിരുന്നു. അവർ ചർച്ചചെയ്ത വിഷയങ്ങളൊന്നും തന്നെ എനിക്കു പരിചിതമായിരുന്നില്ല. ജെ.കെയ്ക്കും ആ സ്ത്രീക്കുമിടയിൽ നേർത്തൊരു സൗഹൃദം മാത്രമേയുള്ളൂ എന്ന് എനിക്കറിയാമായിരുന്നു. അതിനപ്പുറമുള്ള അടുപ്പം അദ്ദേഹത്തിന് ഒരു സ്ത്രീയുമായും ഉണ്ടായിരുന്നില്ല. ചിലപ്പോൾ ശരിക്കും അങ്ങനെയൊരുവൾ ഉണ്ടെങ്കിലോ? പെട്ടെന്നൊരു നിമിഷം ഞാൻ ചിന്തിച്ചു. ഒരു സ്ത്രീയല്ല, ഒന്നിലധികം സ്ത്രീകൾ. എന്റെ ഭാവന ഉണർന്നു. ജെ.കെയുമൊത്തുള്ള രഹസ്യജീവിതത്തിന്റെ വിവരണങ്ങളുമായി അദ്ദേഹത്തിന്റെ ജീവിതത്തിലെ 'മറ്റൊരു സ്ത്രീ' എഴുതുന്ന കത്ത് ദിവസങ്ങൾക്കകം എന്റെ ഡയറിയിൽ ഞാൻ വരച്ചിട്ടു. മനസ്സിൽനിന്നും വലിയൊരു ഭാരം ഇറങ്ങിപ്പോകുന്നതിന്റെ ലാഘവത്വം ഞാൻ അപ്പോൾ അനുഭവിച്ചു.

എന്റെ സങ്കല്പങ്ങൾ വീണ്ടും കാടുകേറിപ്പോയി. ജെ.കെ. എനിക്കു നിഷേധിച്ച സ്നേഹത്തിന്റെ, സ്വകാര്യ നിമിഷങ്ങളുടെ വർണ്ണനകളുമായി വീണ്ടും എഴുത്തുകൾ പിറവികൊണ്ടു. ആ സ്നേഹനിരാസത്തിലൂടെ ജെ.കെ. നിരാകരിച്ചത് എന്റെ ജീവിതത്തെത്തന്നെയാണെന്ന തിരിച്ചറിവ് എന്നിൽ നഷ്ടബോധത്തോടൊപ്പം പകയും ഉണർത്തി. ജെ.കെയോടുള്ള ദേഷ്യത്തിനു ഞാൻ സൃഷ്ടിച്ച സ്ത്രീ കഥാപാത്രങ്ങൾ സത്യമല്ലെന്നാരു കണ്ടു? എന്നെ സംബന്ധിച്ച് അവ വാസ്തവമായിരുന്നു. മറ്റുള്ളവർക്കും അത് അങ്ങനെത്തന്നെയാവണം. ഞാനാ എഴുത്തുകൾ കവറുകളിലാക്കി തപാലിലയച്ചു. എന്റെ വിലാസത്തിലേക്ക് മാസങ്ങളുടെ ഇടവേള

യിൽ അവ എത്തിച്ചേർന്നു. ആ കത്തുകൾ നുണയല്ലെന്ന് എനിക്കു ലോകത്തെ ബോധ്യപ്പെടുത്തണമായിരുന്നു. അതിനാണ് ഞാനവ നിന്നെ കാണിച്ചത്.' അമ്മായി എന്റെ മുഖത്തേക്ക് നോക്കാതെ പറഞ്ഞു. ഇപ്പോൾ അവരുടെ വാക്കുകളിൽ ദേഷ്യമോ സങ്കടമോ ഇല്ലായിരുന്നു; കുറ്റബോധവും.

അമ്മായിയോടൊപ്പം ചെലവഴിച്ച നീണ്ട വർഷങ്ങളുടെ ഓർമ്മകൾ എന്നെയപ്പോൾ വീർപ്പുമുട്ടിച്ചുകൊണ്ടിരുന്നു. എത്രയെത്ര സംഭവങ്ങൾ... രൂപഭാവങ്ങൾ. അതിൽ ഏതാണ് ശരിക്കുമുള്ള ജലജ അമ്മായി?

അപ്പോൾ തൊട്ടടുത്ത മുറിയിൽനിന്നും അമ്മായിയുടെ മൊബൈൽ ഫോൺ ശബ്ദിച്ചു. രണ്ടു മിനിറ്റോളം ഫോണിൽ സംസാരിച്ചതിനുശേഷം അമ്മായി തിരിച്ചെത്തി 'ജെ.കെയാണ്.' അവർ പറഞ്ഞു.

'ഇന്ന് ഉച്ചയാകുമ്പോഴേക്കും എത്തുമെന്നു പറഞ്ഞു. ഇന്നത്തെ പരിപാടി നേരത്തെ കഴിഞ്ഞുവത്രേ.' കയ്യിലിരുന്ന എഴുത്തുകൾ ഭദ്രമായി മടക്കി അലമാരയിൽ വച്ചതിനുശേഷം എന്നെ അവഗണിച്ചുകൊണ്ട് അമ്മായി അടുക്കളയിലേക്കു നടന്നു.

OO

7

# കാറൽ മാക്സ് ചരിതം

## പ്രിയ ജോസഫ്

നേശ്ശേരി പേരമ്മേടെ മകൻ ജോസ് ചേട്ടനും കാറൽമാക്സും എന്റെ അമ്മയുടെ സ്വൈര്യം കെടുത്തിയിരുന്നത് വീട്ടിലേയ്ക്ക് അടിക്കടിയുള്ള വരവോടെയാണ്, മാസത്തിൽ രണ്ടുതവണയെങ്കിലും ഉറപ്പായിട്ടും വരും.

"തങ്കേ"ന്ന് ഉറക്കെ അലറിവിളിച്ചാണ് മുൻവശത്തെ വാതിലിൽക്കൂടി ജോസ് ചേട്ടൻ അകത്തേയ്ക്ക് വരുന്നത്. മുൻവശത്തെ കതക് അടച്ചാണ് കിടക്കുന്നതെങ്കിൽ ഈ അലർച്ച പുറകുവശത്തുനിന്നുയരും.

മുൻവശമായാലും പുറകുവശമായാലും തങ്കേന്നുള്ള അലർച്ചയ്ക്കു മാത്രം ഒരു മാറ്റവുമില്ല.

കോളിംഗ് ബെൽ അടിക്കുക, കറണ്ടില്ലെങ്കിൽ വാതിലിൽ മുട്ടുക, എല്ലാവരും ചെയ്യുന്നതുപോലെ ചെരിപ്പൂരി പുറത്തുവയ്ക്കുക- എവിടെ! ഇങ്ങനെയുള്ള മര്യാദകളൊന്നും തന്നെ ജോസ് ചേട്ടൻ പാലിച്ചിരുന്നില്ല, ഇനി അകത്ത് വന്നാലോ, എല്ലാ മുറികളിലൂടെയും കയറിയിറങ്ങി നടപ്പാണ്.

വീട് മുഴുവൻ ഇളക്കിമറിച്ചിട്ട്, അമ്മയുടെ കയ്യിൽനിന്ന് കാശും അരിസാമാനങ്ങളും പഴയ ഉടുപ്പുകളും വാങ്ങി ജോസ് ചേട്ടൻ പോകുമ്പോൾ അമ്മയൊഴികെ ബാക്കിയെല്ലാവരും ആശ്വാസത്തോടെ ദീർഘനിശ്വാസം വിടും. ഒരു മിനിറ്റ്പോലും സഹിക്കാൻ വയ്യാത്ത ജോസ് ചേട്ടനെയോർത്ത് അമ്മ മാത്രം സങ്കടപ്പെടും. ജോസ് ചേട്ടൻ വന്നുപോയിക്കഴിഞ്ഞാൽ പിന്നൊരു രണ്ട് മൂന്ന് ദിവസത്തേയ്ക്ക് എനിക്ക് അമ്മയെ നഷ്ടപ്പെടും.

തങ്ക എന്ന സ്ത്രീയെ എന്റെ അമ്മ ആക്കുന്ന ചില ഘടകങ്ങളുണ്ട്. രാവിലെ സ്കൂളിൽ പോകാൻ ഒരുങ്ങിവരുന്ന ഞാൻ യൂണി

ഫോം ഷർട്ടിന്റെ താഴെ പെറ്റിക്കോട്ട് ഇട്ടിട്ടുണ്ടോ എന്ന് കർശനമായി പരിശോധിക്കുക, മുടി നീളത്തിൽ ഇറുക്കിപ്പിന്നി വേദനിക്കുന്ന വിധത്തിൽ രണ്ടുവശത്തും മടക്കിക്കെട്ടിവയ്ക്കുക, കണക്കുപരീക്ഷയുടെ കൃത്യസമയം എഴുതിവാങ്ങിവച്ചിട്ട് ആ സമയത്ത് തിരികത്തിച്ച് പ്രാർത്ഥിക്കുക...

ഈ പറഞ്ഞതെല്ലാം കൃത്യമായി പാലിക്കുന്ന എന്റെ അമ്മ ജോസ് ചേട്ടന്റെ വരവോടെ അപ്രത്യക്ഷയാകും. പകരം ഒന്നിലും താല്പര്യമില്ലാത്ത തങ്ക എന്ന വെറും സ്ത്രീ പ്രത്യക്ഷപ്പെടും. അവർ കിടപ്പുമുറിയിലെ അലമാരയിൽ സൂക്ഷിച്ചുവച്ചിരിക്കുന്ന ആൽബം പുറത്തെടുത്ത് നോക്കിക്കൊണ്ടിരിക്കും; രാവിലെ ഞാൻ സ്കൂളിലേക്ക് പോകുമ്പോഴും വൈകുന്നേരം തിരിച്ചുവരുമ്പോഴും തലവേദന എന്നു പറഞ്ഞ് അവരുടെ മുറി അടഞ്ഞുകിടക്കും. ചാരിക്കിടക്കുന്ന വാതിൽ പതിയെ തുറന്നു കട്ടിലിൽ കയറി അവരെ കെട്ടിപ്പിടിച്ചു ഞാൻ എന്റെ അമ്മയെ പുറത്തുകൊണ്ടുവരാൻ നോക്കും; എത്ര ശ്രമിച്ചാലും കാര്യങ്ങൾ പഴയ ചിട്ടവട്ടങ്ങളിലക്ക് തിരിച്ചെത്താൻ രണ്ടുമൂന്ന് ദിവസം പിടിക്കും.

ഇപ്പോൾ ഈ നിമിഷം; ഞാൻ റെമി സിസ്റ്റർ ക്ലാസ്സ് ടീച്ചറായുള്ള 2–ബിയിൽ പഠിക്കുന്ന എട്ട് വയസ്സുകാരിയാണ്; അന്നും പതിവ് ബഹളത്തോടെ ജോസ് ചേട്ടൻ വീട്ടിൽ വന്ന ഒരു ദിവസമായിരുന്നു.

പത്താംക്ലാസ്സിൽ സംസ്ഥാനത്ത് മൂന്നാം റാങ്ക് കിട്ടിയ കുട്ടിയെന്നും മദ്രാസിലെ സ്റ്റാൻലി മെഡിക്കൽ കോളേജിൽ അഡ്മിഷൻ കിട്ടിയിട്ട് പഠനം പൂർത്തിയാക്കാത്ത ആളെന്നും ഇപ്പോഴേതോ രാഷ്ട്രീയപ്പാർട്ടിയുടെ കൊലയാളി സ്ക്വാഡിലാണെന്നു സംശയം പറഞ്ഞ് ഗ്രേസ്സി പേരമ്മ പതം പറഞ്ഞു കരയുന്ന ആളുമാണ് സ്വീകരണമുറിയിൽ നിൽക്കുന്നത്.

വാതിൽക്കൽനിന്നു ഞാനയാളെ വളരെ ശ്രദ്ധാപൂർവ്വം നിരീക്ഷിച്ചു.

അവിടിവിടെ കരിപറ്റിയ ചവിണ്ട നിറത്തിലുള്ള മുഷിഞ്ഞ വെള്ളമുണ്ടാണ് അയാളിട്ടിരുന്നത്. ഷർട്ടിന്റെ ഇടതുസ്ലീവിലെ തുന്നൽ വിട്ടിരിക്കുന്നതു ഞാൻ കണ്ടു. മൊരിപിടിച്ചും ഉപ്പൂറ്റി വിണ്ടുകീറിയുമിരിക്കുന്നതുമായ പാദങ്ങളിൽ ഇട്ടിരിക്കുന്ന റബ്ബർ ചെരിപ്പ് വല്ലാതെ തേഞ്ഞും ചെളിപിടിച്ചതുമായിരുന്നു.

അയാൾ ഡൈനിംഗ് ടേബിളിൽ അമ്മ ഗ്ലാസ് ജഗ്ഗിൽ എടുത്തുവച്ചിരിക്കുന്ന വെള്ളം എടുത്ത് വായിലേയ്ക്ക് ഒരൊറ്റ കമഴ്ത്ത്,

വായ നിറഞ്ഞ്, ഷർട്ട് നനച്ച് വെള്ളം താഴോട്ടൊഴുകി.

"ഗ്ലാസ് എടുത്ത് വെള്ളം കുടിച്ചാലെന്താ" എന്ന് അമ്മ ദേഷ്യപ്പെടുമെന്ന് ഞാൻ പ്രതീക്ഷിച്ചു. പക്ഷേ, ദേഷ്യപ്പെട്ടില്ല.

അപ്പുറത്ത് ബൗളിൽ വച്ചിരിക്കുന്ന പഴങ്ങൾ ഒരു മയവുമില്ലാതെ ഉരിഞ്ഞെടുത്ത് അയാൾ കഴിച്ചുതുടങ്ങി. കഴിക്കുന്ന മുറയ്ക്ക് പഴത്തൊലി വെള്ളലേസിന്റെ വിരിപ്പിട്ട മേശയിലേയ്ക്ക് മര്യാദയില്ലാതേയും അലക്ഷ്യമായും ഇട്ടുകൊണ്ടിരുന്നു. വായ് തുറന്ന് ചവയ്ക്കരുത്, പന്നിയെപ്പോലെ ശബ്ദമുണ്ടാക്കി കഴിക്കരുത്, കൂനിയിരിക്കാതെ നിവർന്നിരുന്ന് ആഹാരം കഴിക്കണം എന്നെന്നോട് കർശനമായി പറയുന്ന അമ്മ ഇതെങ്ങനെയായിരിക്കും കൈകാര്യം ചെയ്യുന്നതെന്നോർത്ത് ഞാൻ ശ്വാസമടക്കി പിടിച്ച് മേശപ്പുറത്തു കിടക്കുന്ന പഴത്തൊലികളേയും അമ്മയേയും ജോസ് ചേട്ടനേയും മാറി മാറി നോക്കി...

"ജോസ് ചേട്ടനാ പഴത്തൊലി മേശയിൽ വിതറാതെ പ്ലേറ്റിലിട്ടാലെന്താ" എന്ന് അമ്മ അസഹിഷ്ണുത കാണിക്കുമെന്നു വിചാരിച്ചെങ്കിലും അതുണ്ടായില്ല; പകരം പഴത്തൊലികളെല്ലാം അമ്മ തന്നെ പെറുക്കിയെടുത്ത് പ്ലേറ്റിലേയ്ക്കിട്ടു. എന്നിട്ട് സോഫാ ചൂണ്ടി അമ്മ പറഞ്ഞു:

"ജോസ് ചേട്ടാ അങ്ങോട്ടിരിക്ക്."

അമ്മ പുതുതായി വാങ്ങിയ, എന്നെ ഇരിക്കാൻ സമ്മതിക്കാത്ത ആ സോഫായിൽ അഴുക്ക് പുരണ്ടിരിക്കുന്നതുപോലെയാണ് അയാളവിടെ ഇരിക്കുന്നതു കണ്ടപ്പോൾ എനിക്കു തോന്നിയത്.

അമ്മയുടെ ആൽബത്തിലുള്ള ആളേയല്ല ഇയാൾ. കറുത്ത പേജുകളുടെ ഇടയിൽ കരകരാന്ന് ശബ്ദം കേൾപ്പിക്കുന്ന നേർത്ത വെള്ളപ്പേപ്പറുള്ള ആ ആൽബത്തിൽ എനിക്കേറ്റവും ഇഷ്ടമുള്ള രണ്ട് ഫോട്ടോകളാണുള്ളത്. അമ്മയുടെ കയ്യിൽ സ്വർണ്ണമുടിയുള്ള ഒരു പാവ. ജോസ് ചേട്ടന്റെ കയ്യിൽ ഒരു ചുവന്ന കാറ്, ജീവിതത്തിലാദ്യമായിട്ട് സ്റ്റുഡിയോ കണ്ടതിന്റെ അമ്പരപ്പിൽ ക്യാമറയെ നോക്കി അന്തംവിട്ടിരിക്കുന്ന രണ്ട് കൊച്ചുപിള്ളേര്! ചിരീന്ന് പറയുന്ന സാധനമില്ല രണ്ടുപേരുടേയും മുഖത്ത്.

പിന്നെ വേറെ ഒരു ഫോട്ടോയുള്ളത് ജോസ് ചേട്ടൻ കോളേജിലും അമ്മ ഒൻപതിലും പഠിക്കുന്ന സമയത്തെടുത്തതാണ്. അതിലാണെങ്കിൽ ചിരി മാത്രമേ ഉള്ളൂ. ആരോ പറഞ്ഞ തമാശ കേട്ടിട്ടെന്നവണ്ണം അമ്മ തല പിറകോട്ടിട്ട് ചിരിക്കുന്നു. ചിരിക്കുന്ന അമ്മയെ തലചെരിച്ച് വാത്സല്യത്തോടെ നോക്കുന്ന ജോസ് ചേട്ടൻ.

അമ്മയുടെ തോളത്തു വച്ചിരിക്കുന്ന ജോസ് ചേട്ടന്റെ കയ്യിൽപ്പോലും അമ്മയോടുള്ള വാത്സല്യം തെളിഞ്ഞു കാണാമായിരുന്നു. നെറ്റിയിലേക്ക് അലസമായി വീണുകിടക്കുന്ന നേർത്ത കോലൻ മുടിയിൽ അതിസുന്ദരനായിരുന്നു അയാൾ.

എന്തൊരു ഭംഗിയാണ് രണ്ടുപേരെയും കാണാൻ! എന്തൊരു പ്രകാശമാണ് ആ ഫോട്ടോയ്ക്ക്!

അതേ ആൽബത്തിൽത്തന്നെയാണ് അമ്മ ജോസ് ചേട്ടന് മൂന്നാം റാങ്ക് കിട്ടിയപ്പോൾ പത്രത്തിൽ വന്ന ഫോട്ടോസും വാർത്തകളും വെട്ടിവച്ചിരിക്കുന്നത്.

ആ ഫോട്ടോയിലുള്ള ആളെയാണ് സോഫായിൽ ഇരിക്കുന്ന മനുഷ്യനിൽ ഞാൻ തിരഞ്ഞത്. പക്ഷേ, ഫോട്ടോയിലെ ഒരംശം പോലും അയാളിലുണ്ടായിരുന്നില്ല.

അപ്പച്ചന്റെ ഒരേയൊരു പെങ്ങളുടെ ഒരേയൊരു മകനാണ് ജോസ് ചേട്ടൻ. എല്ലാവരും നേശ്ശേരി പേരമ്മ എന്നു പറയുന്ന ഈ പെങ്ങളുടെ ഭർത്താവ് നേരത്തെ മരിച്ചുപോയതുകൊണ്ട് എന്റെ അമ്മയുടെ വീട്ടിൽ താമസിച്ചാണ് പത്താംക്ലാസ്സ് വരെ ജോസ് ചേട്ടൻ സ്കൂളിൽ പോയിരുന്നത്. ആദികുർബ്ബാനയും സ്ഥൈര്യലേപനവും കല്യാണവും അപ്പച്ചനാണ് അപ്പന്റെ സ്ഥാനത്തുനിന്നു നടത്തിക്കൊടുത്തത്.

പഠനത്തിൽ അതിസമർത്ഥനായിരുന്ന ജോസ് ചേട്ടൻ പത്തിൽ റാങ്ക് കിട്ടി കോളേജിൽ ചേർന്നപ്പോഴും മദ്രാസ്സിൽ മെഡിസിനു കിട്ടിയപ്പോഴും അപ്പച്ചനാണ് പഠനച്ചെലവ് മുഴുവൻ വഹിച്ചത്. ഇതൊക്കെ പറയുമ്പോൾ ഇപ്പോഴും അമ്മയുടെ കണ്ണ് അഭിമാനം കൊണ്ട് തിളങ്ങും.

തറവാട്ടിലെന്തു പരിപാടിയുണ്ടെങ്കിലും രണ്ടു ദിവസം മുൻപേ നേശ്ശേരി പേരമ്മ ഉറപ്പായിട്ടും വരും. ജോസ് ചേട്ടൻ വരാറില്ലെങ്കിലും പേരമ്മ ചിലപ്പോഴൊക്കെ ജോസ് ചേട്ടന്റെ രണ്ടു പെൺമക്കളെ കൂട്ടത്തിൽ കൂട്ടാറുണ്ട്.

മേമയുടെ കല്യാണത്തിന് രണ്ടു ദിവസം മുൻപേ തറവാട്ടിലേക്ക് പോകാൻ റെഡിയായി കല്യാണത്തിനിടാനുള്ള ഡ്രസ്സുകളും മറ്റും എടുത്തുവച്ച് പെട്ടിയടക്കുമ്പോൾ അമ്മ പറഞ്ഞു: "അവിടെ ചെന്ന് പേരമ്മയോട് ജോസ് ചേട്ടനെക്കുറിച്ചൊന്നും ചോദിച്ചേക്കല്ല്. എന്നിട്ടുവേണം പേരമ്മയ്ക്ക് കാറൽമാക്സ് പുരാണം തുടങ്ങാൻ.

പിന്നേ ഞാൻ ചോദിച്ചിട്ടല്ലേ പേരമ്മ പറയുന്നത് എന്നു ഞാൻ

മനസ്സിലോർത്തു. കഴിഞ്ഞ കുടുംബയോഗത്തിനും അവിരാൻ ചിറ്റപ്പന്റെ മരിച്ച കുർബ്ബാനയ്ക്കും റോയി ചാച്ചന്റെ പെരവാസ്തോലിക്കും ആരുമൊന്നും ചോദിക്കാതെ തന്നെ പേരമ്മ കാറൽമാക്സ് പുരാണം തുടങ്ങിയത് അമ്മയ്ക്കറിയാവുന്നതാണ്.

എല്ലാവരും അവരവരുടെ വണ്ടിയിൽ വരുമ്പോൾ പേരമ്മ മാത്രം വിയർത്തുകുളിച്ച് ബസിൽ കയറി തറവാട്ടിലെത്തി. അറ്റം വളഞ്ഞ പിടിയുള്ള ഒരു കറുത്തകുട കക്ഷത്തിലും ഒരു വലിയ സഞ്ചി കയ്യിലും പിടിച്ച് പേരമ്മ നടയിറങ്ങി വരുന്നത് ഞങ്ങൾ കുട്ടികൾ കളിയെല്ലാം നിർത്തി നോക്കിനിന്നു.

പേരമ്മ വരുമ്പോഴെ അമ്മച്ചി വേഗം കൈപിടിച്ച് അകത്തെ മുറിയിലേയ്ക്ക് കൊണ്ടുപോകുന്നത് എന്തിനാണെന്നു ഞങ്ങൾക്കെല്ലാം അറിയായിരുന്നു.

തിരിച്ചിറങ്ങി വന്നപ്പോൾ പേരമ്മ നേരത്തെ ഇട്ടിരുന്ന ചവിണ്ട വെള്ളമുണ്ട് മാറി അമ്മച്ചിയുടെ നല്ല വെള്ളനിറത്തിലുള്ള മുണ്ടും ചട്ടയും ധരിച്ചിരുന്നു, അമ്മച്ചിയുടെ കട്ട് വർക്ക് ചെയ്ത നേര്യത് ഞൊറിഞ്ഞ് കല്ലുവച്ച ബ്രോച്ച് കുത്തിയിരുന്നു. കാതിൽ അമ്മച്ചിയുടെ ഏഴുകല്ലിന്റെ കമ്മലും കഴുത്തിൽ സ്വർണ്ണത്തിന്റെ കയറുപിരിയൻ മാലയും ഇട്ടിരുന്നു. ബസിറങ്ങി വന്ന പേരമ്മ ഏതിലേ പോയി എന്ന് അത്ഭുതപ്പെടുന്നതുപോലുള്ള, വീടിനും അവിടെയുള്ള ആൾക്കാർക്കും ചേരുന്ന രീതിയിലുള്ള വേഷപ്പകർച്ചയാണ് അവിടെ നടന്നത്.

മേമയുടെ സ്തുതി വാങ്ങിക്കാൻ പേരമ്മ മുന്നോട്ടു വന്നപ്പോൾ വല്ല്യമമ്മിയുടെ ദീവാച്ചി എന്റെ ചെവിയിൽ പറഞ്ഞു: "പേരമ്മ കുത്തിയിരിക്കുന്ന ബ്രോച്ച് കണ്ടോ? അതമ്മച്ചിക്ക് എന്റമ്മ ക്രിസ്തുമസിനു കൊടുത്തതാ. പൂക്കൂടയുടെ ആകൃതിയിൽ വെള്ളയും മജന്തയും നിറത്തിലുള്ള കല്ല് പിടിപ്പിച്ച ഒരു ബ്രോച്ചായിരുന്നു അത്.

പേരമ്മ ഇട്ടിരുന്ന വെള്ളയിൽ പിങ്ക് പൂക്കൾ കട്ട് വർക്ക് ചെയ്ത നേര്യത് എന്റെ അമ്മ അമ്മച്ചിക്ക് സമ്മാനം കൊടുത്തതാണെന്ന് എനിക്കറിയാമായിരുന്നു. പക്ഷേ, ഞാനത് ദീവാച്ചിയോട് പറഞ്ഞില്ല.

പേരമ്മയും ആന്റിമാരും നടുമുറിയിലെ വലിയ കട്ടിലിൽ നിരന്നു കിടന്നും തളത്തിലെ തറയിൽ വട്ടത്തിലിരുന്നും അടുക്കള വരാന്തയിലെ അരഭിത്തിയിലിരുന്നും ജാഗ്രതയോടെ ശബ്ദം താഴ്ത്തി ഞങ്ങൾ കുട്ടികൾ കേൾക്കാതെ സംസാരിച്ചു.

എത്ര രഹസ്യമായി സംസാരിച്ചാലും പേരമ്മ തിളച്ചുമറിഞ്ഞ് ആവിയാക്കി വിടുന്ന കാറൽമാക്സ് അവിടെയെല്ലായിടത്തും പറ്റിപ്പിടിച്ചിരിപ്പുണ്ടാവും.

"ആ കാറൽമാക്സ് ഒറ്റയൊരുത്തനാ എന്റെ ജോസിനെ കൊണ്ടോയി ചീത്താക്കീത്... ഒരു കോഴിയെ കൊല്ലാമ്പോലും പേടിയായിരുന്നവനാ..."

"പത്താംക്ലാസ്സുവരെ അൽത്താര ബാലനായിരുന്നില്ലേ എന്റെ ജോസ്. ആ ചെകുത്താനാ അവനെ കൊണ്ടോയി കുഴീൽ ചാടിച്ചെ..."

കിതപ്പും കരച്ചിലുംകൊണ്ട് പേരമ്മയ്ക്ക് തുടരാൻ പറ്റുന്നുണ്ടായിരുന്നില്ല. സ്വതവേ വെളുത്തമുഖം ചുവന്നു തുടുത്ത് ചാമ്പങ്ങാ പോലെയാകുന്നത് ഞങ്ങളെല്ലാവരും സങ്കടത്തോടെ നോക്കിനിന്നു.

"ഇതാരാണീ കാറൽമാക്സ്?"

"എന്താണയാൾ ചെയ്തത്?"

"ജോസ് ചേട്ടനെങ്ങനെയാ ചീത്ത കൂട്ടുകെട്ടിൽപ്പെട്ടത്?"

ഞങ്ങള് പിള്ളേർക്ക് സംശയമടക്കാൻ പറ്റുന്നുണ്ടായിരുന്നില്ല.

അടുക്കള വശത്തുള്ള പേരയ്ക്കാമാവിന്റെ ചുവട്ടിലിരുന്ന് കാറ്റത്ത് വീണ മാങ്ങാ പെറുക്കുമ്പോൾ കാറൽമാക്സും ഞങ്ങളുടെ കൂടെ മാങ്ങാ പെറുക്കാൻ കൂടി. പശുവിനെ കുളിപ്പിക്കുന്നത് കാണാൻ താഴത്തെ കിണറ്റുകരയുടെ തിട്ടയിൽ നിരന്നിരുന്നപ്പോൾ കാറൽമാക്സ് എന്റേയും ദീവാച്ചിയുടേയും ഇടയിൽ കയറിയിരുന്നു. പാഷൻ ഫ്രൂട്ടിന്റെ ബലമുള്ള വള്ളികളിൽ തൂങ്ങിക്കിടന്ന് ഊഞ്ഞാലാടിയപ്പോൾ ഇച്ചാച്ചന്റെ മാർട്ടി ഏറ്റവും ഉയരത്തിൽ ആട്ടിവിട്ടത് കാറൽമാക്സിനെയാണ്. അപ്പച്ചൻ രാത്രി കിടക്കുന്നതിനുമുൻപ് കുടിക്കുന്ന അരിഷ്ടം മേമയുടെ കല്യാണത്തലേന്ന് ഞങ്ങളാദ്യമായി ആരും കാണാതെ രുചിച്ചു നോക്കിയ ദിവസവും ഞങ്ങൾ കാറൽമാക്സിനെ കൂട്ടത്തിൽ കൂട്ടാൻ മറന്നില്ല.

"ഈ പേരമ്മ എപ്പഴും പറയുന്ന ദുഷ്ടൻ കാറൽമാക്സില്ലേ, അത് നമ്മുടെ അപ്പച്ചനോട് എപ്പഴും വന്നു വഴക്കുണ്ടാക്കുന്ന കുന്നേൽ പേരപ്പന്റെ മോനാ."

ഇച്ചാച്ചന്റെ മാർട്ടി പറഞ്ഞു:

"ഒന്നു പോടാ. കുന്നേ പേരപ്പന്റെ മോനൊന്നുവല്ല കാറൽമാക്സ്. നമ്മടെ ജോസ് ചേട്ടന്റെ കൂടെ ഒന്നാം ക്ലാസ്സ് തൊട്ട് ഒരുമിച്ച് പഠിച്ചതാ, അവർ വല്ല്യ കൂട്ടായിരുന്നു." അറിവാളത്തി ദീവാച്ചി

പറഞ്ഞാൽ പിന്നെ ആർക്കും എതിരില്ല.

അരിഷ്ടം രുചി നോക്കാൻ കിട്ടിയ സന്തോഷത്തിൽ ഇച്ചാച്ചന്റെ മാർട്ടി പറഞ്ഞ പൊട്ടത്തരം കേട്ട് ഞങ്ങളെല്ലാവരും ഉറക്കെയുറക്കെ ചിരിച്ചു.

മേമയുടെ കല്യാണം കഴിഞ്ഞു പോകുമ്പോൾ അപ്പച്ചൻ എല്ലാവർക്കും വാഴക്കുലയും ചക്കയും ചേനയും കപ്പയും ഞാവൽപ്പഴങ്ങളും ആനിക്കാവിളയും തന്നുവിട്ടു. ഞങ്ങളുടെ വണ്ടിയിൽ അപ്പച്ചൻ വച്ചുതന്നിരുന്നത് അവകാശപ്പൊതികളായിരുന്നു.

പേരമ്മയ്ക്കുള്ളത് ഔദാര്യപൊതികളും.

പേരമ്മയെ ബസ്സ്റ്റാൻഡിൽ ഇറക്കാമെന്ന് അമ്മ പറഞ്ഞപ്പോൾ അപ്പ തറപ്പിച്ചൊരു നോട്ടം നോക്കി.

“എന്നിട്ടുവേണം പൊലീസ് വീട്ടിലെത്താൻ.”

അമ്മ അതു കേൾക്കാതെ, കാലു വലിച്ചുനീട്ടി നടന്ന പേരമ്മയോട് പറഞ്ഞു:

“പേരമ്മ് ഇങ്ങ് കേറിക്കേ, ഞാൻ വീട്ടിലിറക്കാം.”

ചില വിശിഷ്ടാതിഥികൾ വരുമ്പോഴല്ലാതെ ബാക്കിയെല്ലാ സമയത്തും പേരമ്മയുടെ കൂടെ തറവാട്ടിൽ വരുന്ന ജോസ് ചേട്ടന്റെ പെൺമക്കളോട് എല്ലാവരും സ്നേഹത്തിൽത്തന്നെയാ പെരുമാറിയിരുന്നത്. തലശ്ശേരി പിതാവിന്റെ കൈ മുത്താൻ ഞങ്ങൾ പിള്ളേരെല്ലാം വരിവരിയായി പോയപ്പോഴും ജോണി പേരപ്പന്റെ കൂടെ മുഖ്യമന്ത്രി കാപ്പികുടിക്കാൻ വീട്ടിൽ വന്നപ്പോഴും ആ രണ്ടു പെൺകുട്ടികളും വേറെ ആരോ ആയി മാറി. എന്റെ പഴയ നീലയുടുപ്പും ദീവാച്ചിയുടെ വെള്ള ഫ്രില്ല് വച്ച ഫ്രോക്കുമിട്ട് മിടുക്കികളായിട്ടാണ് അവരു നിന്നിരുന്നതെങ്കിലും “ജോസിന്റെ പിള്ളേരാ” എന്ന ആ രണ്ട് വാക്ക് അവരെ വക്ക് പൊട്ടിയ ഉപയോഗശൂന്യമായ ചില്ലു പാത്രങ്ങളാക്കി മാറ്റി. ജോസ് ചേട്ടന്റെ അസാന്നിദ്ധ്യത്തിലും അവർ ജോസ് ചേട്ടനായി മാറുന്നതു ഞാൻ കണ്ടു.

അന്നവരെല്ലാം പോയിക്കഴിഞ്ഞപ്പോൾ പേരമ്മ കരച്ചിൽ തുടങ്ങി.

“ഈയെമ്മസ്സും ഗൗരിയമ്മേം പാർട്ടിക്ക് സ്ഥലം കൊടുത്തിട്ടുണ്ടേൽ അവർക്കതിനുള്ള മെച്ചോണ്ടായിട്ടുണ്ടേ.”

“എന്റെ ജോസ് അവന്റെ വീതം മുഴുവൻ പാർട്ടിക്കെഴുതിക്കൊടുത്തിട്ട് അവനെന്നാ കിട്ടി? അവനീ ചെയ്തുകൂട്ടുന്നതിന്റെയൊക്കെ ഉത്തിരിപ്പുകടം ആര് തീർക്കും എന്റെ മാതാവേ.”

“പേരമ്മ ഒന്നു മിണ്ടാതിരിക്കുന്നുണ്ടോ. ദൈവത്തിനു നിരക്കാ

ത്തതൊന്നും ജോസ് ചേട്ടൻ ചെയ്യില്ലാന്ന് എനിക്കുറപ്പുണ്ട്."

അമ്മയുടെ സ്വരത്തിലെ ഉറപ്പും ദൃഢതയും ഒരു തരിപോലും പേരമ്മയെ തൊട്ടില്ലെന്നു മാത്രമല്ല, കഴുത്തിൽ ഇഴപിരിഞ്ഞുകിടക്കുന്ന വെന്തിങ്ങയും സ്വർണ്ണമാലയും ഒരുമിച്ച് കൂട്ടിപ്പിടിച്ച് പേരമ്മ പതിവ് വായ്ത്താരി തുടങ്ങി:

"എന്റെ ജോസ് എന്നാമിടുക്കനായിരുന്നു.

ആ ദുഷ്ടനാ എന്റെ കൊച്ചിനെ വഴിതെറ്റിച്ചേ..."

ജോസ് ചേട്ടനെക്കുറിച്ചുള്ള അമ്മയുടെ ഉറപ്പ് ഞങ്ങൾ കുട്ടികളേയും തൊടാത്തതുകൊണ്ട് എല്ലാമാസവും കൂടുന്ന കുടുംബയോഗത്തിൽ ഞങ്ങൾ കുട്ടികൾ പല പല നിഗമനങ്ങൾ ആധികാരികമായി നടത്തി.

ജോസ് ചേട്ടന്റെ എളിയിലാണ് കത്തി സൂക്ഷിക്കുന്നത് എന്നു പറയുന്നവർ ഒരു ടീം. അല്ല ഷൂസിന്റെ സൈഡിലാണ് കത്തിയെന്ന് പറയുന്നവർ വേറെ ഒരു ടീം. കത്തിയുടെ മൂർച്ച എനിക്ക് വല്യ പേടിയായിരുന്നതുകൊണ്ടും വെടിയുണ്ട പാഞ്ഞുവന്ന് ടപ്പേന്ന് മരിക്കുന്നതിനാണ് കൂടുതൽ സ്റ്റൈൽ എന്നുറച്ചു വിശ്വസിച്ചിരുന്നതുകൊണ്ടും ജോസ് ചേട്ടൻ തോക്കാണ് ഉപയോഗിക്കുന്നത് എന്നു പറഞ്ഞ ടീമിലായിരുന്നു ഞാൻ.

"പാവങ്ങളെ ഉപദ്രവിക്കുന്ന ദുഷ്ടന്മാരെയാ ജോസ് ചേട്ടൻ കൊല്ലുന്നത്." -മാർട്ടി പറഞ്ഞു.

ഇന്നാളൊരിക്കൽ ജോസ് ചേട്ടൻ അവന്റെ വീട്ടിൽ ചെന്നപ്പോൾ കയ്യിൽ ചോരക്കറ കണ്ടു എന്ന് മാർട്ടി പറഞ്ഞപ്പോൾ അതു നുണയാണെന്ന് റാണി മേമയുടെ ജോപ്പൻ പറഞ്ഞു. കൊലയാളി സ്ക്വാഡിൽ ഉള്ളവർക്ക് പ്രത്യേക പരിശീലനമുണ്ടത്രേ. മർമ്മസ്ഥാനം നോക്കി കുത്താൻ പഠിപ്പിക്കുന്നതുകൊണ്ട് ചോര ഒരു തുള്ളിപോലും വരില്ലാത്രേ.

കൂടുതൽ സമയവും മാർട്ടി വിഡ്ഢിത്തമേ പറയാറുള്ളൂ എങ്കിലും ജോസ് ചേട്ടൻ കൊല്ലുന്നത് ദുഷ്ടന്മാരെയാണ് എന്നു കേട്ടപ്പോൾ ഞങ്ങൾ കുട്ടികൾക്കെല്ലാം കുറച്ച് ആശ്വാസം തോന്നി.

പക്ഷേ, അപ്പോഴും ജോസ് ചേട്ടനെക്കൊണ്ട് ആ

ചെകുത്താൻ ഇതൊക്കെ എങ്ങനെയാണ് ചെയ്യിക്കുന്നത് എന്നുള്ള ഞങ്ങള് പിള്ളേര് സെറ്റിന്റെ സംശയം ബാക്കി.

കത്തിയെടുത്ത് കയ്യിൽ തന്നിട്ട് എതിർക്കുന്നവരെയൊക്കെ തലങ്ങും വിലങ്ങും കുത്താൻ പറയുന്ന ക്രൂരനായിരുന്നു എനിക്കാ പിശാച്, കറുത്ത നീളൻകോട്ടും തലയിൽ കറുത്ത കൂന്തൻ

തൊപ്പിയും കറുത്ത നീളൻ താടിയും വച്ച്

"എനിക്ക് കുട്ടികളെ വേണം, കൊല്ലാനറപ്പില്ലാത്ത കുട്ടികളെ വേണം ഹഹഹ" ക്രൂരമായി അട്ടഹസിക്കുന്ന ജോസ് ചേട്ടന്റെ കൂട്ടുകാരൻ കാറൽമാക്സിനെ ഞാൻ സങ്കല്പിച്ചുനോക്കി.

"എന്റെ കുടുംബത്തിലെ കുട്ടികളെ വെറുതേ വിടാൻ ദയ കാണിക്കണം; പ്ലീസ് പ്ലീസ്" ആ രാക്ഷസന്റെ മുന്നിൽ നിലത്തു മുട്ടുകുത്തി നിന്നു കൈകൂപ്പി കരഞ്ഞു യാചിക്കുന്ന നേശ്ശേരി പേരമ്മയേം ഞാൻ സങ്കല്പിച്ചു.

ആ താടിക്കാരൻ ചെകുത്താൻ പറയുന്നതും കേട്ട് നടന്നാൽ സ്വർഗ്ഗത്തിൽ പോകുന്നതോ പോട്ടെ, ശുദ്ധീകരണസ്ഥലത്തുപോലും പ്രവേശനം കിട്ടില്ല എന്നു കേട്ടു ഞാൻ പേടിച്ചുവിറച്ചു. രാത്രി കുരിശുവരക്കുന്ന സമയത്ത്

"മരിച്ചുകഴിഞ്ഞാൽ എന്റെ ജോസ് നിത്യാഗ്നിക്ക് നടുവിലായിരിക്കും"

എന്നു പറഞ്ഞ് നേശ്ശേരി പേരമ്മ മാതാവിന്റെ രൂപത്തിനു മുന്നിൽ മുട്ടുകുത്തിന്നിന്നു കരയുന്നത് ഞങ്ങൾ കുട്ടികളെല്ലാം വിഷമത്തോടെ നോക്കിയിരുന്നു. തീയുടെ ചൂട് തട്ടി രാത്രി ഞാൻ ഉറക്കത്തിൽനിന്നു വെപ്രാളപ്പെട്ടെഴുന്നേറ്റു.

ഞങ്ങളുടെ കുടുംബത്തിൽനിന്ന് ഇനിയൊരാളും അയാളുടെ പിടിയിൽ പെടാതിരിക്കാനായി ഉറപ്പുള്ള ഒരു മാനിഫെസ്റ്റോ പേരമ്മ ഞങ്ങൾക്കെല്ലാം വിതരണം ചെയ്തു. രാത്രി ഉറങ്ങുന്നതിനു മുൻപ് കിടക്കയുടെ നാലുവശത്തും കുരിശു വരയ്ക്കാൻ തുടങ്ങീതുപോലും അതിന്റെ ഭാഗമായിട്ടാണ്. കറുത്ത ചരടിലായി മുന്നിലും പുറകിലുമുള്ള പ്ലാസ്റ്റിക് ചതുരത്തിൽ പുണ്യാളന്മാർ കയറിയിരിക്കുന്ന വെന്തിങ്ങ കഴുത്തിലിട്ടാൽ ജോസ് ചേട്ടനെ കൊണ്ടുപോയ പൈശാചിക ശക്തി ഞങ്ങളെ തൊടില്ല എന്ന് പേരമ്മ പറഞ്ഞപ്പോൾ ഞാനും ദീവാച്ചിയും വിശ്വസിച്ചില്ല. പത്താംക്ലാസ്സ് വരെ അൾത്താര ബാലനായി നമസ്കാരങ്ങളും കൊന്തയും കുമ്പസാരവും മുടക്കാത്ത ജോസ് ചേട്ടൻ ഒരു കൂട്ടുകാരൻ വന്നു വിളിച്ചപ്പോഴേക്കും അതെല്ലാം ഉപേക്ഷിച്ച് പാട്ടും പാടി കൂടെ പോയില്ലേ, അപ്പോൾ പിന്നെ നമ്മളീ മുൻകരുതലുകളെടുക്കുന്നതിൽ വല്ല അർത്ഥവുമുണ്ടോ എന്നു ഞങ്ങൾ സംശയാലുക്കളായി.

അതു ഞാൻ അമ്മയോടു ചോദിച്ചു.

നല്ല പിച്ചു കിട്ടി അതിനു മറുപടിയായിട്ട്.

കയ്യിലൊരു തോക്കും വീര പരിവേഷവും കൊടുത്ത് ഞാൻ മന

സ്സിൽ വച്ചിരുന്ന ആളാണ് ഒരു വീരത്വവുമില്ലാതെ ഇപ്പോൾ എന്റെ അമ്മയുടെ സോഫായിൽ ഇരിക്കുന്നത്.

"മോളിങ്ങുവന്നേ," പോകണോ വേണ്ടയോന്ന് സംശയിച്ച് ഞാൻ അമ്മയുടെ മുഖത്തേക്ക് നോക്കി.

സാധാരണ ജോസ് ചേട്ടൻ വരുമ്പോൾ താഴേയ്ക്ക് ഇറങ്ങിവരരുതെന്നാണ് അപ്പയുടെ ഓർഡർ. ജോസ് ചേട്ടൻ ചോദിക്കുമ്പോൾ പറയാനായി റ്റിയൂഷൻ, സ്പെഷ്യൽ ക്ലാസ്സ്, ഡാൻസ് ക്ലാസ്സ് എന്നീ പതിവ് നുണകളെ അപ്പയെ പേടിച്ച് അമ്മ റ്റിപ്പ് റ്റോപ്പായിട്ട് ഒരുക്കി നിർത്തിയിട്ടുണ്ട്.

പോയിരുന്നു പഠിക്ക് എന്ന് അമ്മ കണ്ണുരുട്ടാത്തതുകൊണ്ട് ഞാൻ മടിച്ച് മടിച്ച് അയാളുടെ അടുത്തേക്ക് നടന്നു.

തലമുറകൾ ചാടിക്കടന്ന് എന്റെ വല്ല്യവല്ല്യമ്മച്ചിയുടെ കണ്ണുകൾ എനിക്കു കിട്ടിയപ്പോൾ അമ്മയുടെ തലമുറയിൽ അതു കിട്ടിയത് ജോസ് ചേട്ടനു മാത്രം. വെള്ളാരങ്കല്ലിന്റെ നിറമെന്ന് വീട്ടുകാരും കൂട്ടുകാരും പറയുന്ന നാലുകണ്ണുകളാണ് അവിടെ പരസ്പരം നോക്കിയത്.

"തങ്കേ ഒരോ തവണ ഇവളെ കാണുമ്പോഴും ഞാൻ വിചാരിക്കും നീയാ പ്രായത്തിൽ ഇരുന്നപോലെ തന്നെ. നിന്റെ അതേ ചിരീം."

ഇതു പറഞ്ഞിട്ട് ജോസ് ചേട്ടൻ കുനിഞ്ഞ് എന്റെ നെറ്റിയിൽ ഉമ്മ തന്നു. അയാൾ കാണാതെ ഞാൻ ആ ഉമ്മ തുടച്ചുകളഞ്ഞു.

അയാളുടെ കയ്യിൽ ചോരക്കറയുണ്ടെന്ന് ഇച്ചാച്ചന്റെ മാർട്ടി പറഞ്ഞതോർത്ത് ഞാൻ ആ കയ്യിലേയ്ക്ക് രഹസ്യമായി സൂക്ഷിച്ചു നോക്കി, മാർട്ടി പറഞ്ഞത് സത്യമാണോ എന്നെനിക്കറിയണമെന്നുണ്ടായിരുന്നു; ജോസ് ചേട്ടൻ നോക്കാത്തപ്പോഴെല്ലാം ഞാൻ വീണ്ടും വീണ്ടും വിരലുകളിലേക്ക് സൂക്ഷിച്ചുനോക്കി. കയ്യിലെന്തോ ചുരുട്ടിപ്പിടിച്ചിട്ടുണ്ടായിരുന്നതുകൊണ്ട് കാണാൻ പറ്റുന്നുണ്ടായിരുന്നില്ല. വിരലുകളിൽ ചെളി പിടിച്ചിരിക്കുന്നതുപോലെയാണ് എനിക്കു തോന്നിയത്. അതു ചോരയാവില്ല. വിരലൊന്ന് വിടർത്തിയിരുന്നെങ്കിൽ അതു ചോരയാണോന്ന് നോക്കാമായിരുന്നു എന്നു വിചാരിച്ചുകൊണ്ടിരുന്നപ്പോൾ അപ്രതീക്ഷിതമായി ജോസ് ചേട്ടൻ ചോദിച്ചു:

"ഏതു ക്ലാസ്സിലാ മോള്."

"2 ബി."

"സ്കൂളിലെന്തൊക്കെയുണ്ട് വിശേഷങ്ങൾ. ഇന്നെന്നാ പഠിപ്പി

ച്ചേ?" അമ്മയുടെ ഫോട്ടോയിലെ അതേ ചിരിയിൽ ജോസ് ചേട്ട ന്റെ കണ്ണുകൾ തിളങ്ങി.

സയൻസ് ക്ലാസ്സിൽ റെമി സിസ്റ്റർ ഹൈറ്റൈഡും ലോറ്റൈഡും പഠിപ്പിക്കുന്ന സമയത്ത് ക്ലാസ്സിലിരുന്ന് വർത്തമാനം പറഞ്ഞതിനു പുറത്തിറക്കിവിട്ട ദിവസമായിരുന്നു അത്. അക്കാര്യം പറയണോ വേണ്ടയോ എന്നൊരു ചിന്താക്കുഴപ്പത്തിലായി ഞാൻ. അമ്മ രണ്ടു വശത്തും ഇറുക്കിക്കെട്ടിയിരിക്കുന്ന മുടിപിന്നൽ മുന്നോട്ടും പുറ കോട്ടും എറിഞ്ഞുകൊണ്ട് ഞാൻ ജോസ് ചേട്ടനോട് ഹൈറ്റൈ ഡും ലോറ്റൈഡും തമ്മിലുള്ള വ്യത്യാസം വിവരിച്ചു.

സയൻസ് പഠിപ്പിക്കുന്ന റെമി സിസ്റ്ററിനെക്കാളും എനിക്കിഷ്ടം ഇംഗ്ലീഷ് പഠിപ്പിക്കുന്ന ആനി റോസിലിൻ സിസ്റ്ററിനെയാണെന്ന് ഞാൻ പറഞ്ഞപ്പോൾ ജോസ് ചേട്ടൻ ഉറക്കെ ചിരിച്ചുകൊണ്ട് അമ്മ യെ നോക്കി പറഞ്ഞു: "എന്റെ തങ്കേ ഇവൾ നിന്നെപ്പോലൊരു പരാതിപ്പെട്ടിതന്നെ."

എന്നിട്ട് എന്റെ കവിളിൽ തട്ടി.

"ഇത് എന്റെ കൊച്ചിന്."

എന്നു പറഞ്ഞ് കയ്യിൽ ചുരുട്ടിപ്പിടിച്ചിരുന്ന ഒരു കുഞ്ഞു സ്റ്റിക്കർ എനിക്കു നീട്ടി.

പേരമ്മ കഴുത്തിലിടാൻ തരുന്ന വെന്തിങ്ങയിലെ പുണ്യാളനെ പ്പോലൊരു മുഖമായിരുന്നു സ്റ്റിക്കറിൽ.

പെട്ടെന്നെനിക്ക് റെമി സിസ്റ്റർ ക്ലാസ്സീന്ന് ഇറക്കിവിട്ടത് ജോസ് ചേട്ടനോട് പറയണമെന്നു തോന്നി. "ഇന്ന് ക്ലാസ്സിലിരുന്ന് ജോസ ഫ് ജോർജിനോട് വർത്താനം പറഞ്ഞതിന് റെമി സിസ്റ്ററെന്നെ ക്ലാസ്സിനു പുറത്തിറക്കി നിർത്തി, ആ പീരീഡ് മുഴുവൻ ഞാൻ പുറ ത്തായിരുന്നു."

അത്രയും പറഞ്ഞപ്പോഴേയ്ക്കും ക്ലാസ്സിൽ വച്ച് തോന്നിയ നാണക്കേടും അപമാനവും എന്റെ കണ്ണുനിറച്ചു. ജോസ് ചേട്ടനെ ന്നെ ചേർത്തുപിടിച്ചുകൊണ്ട് പറഞ്ഞു,

"സാരല്ല മോളെ, ക്ലാസ്സില് മാത്രല്ല പഠിക്കാനുള്ളത്, ക്ലാസ്സിനു പുറത്തും കുറേ കാര്യങ്ങള് പഠിക്കാനുണ്ട്."

ഇതുകേട്ട് നിന്ന അമ്മയ്ക്ക് എന്തുകൊണ്ടോ അതിഭയങ്കര ദേഷ്യം വന്നു. "നിനക്ക് നാളെ സ്കൂളുള്ളതല്ലേ! നിന്റെ മുറിൽ പോയിരുന്നാ ഹോം വർക്ക് ചെയ്തേ" -അമ്മയുടെ സ്വരത്തിന് പതിവിൽ കൂടുതൽ കട്ടിയുണ്ടായിരുന്നു.

അവിടെത്തന്നെ നിൽക്കണമെന്നാഗ്രഹമുണ്ടായിരുന്നെങ്കിലും

അമ്മയെ പേടിച്ച് ഞാൻ എന്റെ മുറിയിലേക്ക് നടന്നു. കതക് ഒരു പാളി ചാരി അതിന്റെ പുറകിൽ നിന്നു; ശ്വാസം പുറത്തേക്ക് വിട്ടാൽ ഞാൻ അവിടെ നിൽക്കുന്നത് അമ്മ മനസ്സിലാക്കിയാലോ എന്നു പേടിച്ച് ഞാൻ ശ്വാസമെടുക്കുന്നതേ നിർത്തി.

അമ്മ ജോസ് ചേട്ടനോട് എന്തൊക്കെയോ ശബ്ദം താഴ്ത്തി പറയുന്നതു കേട്ടു. ഇടയ്ക്കിടക്ക് അമ്മയുടെ ഒച്ച ഉയരുന്നുണ്ടായിരുന്നു.

“അങ്ങനെ വെറുതേ ആൾക്കാരു പറയില്ലല്ലോ...”

“എന്റെ തങ്കേ ഞാനിന്നു വരെ... ഒരു മനുഷ്യനേയും... നീയും കൂടി ഇങ്ങനെ പറഞ്ഞാലോ.”

അമ്മയുടെ സ്വരം വീണ്ടുമുയർന്നു:

“എന്റടുത്ത് കള്ളം പറയരുത്...” നിങ്ങളും നിങ്ങളുടെ ആൾക്കാരും വല്ല്യ പരിശുദ്ധന്മാരല്ലേ...”

“നിന്നെപ്പോലെ ഞാനും പത്രത്തീന്നാ ആ വാർത്ത കണ്ടത്...”

ജോസ് ചേട്ടന്റെ ശബ്ദത്തിനു തളർച്ചയുള്ളതുപോലെ തോന്നി. ആ തളർച്ചയുടെ മീതെ ചവിട്ടിക്കയറി അമ്മയുടെ സ്വരത്തിലെ താക്കീത്:

“ഇനി മേലാൽ... ഇവിടെ വരരുത്...” ആഴത്തിൽനിന്നുള്ള കടുപ്പം അമ്മയുടെ സ്വരത്തിലുണ്ടായിരുന്നു.

അമ്മയുടേയും ജോസ് ചേട്ടന്റേയും വാക്കുകൾ ഇടകലർന്നും മുറിഞ്ഞും പലതും എനിക്ക് കേൾക്കാൻ പറ്റുന്നുണ്ടായിരുന്നില്ല. കേട്ട കാര്യങ്ങളിൽനിന്ന് എനിക്ക് വളരെ കുറച്ചുമാത്രമേ മനസ്സിലായുള്ളൂ. പക്ഷേ, എല്ലാറ്റിന്റേയും ആകെത്തുക ഇതായിരുന്നു: ഇനി മേലാൽ ജോസ് ചേട്ടൻ ഈ വീട്ടിൽ വരരുത്.

കുറച്ചു കഴിഞ്ഞപ്പോൾ അമ്മയുടെ മുറിയുടെ കതക് ആഞ്ഞടയുന്ന ശബ്ദവും അടക്കിയുള്ള കരച്ചിലും ഞാൻ കേട്ടു. അല്പനേരം കഴിഞ്ഞപ്പോൾ മുൻവശത്തെ കതകടയുന്ന ശബ്ദം കേട്ടു. പുറത്ത് ചരലുകൾ ഞെരിയുന്നതും കേട്ടു.

ഞാനോടിപ്പോയി ജനാലയിൽ പിടിച്ചു കയറിനിന്നു പുറത്തേക്കു നോക്കി, രണ്ട് പാളികളുള്ള മരത്തിന്റെ ജനലായിരുന്നു അത്. താഴത്തെ പാളിയടഞ്ഞും മുകളിലത്തെ പാളി തുറന്നുമാണ് കിടന്നിരുന്നത്.

ജോസ് ചേട്ടൻ പുറത്തേ ഗേറ്റിന്റെ അഴിയിൽ പിടിച്ചുനിൽക്കുന്നു. മുണ്ടിന്റെ കുത്തഴിഞ്ഞത് ഒരു കൈകൊണ്ട് വാരിപ്പിടിച്ച് ആ കൈകൊണ്ട് തന്നെ കണ്ണു തുടയ്ക്കുന്നു. ഒരു കാലിലെ തേഞ്ഞ്

തീരാറായ ചെരിപ്പ് എവിടെയോ നഷ്ടപ്പെട്ടിരിക്കുന്നു.

ജനൽക്കമ്പിയിൽ പിടിച്ചിരുന്ന എന്റെ വിരലുകൾ വേദനിക്കുന്നതുവരെ എന്റെ കണ്ണുകൾ ജോസ് ചേട്ടനു ചുറ്റും, അയാളുടെ സങ്കടത്തിനു ചുറ്റും വളരെ സാവധാനം സഞ്ചരിച്ചുകൊണ്ടിരുന്നു.

അപ്പോഴാണ് ജോസ് ചേട്ടന്റെ കൂടെ ചേർന്നുനിൽക്കുന്ന ഒരു നിഴൽ എന്റെ കണ്ണിൽപ്പെട്ടത്. തല നിറയെ വെളുത്ത മുടിയുള്ള, വെളുത്ത താടിയുള്ള കറുത്ത കോട്ടിട്ട ഒരാൾ. ജനാലയ്ക്കലെ എന്റെ സാന്നിദ്ധ്യം അറിഞ്ഞിട്ടെന്നപോലെ അയാൾ തലപൊക്കി എന്നെ നോക്കി. ഒരൊറ്റ നോട്ടം!

എന്റെ കൂടെ വളർന്ന് വലുതായി ആ നോട്ടം.

പിന്നീടൊരിക്കലും ഞാൻ ജോസ് ചേട്ടനെ കണ്ടിട്ടില്ല.

○○

9

# ഒരേ നിറമുള്ള രണ്ടു വാക്കുകൾ

**അഖില കെ.എസ്.**

കണ്ണടച്ചാൽ തല പിളർക്കുന്നൊരു മുഴക്കം കേൾക്കുന്നുവെന്നും ഉറങ്ങാൻ സാധിക്കുന്നില്ലെന്നും വേവലാതിപ്പെട്ട ഡോ. ഹൻസ് ഗീരാസിനൊപ്പം ഈ ആഴ്ച തന്നെ രണ്ടാംതവണയാണ് ഞാൻ ഡോക്ടറുടെ അടുത്തെത്തുന്നത്.

മാസ്ട്രിച്ച് യൂണിവേഴ്സിറ്റിയിലെ ഗവേഷണ വിദ്യാർത്ഥിയാണ് ഞാൻ. അദ്ദേഹം എന്റെ പ്രൊഫസറാണ്. മനുഷ്യശരീരത്തിലെ പ്രതിരോധഘടകങ്ങളെക്കുറിച്ചുള്ള പഠനങ്ങളിൽ ലോകം അദ്ദേഹത്തിന്റെ വാക്കുകളെ ശ്രദ്ധിക്കുന്നു. പുള്ളിയുടെ വിദ്യാർത്ഥി വൃന്ദത്തിൽ ഞാൻ താരതമ്യേന പുതിയ ആളാണ്. പക്ഷേ, ഇവിടെ ചേർന്ന അന്നുമുതൽ, അല്ല, അതിനു മുൻപുള്ള മെയിലിടപാടുകൾ മുതൽ അദ്ദേഹമെന്നോട് വളരെ സവിശേഷമായ ഒരു വാത്സല്യം കാണിച്ചിരുന്നു. വെറും ആറു മാസങ്ങൾക്കുള്ളിൽ, സ്റ്റുഡന്റ്സ് ഹോസ്റ്റലിൽനിന്ന് പ്രൊഫസ്സറിന്റെ വീട്ടിലെ ഒഴിഞ്ഞു കിടന്ന മുകൾ മുറിയിലേക്ക് താമസം മാറുന്നത് വരെയെത്തി കാര്യങ്ങൾ.

താമസം മാറി മൂന്നാഴ്ചയ്ക്കുള്ളിൽ അദ്ദേഹമെന്നോട് 'സെക്സ് ചെയ്താലോ' എന്നു വളരെ സ്വാഭാവികമായി, എന്നാൽ താഴ്മയോടെ തിരക്കി. പെട്ടെന്നു കേട്ടപ്പോൾ പകയ്ക്കുകയും അല്പമൊന്ന് ഭയക്കുകയും ചെയ്തെങ്കിലും അതേ സ്വാഭാവികതയോടെ തന്നെ ആ ആവശ്യം നിരസിക്കാൻ എനിക്കായി.

അങ്ങനെയൊരു ചോദ്യം തീരെ പ്രതീക്ഷിച്ചില്ലെങ്കിലും ആണും ആണും തമ്മിൽ അങ്ങനൊരു ബന്ധം സൂക്ഷിക്കുന്നത് തെറ്റായ കാര്യമൊന്നുമല്ല എന്ന ചിന്ത മനസ്സിലുറച്ചതിന് കൂൻ മേയറിന് നന്ദി പറയണം. കൂൻ, ലാബിലെ എന്റെ സഹപ്രവർത്തകനാണ്.

ഏറ്റവും സരസൻ, ഉപകാരി, ധാരാളം സംസാരിക്കുന്നവൻ. കൂടുതലും സുഹൃത്തുക്കളെക്കുറിച്ചാണ് പറയുക. അതിൽത്തന്നെ ചുവന്ന തലമുടിയുള്ള ഗാൻഡോൾഫിനെക്കുറിച്ച് ഒരുപാട് കാര്യങ്ങൾ പറയും. ചിലപ്പോഴൊക്കെ അയാളുമൊത്ത് ആംസ്റ്റർഡാമിൽ അവധിക്കാലം ആഘോഷിച്ചതിന്റെ ഫോട്ടോകൾ കാട്ടിത്തരും. സർവ്വവും തകർന്ന മുഖഭാവത്തോടെ കൂൻ എത്തിയ ഒരു ദിവസത്തെക്കുറിച്ച് വ്യക്തമായോർക്കുന്നു. ഒരുപാടുനേരം കഴിഞ്ഞാണ് ഗാൻഡോൾഫിനു സംഭവിച്ച അപകടത്തെപ്പറ്റി ഒന്നു സൂചിപ്പിക്കാനെങ്കിലുമുള്ള മാനസികാവസ്ഥയിലേക്ക് അയാളെത്തിയത്. ഗാൻഡോൾഫ് അതി സൂക്ഷ്മ നിരീക്ഷണത്തിലായ രണ്ടാഴ്ചക്കാലം അയാൾ മര്യാദക്കൊരു കോഫിപോലും കുടിച്ച് ഞാൻ കണ്ടില്ല. അയാൾക്ക് സുഹൃത്തിനോടുള്ള ആത്മാർത്ഥതയിൽ അതിശയപ്പെടുന്നതിനപ്പുറം മറ്റൊരു സംശയവും ഒരു ടിപ്പിക്കൽ മലയാളിയെന്ന നിലയിൽ, എന്റെ മനസ്സിലേക്കെത്തിയതുമില്ല.

അവിടെയെനിക്ക് തെറ്റുപറ്റി.

ഗാൻഡോൾഫ് ആശുപത്രിയിൽനിന്നു ഡിസ്ചാർജ് ആയതിന്റെ പിറ്റേന്ന്, കുറെ നാളുകൾക്കു ശേഷം സാധാരണ മാനസികനിലയിൽ ചിരിച്ചുകണ്ട കൂൻ മേയർക്കൊപ്പം ഒരു കോഫി കുടിക്കാൻ ഇറങ്ങിയതായിരുന്നു ഞാൻ. കപ്പിന്റെ പിടിയിൽ വിരലുകൾകൊണ്ട് ചെറുതായി താളം പിടിച്ച്, കവിളുകൾ കൂടുതൽ ചുവപ്പിച്ചുകൊണ്ട് അയാൾ പറയാൻ തുടങ്ങുമ്പോൾ പ്രണയത്തെക്കുറിച്ചായിരിക്കും എന്നുള്ള ഊഹം ശരിയായിരുന്നു. കാമുകന്മാരുടെ ഭാവം ലോകമെമ്പാടും ഒന്നുതന്നെയാണെന്നു തോന്നുന്നു. എന്നാൽ, എന്റെ മുൻവിധികൾ അപ്പാടെ തെറ്റിച്ചുകൊണ്ട് അപ്പോഴും കൂൻ പറഞ്ഞത് ഗാൻഡോൾഫിനെക്കുറിച്ചായിരുന്നു.

'നിനക്കറിയുമോ, പിണങ്ങുമ്പോൾ അവനൊരു മുഖം വീർപ്പിക്കലുണ്ട്, അതവഗണിച്ചു തിരിഞ്ഞു നടന്നാൽ ലോകത്തെവിടെ പോയൊളിച്ചാലും എനിക്ക് സ്വസ്ഥമായിരിക്കാൻ പറ്റില്ല. അത്രയും പാവമാണവൻ.'

കൂൻ പറഞ്ഞുകൊണ്ടേയിരുന്നു. ആദ്യത്തെ പകപ്പ് മാറിക്കഴിഞ്ഞപ്പോൾ പുതിയ അറിവുകളുമായി ഞാൻ പൊരുത്തപ്പെട്ടു. പിന്നീടയാൾ വീട്ടുകാര്യങ്ങൾ ഏറ്റവും കൂടുതൽ പറഞ്ഞത് ഒരുപക്ഷേ, എന്നോടായിരിക്കും.

അതുകൊണ്ടുതന്നെ ഡിന്നറിനുശേഷം കയ്യിലൊരു ഗ്ലാസ്സ് വീഞ്ഞുമായി ടിവിക്കു മുന്നിൽ ചടഞ്ഞിരുന്ന ആ നിമിഷം എനി

ക്കു ഞെട്ടേണ്ടിവന്നില്ല. മാത്രമല്ല, ഏറ്റവും മാന്യമായിട്ടാണ് പ്രൊഫസ്സർ അതു ചോദിച്ചതും.

പക്ഷേ, സ്വാഭാവിക പ്രതിരോധമെന്ന നിലയിൽ, അടുത്ത ഒരാഴ്ചയോളം കുളിക്കാൻ കയറുമ്പോൾപോലും കിടപ്പുമുറിയുടെ വാതിൽ അകത്തുനിന്നു കുറ്റിയിടാൻ ഞാൻ ശ്രദ്ധിച്ചിരുന്നു. ചാരിത്ര്യസംരക്ഷണത്തിനായി ഒരു പാവം യുവാവ് എത്ര ബദ്ധപ്പെടേണ്ടിവരുന്നു എന്നാലോചിച്ച് ചിലപ്പോഴൊക്കെ സ്വയം രസിക്കുകയും ചെയ്തു. പക്ഷേ, അരുതാത്തതായി ഒരു നോട്ടമോ വാക്കോ പിന്നീടുണ്ടായില്ല. പ്രൊഫസർ പഴയതുപോലെ ലാബിലും പേപ്പർ ഡിസ്കഷനുകളിലും കണിശമായി പെരുമാറുകയും അല്ലാത്തപ്പോൾ തമാശകൾ പറഞ്ഞ് ഉറക്കെ ചിരിക്കുകയും ചെയ്തു.

അപ്പോഴേക്കും അവിടം എനിക്ക് ഏറെ പ്രിയപ്പെട്ടതായിക്കഴിഞ്ഞിരുന്നു. കരിങ്കൽ വിരിച്ച വൃത്തിയുള്ള നടപ്പാതകളും ഏറ്റവും കലാപരമായി പണികഴിക്കപ്പെട്ട ചാരുബഞ്ചുകളും നിറയെ പിങ്ക് നിറ പൂക്കൾ പൂത്ത മരങ്ങളുമുള്ള ഒരു തെരുവിന്റെ ഓരത്ത് ചരിഞ്ഞ മേൽക്കൂരയുമായി, മുറ്റത്ത് ചുളിയാതെ വിരിക്കപ്പെട്ട പച്ചനിറപ്പായയും വശങ്ങളിൽ നിരത്തപ്പെട്ട പൂച്ചെടികളുമായി കാണപ്പെടുന്ന ആ വീടുമായി ഞാൻ പ്രണയത്തിലാണ്ടുപോയിരുന്നു. അതുകൊണ്ടു കൂടെയാണ് തിരികെ ഹോസ്റ്റലിലേക്ക് പോകുന്നതിനെപ്പറ്റിയുള്ള ആലോചനപോലും മറ്റൊരു പ്രതിസന്ധി ഘട്ടം വരുമ്പോഴാകട്ടെ എന്ന മട്ടിൽ മാറ്റിവയ്ക്കപ്പെട്ടത്.

'പ്രൊഫസ്സർ ജീവിതത്തിൽ ഒറ്റപ്പെട്ടുപോയ ഒരു വ്യക്തിയാണ്. നീ അദ്ദേഹത്തിന്റെ ക്ഷണം സ്വീകരിക്കണമെന്ന് എനിക്കു തോന്നുന്നു വിജയ്.'

പ്രൊഫസ്സർ എന്നെ സ്വന്തം വീട്ടിൽ താമസിക്കാൻ ക്ഷണിച്ച കാര്യം പറഞ്ഞപ്പോൾ എന്റെ സഹപ്രവർത്തകയും ഏറ്റവും അടുത്ത സുഹൃത്തുമായ ഓസ്ല റൈഡർ പറഞ്ഞത് ഓർക്കുന്നു.

'ഡിവോഴ്സ്ഡ് ആണോ?'

'കൂടുതലറിയില്ല. ആണെന്നു തോന്നുന്നു. പക്ഷേ, പേഴ്സണൽ കാര്യങ്ങൾ ചോദിക്കുന്നത് ആൾക്കിഷ്ടമല്ല. ചിലപ്പൊ ഷൗട്ട് ചെയ്യാറുണ്ട്. അതുകൊണ്ട് അധികമൊന്നും ചോദിക്കണ്ട'

എന്നൊരു ഉപദേശം കൂടി അവൾ തന്നിരുന്നു.

പക്ഷേ, ഒന്നും ചോദിക്കാതെ തന്നെ ചിലതൊക്കെ മുന്നിൽ തെളിഞ്ഞുവന്നു.

ഒരു വൈകുന്നേരം മസാല ചേർത്ത ചിക്കൻ, ഫ്രൈ ചെയ്തെ

ടുക്കുന്ന സാഹസത്തിനിടയിൽ പ്രൊഫസ്സർ ബ്രേക്ക് ഫാസ്റ്റ് ടേബിളിനരികിൽ വന്നുനിന്ന് അവിടിരുന്ന ചെറി ടുമാറ്റോകൾ എടുത്ത് പൂക്കളുടെ ആകൃതിയിൽ മുറിച്ചുതുടങ്ങി. അതങ്ങനെ പതിവുള്ളതായിരുന്നില്ല. അദ്ദേഹം ഇന്ത്യൻ ഭക്ഷണശൈലിയുടെ ആരാധകനായിരുന്നതുകൊണ്ട് പാചകം പൂർണ്ണമായും ഞാനേറ്റെടുത്തിരുന്നു.

മസാലയിൽ കുളിപ്പിച്ച ചിക്കനിൽനിന്നു മുഖം തിരിച്ചു ഞാൻ നോട്ടമെയ്യുമ്പോഴേക്കും ചോദ്യം വന്നുകഴിഞ്ഞിരുന്നു.

'ആകെയൊരു സുഖം തോന്നുന്നില്ല. ഒരു ഡ്രൈവിനു പോയാലോ?'

കൊറോണക്കാലത്തിനു മുൻപുള്ള ഞങ്ങളുടെ സായാഹ്നങ്ങൾ പലപ്പോഴും പുറത്ത് തന്നെയായിരുന്നു. സാധാരണഗതിയിൽ, രണ്ടു സൈക്കിളുകളിലായി സ്ട്രീറ്റ് ഫുഡിലെ വ്യത്യസ്തമായ രുചികൾ തേടി അലയുകയാണ് പതിവ്. അല്ലെങ്കിൽ ഡാഗ് സ്ട്രാൻഡ് ബീച്ചിൽ സായാഹ്ന സൂര്യനെ നോക്കിയിരിക്കും. ഞാൻ പഴയ മലയാളം പാട്ടുകൾ പാടും. പ്രത്യേകത തോന്നുന്ന ചില വാക്കുകൾ എന്താണ് സൂചിപ്പിക്കുന്നതെന്ന് അദ്ദേഹം വളരെ താല്പര്യത്തോടെ ചോദിക്കാറുണ്ട്.

ഒരിക്കൽ, 'പൂമുഖ വാതിൽക്കൽ സ്നേഹം തുളുമ്പുന്ന പൂന്തിങ്കളാകുന്നു ഭാര്യ' എന്ന പാട്ട് മനപ്പൂർവ്വമായിത്തന്നെ ഞാൻ പാടിക്കൊടുക്കുകയും അതിലെ വരികളുടെ അർത്ഥം ചോദിക്കാതെ തന്നെ പറഞ്ഞുകൊടുക്കുകയും ചെയ്തിരുന്നു. പുള്ളിയന്ന് ഉറക്കെ ചിരിച്ചുകൊണ്ട് ഇതുകേട്ട് ചിരിക്കാത്ത ഒരു ഭർത്താവും ലോകത്തുണ്ടാവില്ലെന്നു സത്യം ചെയ്തു. എന്നാൽ, സ്വന്തം കഥ പറയാൻ ഇത്ര നല്ലൊരു സന്ദർഭം ഉണ്ടാക്കിക്കൊടുത്തിട്ടും ആൾ അതേപ്പറ്റി ഒന്നും തന്നെ പറഞ്ഞില്ല. പകരം, 'എനിക്കിപ്പോൾ മാർലോൺ ബ്രാൻഡോയെ ഓർമ്മവരുന്നു' വെന്നു പറഞ്ഞു.

'നിനക്കിഷ്ടമാണോ അയാളെ?'

ഉവ്വെന്നു തലകുലുക്കിക്കൊടുത്തു. പ്രൊഫസ്സറിന്റെ മുഖത്ത് ഗൂഢമായൊരു ചിരി ചുഴികുത്തി.

'നല്ല നടനാണെന്നതിനേക്കാൾ അയാളൊരു ധീരനായിരുന്നെന്നു ഞാൻ പറയും. സ്വയമൊരു ബൈസെക്ഷ്വൽ ആണെന്നു ലജ്ജയില്ലാതെ വിളിച്ചുപറഞ്ഞ മഹാൻ.'

പ്രൊഫസ്സറുടെ നോട്ടം കടലിലൂടെ ഇഴഞ്ഞ് എന്റെ മുഖത്തെത്തിയപ്പോൾ ഞാനൊന്നൊതുങ്ങിയിരുന്നു. പുള്ളി വീണ്ടുമെന്തോ

കുഴഞ്ഞ ആഗ്രഹം ചോദിക്കാനൊരുങ്ങുകയാണെന്നു തോന്നിയപ്പോൾ ദേഹവും മുഖവും മൂടിപ്പുതയ്ക്കാനൊരു ഷാൾ കിട്ടിയിരുന്നെങ്കിൽ എന്നുപോലും ആഗ്രഹിച്ചുപോയി. എന്നാൽ, പ്രൊഫസ്സർ പിന്നീട് ബ്രാൻഡോയുടെ ഡച്ച് വേരുകളെക്കുറിച്ചാണ് പറഞ്ഞത്.

'ഞങ്ങൾ സ്നേഹവും സ്വാതന്ത്ര്യവും ഒരുപോലെ ഇഷ്ടപ്പെടുന്നു. അതാരിൽനിന്നാണോ കിട്ടുന്നത് അവരെ ചേർത്തുനിർത്തും. മനസ്സിലായോ? നിങ്ങളത് മനസ്സിലാക്കാൻ ഇനിയെത്ര വർഷമെടുക്കും?'

ആ വൈകുന്നേര യാത്ര സ്വാതന്ത്ര്യത്തിന്റെ അവസാന വീക്കെൻഡിലായിരുന്നുവെന്നു വേണമെങ്കിൽ പറയാം. കൊറോണ പടർന്നുപിടിക്കുകയും നിയന്ത്രണങ്ങൾ കടുക്കുകയും ചെയ്തതോടെ ഞങ്ങളുടെ കറക്കവും അവസാനിച്ചു. മാസ്കിടാൻ പ്രൊഫസർക്ക് മടിയായതു കാരണം പുറത്തധികം ഇറങ്ങാതെയായി. യാത്രകൾ യൂണിവേഴ്സിറ്റിയിലേക്ക് മാത്രമായി. അവിടെപ്പോലും തന്റെ സ്പെഷ്യൽ ക്യാബിനുള്ളിലായി അദ്ദേഹം ഒതുങ്ങിക്കൂടി. വളരെ അത്യാവശ്യ സന്ദർഭങ്ങളിൽ മാത്രമേ ലാബിലേക്കുപോലും വന്നിരുന്നുള്ളൂ.

അതുകൊണ്ടുതന്നെ പെട്ടെന്നുള്ള ആ ചോദ്യം എന്നെ തെല്ല മ്പരപ്പിക്കുകയും കൂടുതൽ സന്തോഷിപ്പിക്കുകയും ചെയ്തു. പതിവിൽനിന്നു വ്യത്യസ്തമായി ടിൽബർഗിലേക്കാണ് പോകാൻ പോകുന്നതെന്ന് ഒരു സൂചനകൂടി തന്നതും പുതുമയായി തോന്നി.

ചിക്കൻ ഫ്രൈ ഓവനിൽനിന്നു പുറത്തിറക്കി വച്ചതിനുശേഷം ഞങ്ങൾ പുറപ്പെട്ടു. ഇരുവശങ്ങളിലും അസംഖ്യം വിൻഡ് മില്ലുകൾ അച്ചടക്കമുള്ള കാവൽക്കാരെപ്പോലെ തലയുയർത്തിപ്പിടിച്ച് നിരന്നുനിന്നിരുന്ന പരിചിതമായ ഇടങ്ങളിലൂടെ കുറേയോടിക്കഴിഞ്ഞ ശേഷം, പുതിയൊരു റോഡിലേക്ക് കാർ തിരിഞ്ഞു കയറുമ്പോൾ അദ്ദേഹം പതിവിലുമേറെ നിശബ്ദനായതായി എനിക്കു തോന്നി. ഞങ്ങൾ താമസിക്കുന്നയിടത്തുനിന്നും കുറച്ചു വ്യത്യസ്തമായ ഒരു സ്ഥലമായിരുന്നു അത്. നാഗരികതയുടേയും സമ്പന്നതയുടേയും അടയാളങ്ങൾ തെളിഞ്ഞു കാണാമായിരുന്നു. മുറ്റത്തും ഉള്ളിലും ഒരുപാട് ലൈറ്റുകൾ തെളിഞ്ഞുനിന്ന ഒരു വീടിനു മുന്നിലായി കാർ നിന്നു. പ്രൊഫസ്സർ മൗനത്തിൽ തന്നെയായിരുന്നു. എന്തെങ്കിലും ചോദിക്കുന്നത് അവിവേകമായിപ്പോകുമെന്നു ഭയം തോന്നിയതു കാരണം ഞാനും ഒന്നും മിണ്ടാതെ അവിടേക്ക്

നോക്കിയിരുന്നു.

'അതെന്റെ മകളുടെ വീടാണ്.'

ഞാൻ അത്ഭുതത്തോടെ നോക്കി. പ്രൊഫസ്സറിനൊരു മകളുണ്ടെന്നത് പുതിയ അറിവായിരുന്നു.

'ഇന്ന് അവൾ അവളുടെ പാർട്ണറെ വിവാഹം കഴിച്ചു.'

തുടർന്നു കുറച്ചധികം പറയാൻ അദ്ദേഹത്തെ പ്രേരിപ്പിക്കുന്ന വിധത്തിൽ എന്തെങ്കിലും പറയണമെന്നുണ്ടായിരുന്നെങ്കിലും അത്തരമൊരു വാക് ചാതുര്യം കൈവശമില്ലാത്തതിനാൽ ഞാൻ മൗനം തുടർന്നു.

'എനിക്കവളെ കാണണമെന്നും രണ്ടുപേരേയും അനുഗ്രഹിക്കണമെന്നുമുണ്ട്. പക്ഷേ, അകത്തേക്ക് കയറാൻ അനുവാദമില്ല.'

അദ്ദേഹം മുഖം അമർത്തിത്തുടച്ചു. എന്നിട്ട് രണ്ടു കൈകളും നെറ്റിക്കു മുകളിൽ വച്ച് അല്പ സമയം കണ്ണടച്ചിരുന്നു.

തിരികെ വരുമ്പോഴും ഞങ്ങൾ അധികമൊന്നും സംസാരിച്ചില്ല. ആകാംക്ഷയുണ്ടായിരുന്നെങ്കിൽപ്പോലും ഒന്നും ചോദിക്കാൻ എനിക്കു ധൈര്യം വന്നില്ല. പ്രൊഫസറുടെ ഏറ്റവും പ്രിയപ്പെട്ട ഇന്ത്യൻ ചിക്കൻ ഫ്രൈ ഞാൻ ഒറ്റയ്ക്കിരുന്നു കഴിക്കേണ്ടിവന്നു.

അന്നു രാത്രിയാണ് അദ്ദേഹത്തിന് ആദ്യമായി വയ്യായ്ക തോന്നിയത്. എന്റെ മൊബൈലിലേക്ക് സന്ദേശം അയക്കാൻ വേണ്ടിയുള്ള സാവകാശം കിട്ടിയത് ഭാഗ്യമെന്നു പറയണം. ഞാൻ മുറിയിലെത്തുമ്പോൾ അദ്ദേഹം കുഴഞ്ഞുവീണുപോയിരുന്നു. കിടക്കയ്ക്കും ടോയ്‌ലറ്റിനുമിടയിലെ സ്ഥലത്ത് കമിഴ്ന്നു കിടക്കുകയായിരുന്നു. ഹോസ്പിറ്റലിൽനിന്നു വണ്ടിയെത്തുന്നതിനിടയിൽ എനിക്കദ്ദേഹത്തെ താങ്ങിയെടുത്ത് ബെഡിൽ കിടത്താനും ഇടയ്ക്ക് കണ്ണു തുറന്നപ്പോൾ അല്പം വെള്ളം കൊടുക്കാനുമായതും ഭാഗ്യമെന്നേ പറയേണ്ടൂ. പിന്നീട് ഡോക്ടറും അതുതന്നെ പറഞ്ഞു.

'ഒരു മുഴക്കംപോലെ.'

സംസാരിക്കാറായപ്പോൾ ചെവി വട്ടം പിടിച്ചുകൊണ്ട് പ്രൊഫസർ എന്നെ നോക്കി. എന്നിട്ട് എനിക്കെന്തെങ്കിലും മറുപടി പറയാനാകുന്നതിനു മുൻപുതന്നെ ചുരുണ്ട്, കാൽമുട്ടുകൾ കൈകൾക്കിടയിൽ തിരുകി ഞരങ്ങി.

'ആ തോക്ക് താഴെയിട്.'

'തോക്കോ?' ഞാൻ നിസ്സഹായതയോടെ നോക്കി.

ശരിക്കും ഞാൻ പേടിച്ചുപോയി. പക്ഷേ, ഡോക്ടർ അതു നിസ്സാരമായി തള്ളിക്കളഞ്ഞു.

‘ഏയ്, ഒരു കുഴപ്പവുമില്ല. ഒന്നുറങ്ങിക്കഴിയുമ്പോ ശരിയാവും.’

മൂന്നു ദിവസത്തേക്കുള്ള മരുന്നുകളുമായി ഞങ്ങൾ തിരികെപ്പോന്നു. അന്നു മുഴുവൻ പ്രൊഫസ്സർ ഉറങ്ങി. രാത്രിയെഴുന്നേറ്റപ്പോൾ കുറച്ച് വെജിറ്റബിൾ സൂപ്പും ഗുളികകളും ഞാൻ നിർബ്ബന്ധിച്ചു കഴിപ്പിച്ചു. വീണ്ടുമുറങ്ങി.

പിറ്റേന്ന് അദ്ദേഹമുണരുന്നതും നോക്കി ഏറ്റവും ആശങ്കയോടെയാണ് ഞാൻ സ്വീകരണ മുറിയിലിരുന്നത്. അന്ന് ലാബിൽ പോകാൻ പറ്റില്ലെന്ന് ഉറപ്പായതു കാരണം ഡ്രസ്സ് മാറാൻ പോലും മിനക്കെട്ടില്ല.

പക്ഷേ, പ്രൊഫസ്സർ എന്നത്തേയുംപോലെ ഒരുങ്ങിയാണ് മുറിക്ക് പുറത്തേക്കിറങ്ങിയത്.

സോഫയിൽ ചുളുങ്ങിക്കൂടിയിരിക്കുന്ന എന്നെ കണ്ടപ്പോൾ

‘എന്താ നീ റെഡിയാവാത്തത്? സമയമായല്ലോ’ എന്നു പുരികമുയർത്തുകപോലും ചെയ്തു.

ഞാൻ വളരെ വേഗം റെഡിയാവുകയും ഞങ്ങൾ ഒരുമിച്ച് ബ്രേക്ക്ഫാസ്റ്റ് കഴിക്കുകയും ചെയ്തു. തലേന്നത്തെ കാര്യങ്ങൾ മറന്നുപോയിരിക്കുമോ എന്നു സംശയിച്ചിരിക്കുന്ന സമയത്തുതന്നെ പുള്ളി കോട്ടിന്റെ പോക്കറ്റിൽ കയ്യിട്ട് ഗുളികയെടുത്ത് കഴിക്കുന്നതും കണ്ടു.

അന്നേദിവസം അദ്ദേഹം വലിയ ഉത്സാഹത്തിലായിരുന്നു. ഓസ്ലയുടെ, തിരുത്തൽ നിർദ്ദേശങ്ങൾ മാറിമാറി കൊടുത്തുകൊണ്ടിരുന്ന, ഒരു റിസർച്ച് പേപ്പറിനു പ്രസിദ്ധീകരണാനുമതി കൊടുത്തതുൾപ്പെടെയുള്ള നല്ല കാര്യങ്ങൾ സംഭവിക്കുകയും ചെയ്തു. അതുകൊണ്ടുതന്നെ തലേദിവസത്തെ കാര്യങ്ങൾ മറ്റാരോടും പറയാൻ എനിക്കു തോന്നിയില്ല. സ്വയം ദുർബ്ബലനായി മറ്റുള്ളവരുടെ മുന്നിൽ നിൽക്കേണ്ടിവരുന്നതാണ് പ്രൊഫസ്സർ ഏറ്റവും വെറുക്കുന്ന കാര്യമെങ്കിൽ ഞാനായിട്ട് അതിനു വഴിവയ്ക്കാൻ പാടില്ലല്ലോ.

പക്ഷേ, അന്നേ ദിവസം രാത്രിയിൽ വീണ്ടും പ്രശ്നമുണ്ടായി. ഇത്തവണ അദ്ദേഹം എന്റെ മുറിയിലേക്കു പാഞ്ഞുവരികയും ‘തലയിലെന്തോ മുഴങ്ങുന്നു. അത് വെടിയൊച്ചയാണ്’ എന്നൊക്കെ പറഞ്ഞ് ഉറക്കെ വിലപിക്കുകയും ചെയ്തു.

രണ്ടുദിവസം മുൻപിലത്തെ രാത്രി അതേപോലെ ആവർത്തിച്ചു. ഞാൻ ഡോക്ടറോട് നിരന്തരം ചോദ്യങ്ങൾ ചോദിക്കുകയും ‘നാളേയ്ക്ക് ശരിയായിക്കൊള്ളും’ എന്ന ഒറ്റ ഉത്തരംകൊണ്ട് അയാൾ അതിനെയെല്ലാം തള്ളിക്കളയുകയും ചെയ്തു. കേരളത്തി

ലെ ആശുപത്രികളേയും ഡോക്ടർമാരേയും ഞാൻ മനസ്സുകൊണ്ട് നമിച്ചു. എന്തുതന്നെ വന്നാലും ഇത്ര ഉത്തരവാദിത്വമില്ലാതെ അവർ പെരുമാറില്ലെന്ന് ഉറപ്പാണ്.

ഞങ്ങൾ വീട്ടിലേക്ക് തന്നെ തിരികെപ്പോന്നു.

ഡോക്ടർ എന്തു പറഞ്ഞാലും കാര്യങ്ങൾ ശരിയായ രീതിയില ല്ല പോകുന്നതെന്ന് എനിക്കുറപ്പായിരുന്നു. വല്ലാത്ത ഭയം തോ ന്നി. ഇദ്ദേഹത്തിനെന്തെങ്കിലും സംഭവിച്ചാൽ? അത് സംബന്ധിച്ച് ഒരന്വേഷണം വന്നാൽ എന്താണ് ഞാൻ മറുപടി പറയുക? പ്രൊ ഫസ്സറുടെ വ്യക്തിപരമായ ഒരു കാര്യവും എനിക്കറിയില്ല.

ഞാൻ ഓസ്ലയെ വിളിച്ചു. അവൾ വേഗം തന്നെ വന്നു. കാര്യ ങ്ങൾ വിശദമായി പറഞ്ഞപ്പോൾ തന്നെ മനസ്സിലെ തിക്കുമുട്ടൽ കുറഞ്ഞു. ഓസ്ല എല്ലാം ശ്രദ്ധയോടെ കേട്ടു. അവൾ അനാവശ്യമാ യ പരിഭ്രമമോ ഉൽക്കണ്ഠയോ കാണിക്കാത്തത് കൂടുതൽ ആശ്വാ സമായി. സമചിത്തതയോടെ കേൾക്കാനും ചിന്തിക്കാനും കഴിയു ന്ന ആളെത്തന്നെയായിരുന്നു അപ്പോൾ എനിക്കാവശ്യം.

'മുന്നോട്ടാലോചിക്ക്.' ഒരു കാൽ മറ്റേതിനു മുകളിലേക്കു കയ റ്റിവെച്ച് അവൾ നിവർന്നിരുന്നു. 'പ്രൊഫസ്സറുടെ മകളോട് കാര്യ ങ്ങൾ പറയുന്നതാണ് നല്ലതെന്നു തോന്നുന്നില്ലേ? എന്താണെന്നു വച്ചാൽ... നമുക്കു വേറാരെയും അറിയില്ലല്ലോ.'

'എനിക്കവരെയും അറിയില്ലല്ലോ.'

'വീടറിയാമല്ലോ.'

'വീട്... വഴി... ഏകദേശമൊക്കെ അറിയാമെന്നു തോന്നുന്നു.'

പ്രൊഫസ്സർ നല്ല ഉറക്കത്തിലായിരുന്നു. മുറിക്കുള്ളിലെ ചൂട് പാകത്തിനു ക്രമീകരിക്കുകയും പെട്ടെന്നെടുക്കാൻ പാകത്തിനു വെ ള്ളവും സാൻഡ്‌വിച്ചും മേശപ്പുറത്ത് വയ്ക്കുകയും ചെയ്തിട്ട് ഞങ്ങൾ വീടു പൂട്ടിയിറങ്ങി.

ഓസ്ലയുടെ കാറിലാണ് ഞങ്ങൾ പോയത്. ഇടയ്ക്ക് രണ്ടിടത്ത്, വഴി തിരിയേണ്ടതു സംബന്ധിച്ച് ഒരു ആശയക്കുഴപ്പമുണ്ടായെന്ന തൊഴിച്ചാൽ എന്റെ ഓർമ്മ ഒട്ടും പിഴച്ചില്ലായെന്നുതന്നെ പറയ ണം.

ആ തെരുവ് രാത്രിക്കാഴ്ചയെക്കാൾ കൂടുതൽ സുന്ദരമായി മുന്നിലൂടെ ഇഴഞ്ഞ് നിവർന്നുനിന്നു.

ഓർമ്മത്തെറ്റു സംഭവിച്ച രണ്ടു വഴിപോക്കരെപ്പോലെ ആ വീടി നു മുന്നിൽ ഞങ്ങൾ കുഴങ്ങി നിന്നു.

ആരാണെന്നു പറഞ്ഞാണ് പരിചയപ്പെടുത്തുക! ആരോടാണെ

ന്നു വച്ചാണ് പരിചയപ്പെടുക!

മുൻവാതിൽ തുറക്കപ്പെട്ടിരുന്നു. പ്രൊഫസ്സറുടേതുപോലെ സ്വർണ്ണത്തലമുടിയും ചുവന്ന മുഖവും പ്രതീക്ഷിച്ചുനിന്ന ഞങ്ങൾക്കു മുൻപിൽ തനി ഇന്ത്യൻ മുഖവും ശരീരവുമായി ഒരു യുവതി നെറ്റി ചുളിപ്പിച്ചുനിന്നു. എന്നിട്ട് ഒട്ടും സമയം കളയാതെ:

'ആരാണ്?' എന്ന് ഒഴുക്കുള്ള ഡച്ച് ഭാഷയിൽ ചോദിച്ചു.

ചില വാക്കുകൾ കേട്ടാൽ മനസ്സിലാകും എന്നല്ലാതെ, തൊണ്ടക്കുഴി കനപ്പിച്ചുകൊണ്ട് പുറത്തേക്ക് ചാടുന്ന ഡച്ച് ഒട്ടും വഴങ്ങാത്ത ഞാൻ നിസ്സഹായതയോടെ ഓസ്ലയെ നോക്കി. അസ്ഡാളിപ്പോടെ എന്റെ നേരെ ഒന്നു പാളിനോക്കിയതിനുശേഷം ഞങ്ങൾ പ്രൊഫസ്സറിന്റെ ഗവേഷണ വിദ്യാർത്ഥികളാണെന്നുള്ള വിവരമായിരിക്കണം അവൾ ഡച്ചിൽത്തന്നെ തിരികെ പറഞ്ഞു:

'മാസ്കുകൾ മാറ്റൂ. മുഖം കാണട്ടെ.' അവർ കൈ പൊക്കി ആംഗ്യം കാട്ടിക്കൊണ്ടു പറഞ്ഞു. ഞങ്ങൾ മാസ്കുകൾ മാറ്റി ജീൻസിന്റെ പോക്കറ്റിൽ തിരുകിവച്ചു.

ആ യുവതിയുടെ കണ്ണുകൾ അല്പനേരം എന്റെ മുഖത്തു തറഞ്ഞുനിന്നു. പിന്നെയവർ സ്വീകരണ മുറിയിലെ ഇരിപ്പിടത്തിലേക്ക് കൈ ചൂണ്ടി കാണിച്ചുകൊണ്ട് അകത്തേക്ക് നടന്നു. ഞാനും ഓസ്ലയും ഇരുന്നതിനു ശേഷം ഞങ്ങൾക്കു നേരെ എതിർവശത്തായി അവരും ഇരുന്നു.

'ആദ്യം തന്നെ പറയട്ടെ, ബയോളജിക്കൽ ഫാദർ ആണെങ്കിലും അയാളുമായി എനിക്ക് ബന്ധമൊന്നുമില്ല.

അയാൾ തന്നെയാണോ നിങ്ങളെ ഇങ്ങോട്ടേക്ക് പറഞ്ഞയച്ചത്?'

ഇത്തവണ ഇംഗ്ലീഷിൽത്തന്നെയായിരുന്നു സംസാരം. അതും എന്റെ മുഖത്തുനിന്നു കണ്ണെടുക്കാതെ.

'അല്ല, അങ്ങനല്ല...'

ഓസ്ല പറഞ്ഞുതുടങ്ങിയെങ്കിലും അതു ശ്രദ്ധിക്കാതെ അവർ എന്റെ നേരെ വിരൽ ചൂണ്ടി.

'നിങ്ങൾ ഇന്ത്യയിൽനിന്നാണോ?'

'അതെ.'

'നിങ്ങൾ അയാൾക്കൊപ്പമാണോ താമസം?'

'അതെ.'

'ഞാനൂഹിച്ചു.'

ഞാനമ്പരന്നു. ഓസ്ലയും മനസ്സിലാവാത്ത മട്ടിൽ എന്നെ

നോക്കി.

'ഇന്ത്യൻ മുഖവും ഇന്ത്യൻ ഭക്ഷണവും അയാൾക്കെപ്പോഴും പ്രിയപ്പെട്ടതാണ്. അതുകൊണ്ട് ചോദിച്ചതാണ്.'

ആ സ്ത്രീ നിസ്സാരമട്ടിൽ പറഞ്ഞു. പിന്നെ ഓസ്ലയുടെ നേരെ നോക്കി.

'എന്താണ് പറയാൻ വന്നത്?'

'പ്രൊഫസ്സറിനു നല്ല സുഖമില്ല' ഓസ്ല കരുതലോടെ പറഞ്ഞു.

'അത് പുതിയ കാര്യമല്ല. എനിക്കതിൽ ഒന്നും ചെയ്യാനുമില്ല. മറ്റെന്തെങ്കിലും പറയാനുണ്ടോ?' അവർ ഇരിപ്പിടത്തിലൊന്ന് അമർന്നു ചാരിയിരുന്നിട്ട് വീണ്ടുമെന്റെ നേരെ നോക്കി. 'നിന്നെ അയാൾ പുതിയ പാർട്ണറാക്കിയോ?'

ഞാൻ വിളറിപ്പോയി. നെറ്റി ചുളിപ്പിച്ചുകൊണ്ട് ഓസ്ല അവരുടെ നേരെ ഈർഷ്യയോടെ നോക്കിയപ്പോൾ അവർ ഉറക്കെ ചിരിച്ചു.

'വിഷമിക്കണ്ട. അയാൾക്കങ്ങനത്തെ ചില കൗതുകങ്ങളൊക്കെയുണ്ട്. ഒന്നു സൂക്ഷിക്കുന്നത് നല്ലതാ.'

ഇനിയവിടെയിരുന്നിട്ട് കാര്യമില്ലെന്നു തോന്നിയതുകൊണ്ടാകണം ഓസ്ല എന്റെ നേരെ കണ്ണു കാണിച്ചു. അതാണ് നല്ലതെന്ന് എനിക്കും തോന്നിത്തുടങ്ങിയിരുന്നു. എങ്കിലും പ്രയോജനപ്പെടുന്ന ഒരുത്തരമെങ്കിലും കിട്ടിയാൽ കിട്ടട്ടെ എന്ന മട്ടിൽ ഞാൻ അല്പം ഉറക്കെ ചോദിച്ചു:

'അദ്ദേഹം ചില സന്ദർഭങ്ങളിൽ 'തോക്ക് താഴെയിടൂ' എന്നു പറഞ്ഞു വിലപിക്കുന്നു. അതെന്തു കൊണ്ടാണെന്ന്...'

'ഹോ! ഹോ!' ആ സ്ത്രീ തലയിൽ കൈവെച്ച് ഉറക്കെ ചിരിച്ചു. 'ഭാര്യയെപ്പറ്റി ഓർക്കുമ്പോൾ പറയുന്നതാവും. കാര്യമാക്കണ്ട. ഓ! എന്നാലും ഇത്രേം വലിയ തമാശ ഞാനിതുവരെ കേട്ടിട്ടില്ല.'

'നിങ്ങളുടെ അമ്മ ഇന്ത്യക്കാരിയാണോ?'

അരുതാത്തതെന്തോ കേട്ടതുപോലെ അവർ ചിരി നിർത്തി. പിന്നെ ഞങ്ങളുടെ രണ്ടുപേരുടേയും മുഖത്ത് മാറിമാറി നോക്കിയതിനുശേഷം, കാർപ്പെറ്റിൽ കിടന്ന പേപ്പർ കഷണം കുനിഞ്ഞെടുത്ത് കയ്യിലിട്ട് ചുരുട്ടി.

'ആണെന്നു തോന്നുന്നു.' അവർ ഉദാസീന ഭാവത്തിൽ പറഞ്ഞു. 'ആർക്കറിയാം! എനിക്ക് ഒന്നോ രണ്ടോ വയസ്സുള്ളപ്പോൾ ഭർത്താവിനെ തോക്കിൻ മുനയിൽ ഒരു രാത്രി മുഴുവൻ നിർത്തി, അയാളുടെ സമ്പാദ്യവുംകൊണ്ടു ഓടിപ്പോയ പിഴച്ചവളാണ് ആ സ്ത്രീ. മുഖം ചുളിക്കണ്ട. നിങ്ങളുടെ അദ്ധ്യാപകൻ തന്നെ പിൽക്കാല

ത്തു പറഞ്ഞുതന്നതാണ്. പക്ഷേ, ഞാൻ വിചാരിക്കുന്നത്...'

അവർ എന്റെ നേരെ സൂക്ഷ്മമായി നോക്കി.

'ഇന്ത്യക്കാർ പൊതുവെ സാധുക്കളല്ലേ? ഇപ്പൊഴും തൊലി വെളുത്തവർക്കുവേണ്ടി നടുമുറിയെ പണിയാനിഷ്ടമുള്ളവർ? അതിലൊരാൾ അങ്ങനെ ചെയ്യണമെങ്കിൽ അവർ എത്രമാത്രം സഹിച്ചിരുന്നിരിക്കണം!'

നോക്കിയിരിക്കെ അവരുടെ മുഖം മുറുകി.

'ആ തന്തക്കിഴവന് എന്തുതന്നെ സംഭവിച്ചാലും എനിക്കൊട്ടും സഹതാപം തോന്നില്ല. അയാളൊരു വൃത്തികെട്ട ഇഴജന്തുവാണ്.'

ഞാൻ പകപ്പോടെ ഓസ്ലയെ നോക്കി. എഴുന്നേൽക്കാമെന്ന് അവൾ കണ്ണു കാണിച്ചു.

ഞങ്ങൾ എഴുന്നേൽക്കാൻ തുടങ്ങുമ്പോൾ, നീണ്ടുമെലിഞ്ഞ ഒരു യുവാവ് ധൃതിയിൽ പുറത്തേയ്ക്ക് വന്നു. കറുത്ത മുടിയും കറുത്ത കണ്ണുകളും തവിട്ടു തൊലിയുമുള്ള അയാൾ ഞങ്ങളെക്കണ്ട് ഒന്നു പകച്ചു. പിന്നെ സാവധാനം നടന്നു ഞങ്ങളുടെ ആതിഥേയയുടെ അടുത്ത് ഇരിപ്പുറപ്പിച്ചു. എന്നിട്ട് ഏറ്റവും പതിഞ്ഞ ശബ്ദത്തിൽ എന്തോ ചോദിച്ചു.

എന്നാൽ, അവർ വളരെ ഉച്ചത്തിലാണ് മറുപടി പറഞ്ഞത്. 'നിങ്ങളുടെ പഴയ പങ്കാളിയുടെ ആൾക്കാരാണ്.'

പിന്നെയവർ ഞങ്ങളുടെ നേരെ തിരിഞ്ഞു: 'നിങ്ങൾ വന്നയുടൻ ഇദ്ദേഹത്തെയായിരുന്നു കാണേണ്ടിയിരുന്നത്?'

ഓസ്ലയും ഞാനും പരസ്പരം നോക്കി. ഓസ്ല എഴുന്നേറ്റ് വലതുകൈ ആ സ്ത്രീയുടെ നേരെ നീട്ടിപ്പിടിച്ചു.

'എന്താ സംസാരിക്കുന്നില്ലേ?' താല്പര്യമില്ലാത്തവണ്ണം ഓസ്ലയുടെ കയ്യിലൊന്നു തൊട്ടതിനു ശേഷം ആ സ്ത്രീ അവരുടെ ഭർത്താവിന്റെ വിഷാദനിറമുള്ള കണ്ണുകളിലേക്ക് നോക്കി. അയാൾ മറുപടി പറയാതെ മുഖം കുനിച്ചിരുന്നു.

തിരികെ പ്രൊഫസ്സറുടെ വീടെത്തുന്നതുവരെ ഞാനും ഓസ്ലയും പെട്ടുപോയിരിക്കുന്ന സാഹചര്യത്തെ ഒന്നു വിശകലനം ചെയ്തുനോക്കി.

'ആ സ്ത്രീ വല്ലാത്ത സ്വഭാവക്കാരിയാണ്. എല്ലാവരേയും ദുഷിച്ചുപറയാനാണ് അവർക്ക് താല്പര്യം. മാനസികരോഗിയാണെന്നു തോന്നുന്നു.' ഓസ്ല നീരസത്തോടെ പറഞ്ഞു.

അവർ പറഞ്ഞതിൽ പല ശരികളുണ്ടാകാമല്ലോ എന്നു വിചാരിച്ചിരുന്ന ഞാൻ മറുപടി പറഞ്ഞില്ല, ഓസ്ലയെ തിരുത്താനും ശ്രമി

ച്ചില്ല.

യാത്രയ്ക്ക് ഇറങ്ങിപ്പുറപ്പെട്ടപ്പോഴുള്ള അവസ്ഥയിൽനിന്നു കാര്യമായ ഒരു മുന്നേറ്റവുമുണ്ടാക്കാനാവാതെ തിരികെയെത്തുമ്പോഴും പ്രൊഫസ്സർ ഉറക്കം തന്നെയായിരുന്നു. എന്നാൽ, ഇടയ്ക്കെഴുന്നേറ്റ് സാൻഡ്‌വിച്ച് പാതിയും കഴിച്ചിരിക്കുന്നതായി കണ്ടു.

അന്നു രാത്രി മുഴുവൻ പ്രൊഫസ്സർ മയക്കത്തിൽ തന്നെയായിരുന്നു. ഇടയ്ക്ക് 'വേണ്ട, വേണ്ട' എന്നു ക്ഷീണിച്ചതെങ്കിലും ഉറക്കെയുള്ള ശബ്ദത്തിൽ ആക്രോശിക്കുന്നത്, ഹാളിലെ സെറ്റിയിൽ ചുരുണ്ടുകിടന്നു കേട്ട എനിക്കു പേടിതോന്നി. പ്രൊഫസ്സർ ആ രാത്രി താണ്ടില്ലായെന്നു ഞാൻ വല്ലാതെ പരിഭ്രമിച്ചു. എന്തുകൊണ്ടോ അമ്മയെ വിളിക്കണമെന്നു തോന്നി. ഫോണിലെ കോണ്ടാക്ട് ലിസ്റ്റിനിടയിൽനിന്ന് രേണുക തമ്പി എന്ന പേര് വലിച്ചെടുത്ത് ഒരുനിമിഷം സംശയിച്ച ശേഷം പച്ച ബട്ടണിൽ വിരൽ തൊട്ടു.

'പറയ് വിജയ്...'

അമ്മയുടെ അപരിചിതത്വം കലർന്ന ശബ്ദം കേട്ടപ്പോൾത്തന്നെ വാരിയെല്ലുകൾക്കു കീഴെനിന്ന് കയ്പുകലർന്ന പുളിരസം തൊണ്ടയിലേക്ക് കുതിച്ചെത്തി. ഞാൻ ചുമച്ചു.

'എന്താ? നിനക്ക് കൊറോണ പിടിച്ചോ? അവിടെയൊക്കെ ഒരുവിധം നോർമൽ ലൈഫ് ആയെന്നാണല്ലോ ഞാൻ...'

'ഇല്ല.'

'പിന്നെന്താണ്? പെട്ടെന്നു പറയൂ. വിത്തിൻ ടു മിനിട്സ് എനിക്ക് വളരെ ഇമ്പോർട്ടന്റ് ആയ ഒരു മീറ്റിങ്ങിൽ കേറണം.'

എനിക്ക് മടുത്തു. ഒന്നും പറയാതെ ഫോൺ വച്ചിട്ട് വീണ്ടും സോഫയിലേക്ക് ചുരുണ്ടു. തിരികെ വിളിക്കില്ലെന്ന് ഉറപ്പായിരുന്നെങ്കിലും ഫോൺ സൈലന്റ് മോഡിലല്ലായെന്ന് ഒരിക്കൽക്കൂടി നോക്കി ഉറപ്പു വരുത്തി.

ഉറക്കം വരുന്നുണ്ടായിരുന്നില്ല. പ്രൊഫസ്സറുടെ മുറിയിലേക്ക് നടന്നു. കൈകൾ വയറിനു മുകളിൽ പിണച്ചുവച്ച് ഇപ്പോഴദ്ദേഹം ശാന്തനായി ഉറങ്ങുന്നു. അദ്ദേഹത്തിന്റെ കഴുത്തിലെ ഞരമ്പുകൾ ക്രമാനുഗതമായി പിടയ്ക്കുന്നത് നോക്കിക്കൊണ്ട് അല്പനേരം ഞാനാ കിടക്കയിലിരുന്നു. പിന്നെ അതിനൊരറ്റത്തായി മലർന്നു കിടന്നു. ആ കിടപ്പിൽ എന്റെ കണ്ണുകൾ മുറിയുടെ മേലാപ്പ് കടന്ന് ആകാശത്തോട്ടുയർന്നു. അവിടെയൊരു മേഘത്തിന്റെയുള്ളിൽ ഞാനും പ്രൊഫസ്സറും! ഞങ്ങളപ്പോൾ മാത്രം ജനിച്ച കുട്ടികളെപ്പോലെയിരുന്നു. മറ്റൊരു മേഘത്തിൽ കയറിവന്ന ഓസ്ലൗ ഉച്ചത്തിൽ

ദേഷ്യപ്പെടുന്നതുവരെ ഇളംപൈതലായ ഞാൻ പ്രൊഫസ്സർക്കൊപ്പം കൈകാലുകളിളക്കി, ഇടയ്ക്കിടെ പെരുവിരൽ നുണഞ്ഞ്, കളിച്ചു കിടന്നു.

ഫോൺ തുടർച്ചയായി ബെല്ലടിക്കുന്നതു കേട്ടാണ് പിടഞ്ഞെഴുന്നേറ്റത്. പ്രൊഫസ്സർ ഉറക്കം തന്നെയായിരുന്നു. അദ്ദേഹത്തിന്റെ മുറിയിലെ കിടക്കയിൽനിന്ന് ഉണർന്നെഴുന്നേറ്റതിലെ പകപ്പ് മാറിക്കഴിഞ്ഞിട്ടേ ഫോൺ കയ്യിലെടുത്തുള്ളൂ.

'എത്ര നേരമായി വിളിക്കുന്നു.' സ്വപ്നത്തിൽ കണ്ടതുപോലെ ഓസ്ല ഉച്ചത്തിൽ ദേഷ്യപ്പെടുന്നു.

'രാത്രി ശരിക്കുറങ്ങിയില്ല.'

'പ്രൊഫസ്സർക്കെങ്ങനെയുണ്ട്?'

'മയക്കത്തിൽ തന്നെയാണ്.'

'ശരി. ഞങ്ങളങ്ങോട്ടു വരാം.' അവൾ കാൾ കട്ടാക്കി.

ഞങ്ങളെന്നു വച്ചാൽ? അതുകൂടി പറയാൻ എത്രനേരം വേണം അവൾക്ക്? ഫോൺ കയ്യിൽപ്പിടിച്ച് ഞാൻ മുഖം ചുളിച്ചുനിന്നു. ദേഷ്യം തോന്നി. അങ്ങനെ ദേഷ്യം തോന്നിയതിൽ പെട്ടെന്നുതന്നെ സന്തോഷവും തോന്നി. ഓസ്ലയോട് ദേഷ്യം തോന്നാവുന്ന വിധത്തിലുള്ള അടുപ്പമായെന്നു തോന്നിത്തുടങ്ങിയിട്ട് കുറച്ചുനാളുകളായിരുന്നു.

രണ്ടു ബ്രഡ് പീസുകളെടുത്ത് മൊരിയിച്ച്, ഒരു ബുൾസൈയും കൂട്ടി കഴിച്ചുതീരുമ്പോഴേക്കും ഓസ്ലയെത്തി. ഒപ്പമുള്ള ആളെക്കണ്ട് ഞാനതിശയിച്ചുപോയി. പ്രൊഫസറുടെ മകളുടെ ഭർത്താവായിരുന്നു അത്.

'ഇങ്ങനെ ഉറങ്ങിയാൽ കുഴപ്പമില്ലേ?' അകത്തേക്ക് കണ്ണയച്ചുകൊണ്ട്, നേർത്ത കരച്ചിൽ ഛായയുള്ള സ്വരത്തിൽ അയാൾ ചോദിച്ചപ്പോൾ ഞാൻ ഓസ്ലയുടെ മുഖത്തു നോക്കി.

'രാവിലെ യൂണിവേഴ്സിറ്റിയിലേക്ക് വന്നു. ഭാഗ്യത്തിനു ഞാൻ തന്നെയാണ് ആദ്യം കണ്ടത്.' അവൾ എന്റെ ചെവിക്ക് കീഴെ പിറുപിറുത്തു.

'ഇന്നലെ സാൻഡ്വിച്ച് കഴിച്ചിരുന്നു.' അത്ര ഉറപ്പില്ലാത്ത മട്ടിൽ ഞാൻ പറഞ്ഞു.

അയാൾ അത് ശ്രദ്ധിക്കാതെ പ്രൊഫസ്സർ കിടക്കുന്ന മുറിയിലേക്ക് കയറിപ്പോയി.

ഞാൻ പുറകെ പോകാനൊരുങ്ങിയെങ്കിലും ഓസ്ല എന്റെ ഉടുപ്പിൽ പിടിച്ചു വലിച്ചു നിർത്തി. അല്പനേരം കഴിഞ്ഞിട്ടും അയാൾ

പുറത്തു വരാതിരിക്കുകയും മുറിക്കുള്ളിൽനിന്നു ശബ്ദമൊന്നും കേൾക്കാതിരിക്കുകയും ചെയ്തപ്പോൾ ഞാൻ ഓസ്ലയെ ചോദ്യഭാവത്തിൽ നോക്കി. ഞങ്ങൾ ധൃതിയിൽ പ്രൊഫസ്സർ കിടക്കുന്നയിടത്തേക്ക് നടന്നു.

അയാൾ പ്രൊഫസ്സർക്കരികിൽ നിശബ്ദനായി ഇരിക്കുന്നുണ്ടായിരുന്നു. ഞങ്ങൾ ചെന്നപ്പോൾ കണ്ണുനിറച്ച് പുഞ്ചിരിച്ചുകൊണ്ട്, പ്രൊഫസ്സർ മുഖം ചേർത്തുപിടിച്ചിരിക്കുന്ന ഇളം നീലനിറ തലയണ അയാൾ ചൂണ്ടിക്കാണിച്ചു. കുറെ നാളുകളായി ആ മുറിയിൽ കയറിയിറങ്ങിയിരുന്നുവെങ്കിലും ആ തലയണ ഞാൻ ശ്രദ്ധിച്ചിരുന്നില്ല. ചെറിയ കുട്ടികൾക്ക് ഉപയോഗിക്കാവുന്ന തരം സോഫ്റ്റായ ഒരു ചെറിയ ചതുരത്തലയണയായിരുന്നു അത്. ഏതോ ഒരു കാർട്ടൂൺ കഥാപാത്രത്തിന്റെ ചിത്രം അതിന്റെ മധ്യത്തിലായി തുന്നിപ്പിടിപ്പിച്ചിരുന്നു.

'ഞാൻ കൊടുത്ത സമ്മാനമാണ്.'

വിഷാദം കറുപ്പിച്ച കണ്ണുകളിളക്കി അയാൾ പ്രൊഫസറുടെ കൈകളിൽ അരുമയോടെ തഴുകി. പിന്നെ ഒരു കുഞ്ഞിനോടെന്നവണ്ണം: 'ഇനി ഞാനുണ്ടല്ലോ, പേടിക്കാനില്ല' എന്നു പിറുപിറുത്തു.

○○

10

# ആദിമരാത്രി

## സജിനി എസ്.

'രണ്ടു സോഫ്റ്റ്‌വേർ എൻജിനീയർമാർ കൂട്ടിമുട്ടി നക്ഷത്രമുണ്ടാകുന്ന രാത്രി അല്ലേ?' ജോസി കടുംകാപ്പി നിറമുള്ള വിസ്കി ഗ്ലാസ്സ് ചുണ്ടുകളിൽ ചേർത്ത് ആദ്യരാത്രിയിൽ ഗ്രേസിനെ നോക്കി ചോദിച്ചു.

'പാലിനു പകരം വിസ്കി. കൊള്ളാം നിന്റെ അപ്പാപ്പന്റെ ഐഡിയ' ആൺ സോഫ്റ്റുവേർ പെൺസോഫ്റ്റുവേറിനെ നോക്കി കണ്ണിറുക്കി പറഞ്ഞു.

'നക്ഷത്രമെണ്ണാതിരുന്നാൽ മതി' ഗ്രേസ് ആ രാത്രിയിലെ ആദ്യ ഉമ്മ ജോസിക്ക് നൽകി അയാളുടെ ചെവിയിൽ മന്ത്രിച്ചു.

ആദ്യരാത്രിക്ക് മുറിയൊരുക്കിയത് ആ വീട്ടിലെ പെണ്ണുങ്ങളാരുമായിരുന്നില്ല. സാക്ഷാൽ അപ്പാപ്പൻ. ഗ്രേസിന്റെ അപ്പന്റെ അപ്പൻ. പതിവിനു വിപരീതമായി ചെറുക്കന്റെ വീട്ടിൽ കെട്ടിക്കേറാതെ പെണ്ണിന്റെ വീട്ടിലേക്കാണ് പുതുച്ചെറുക്കനേം കൊണ്ട് പെണ്ണ് വരേണ്ടതെന്ന് വാശിപിടിച്ച് എല്ലാവരേം കൊണ്ട് സമ്മതിപ്പിച്ചത് അപ്പാപ്പനായിരുന്നു. പുരോഗമനക്കാരനും പരിഷ്കാരിയുമാണ് അപ്പാപ്പൻ എന്നു ഖ്യാതി നേടിയതിനാൽ അല്ലറചില്ലറ മുറുമുറുപ്പുകൾക്കൊടുവിൽ രണ്ടു വീട്ടുകാരും അതങ്ങു സമ്മതിച്ചുകൊടുത്തു.

ചന്ദനനിറമുള്ള മന്ത്രകോടി കൈത്തണ്ടയിൽ മടക്കിയിട്ട് നെറ്റിയിലും നെഞ്ചിലും കുരിശുവരച്ച് പത്രോസച്ചന്റെ കയ്യും മുത്തി പള്ളിവാതിൽക്കലേക്ക് ഗ്രേസ് ജോസിയുമായി നടക്കുന്നതിനു മുൻപുതന്നെ അപ്പാപ്പന്റെ കെട്ടിക്കേറലിന്റെ പുത്തനാശയം കേട്ട് പള്ളിക്കകത്ത് കുശലം പറഞ്ഞു നിന്ന ബന്ധുക്കളെല്ലാം ഞെട്ടിപ്പോയി. തലമൂത്ത ചില കാരണവന്മാർ ക്ഷോഭത്താൽ ഒച്ചവെയ്ക്കാൻ ശ്രമിച്ചെങ്കിലും അപ്പാപ്പന്റെ നെഞ്ചുവിരിച്ച പ്രൗഢിക്കുമേൽ

പരന്ന ഗർവ്വ് കണ്ട് അവർക്കൊന്നും ഉരിയാടാൻ തോന്നിയില്ല. അല്പനേരത്തെ നിശബ്ദതയിൽ പള്ളിമോന്തായത്തിലെ പ്രാവുകളുടെ അർത്ഥം വെച്ചതുപോലുള്ള കുറുകലും മെഴുകുതിരികളുടെ ആലസ്യഉലയലും ഭിത്തിയിലെ മൂത്തു നരച്ച നെടുങ്കൻ ക്ലോക്കിന്റെ നെടുവീർപ്പടക്കിപ്പിടിച്ചുള്ള സമയമുട്ടലും മാത്രം.

പുതുപെണ്ണും ചെക്കനും പാലും പഴവും നുണഞ്ഞ് പെൺഗൃഹപ്രവേശം നടത്തുന്നതു കണ്ട് ആണുങ്ങൾ പരവശരായി. പെണ്ണുങ്ങളാകട്ടെ, അപ്പാപ്പന്റെ മുട്ടുകവിഞ്ഞു കിടന്ന സ്വർണ്ണനിറമുള്ള ജുബ്ബയിൽനിന്നും കസവുമുണ്ടിൽനിന്നും കണ്ണെടുക്കാതെ അന്തംവിട്ടവരായി മതിമറന്നു നടന്നു.

'ഈ അപ്പനിതെന്തിന്റെ കേടാ' ഗ്രേസിന്റെ അപ്പൻ ഭാര്യയുടെ ചെവിയിൽ പലപ്പോഴും ഒച്ച താഴ്ത്തി പറഞ്ഞു. ലജ്ജയേതുമില്ലാത്ത ഒരു നവവരന്റെ പരാക്രമഭാവത്തോടെ രാത്രി നിലാവുമായി പെട്ടെന്നങ്ങു കയറിവന്നു. അപ്പാപ്പൻ ഉത്സാഹിയായി. ബലിഷ്ഠമായ കാലുകൾ വലിച്ചുവെച്ച് വീടിന്റെ രണ്ടാംനിലയിലേക്കുള്ള പടിക്കെട്ട് കയറി അപ്പാപ്പൻ കൊച്ചുമക്കൾക്ക് മണിയറ ഒരുക്കി.

'നല്ല ഊരാ കാർന്നോർക്ക്' വീട്ടിലെ മറ്റു പെണ്ണുങ്ങൾ മുറുമുറുക്കാൻ തുടങ്ങി. 'ഊരെന്ന് വച്ചാല് ഒടുക്കത്തെ ഊര്. പഴേ ചവിട്ട് നാടകക്കാരനല്ലേ താകിടജം തരികിടജംജം തരികിടജം സരിഗമപധനിസ എന്നു താളോം ചൊല്ലി തെറിം പറഞ്ഞല്ലേ കാല് പൊക്കി ചവിട്ടിമെതിച്ച് നടക്കണെ എപ്പളും.' അസൂയക്കാരികൾക്ക് കലിയിളകി.

പ്രകാശംപോലെ തിളക്കിയെടുത്ത പിച്ചളത്തട്ടത്തിൽ പഴങ്ങൾക്കു പകരം കോഴിക്കാലുകൾ എണ്ണ മിനുപ്പിൽ മൊരിഞ്ഞ് കാത്തു കിടന്നു.

വെള്ളിപ്പൂക്കൾ പതിപ്പിച്ച ജഗ്ഗിൽ വിസ്കി നിറച്ചതും അപ്പാപ്പൻ തന്നെ. ആപ്പിൾനിറമുള്ള പറവകൾ വിണ്ണിലേയ്ക്കുയർന്നു പൊങ്ങി പറക്കുന്ന ആകാശനീല വിരിയാണ് അപ്പാപ്പൻ നവദമ്പതികൾക്കായി വിരിച്ചിട്ടത്. മുല്ലപ്പൂക്കൾക്കു പകരം ചെഞ്ചോരനിറമുള്ള റോസ് ഇതളുകൾ പെർഫ്യൂമിൽ മുക്കി അരിച്ചെടുത്ത് വിരിയിലാകെ വിടർത്തിയിട്ടിരുന്നു. ഗ്രേസിനേയും ജോസിയേയും മുറിക്കുള്ളിലാക്കി കതക് വെളിയിൽനിന്നു വലിച്ചടച്ച് അപ്പാപ്പൻ നെഗളിപ്പോടെ പടിക്കെട്ടിറങ്ങി വരുന്നതു കണ്ട് ഗ്രേസിന്റെ അപ്പനും അമ്മയും ആദ്യമുണ്ടായ ദേഷ്യമൊക്കെ മറന്നു വായ്ക്കു രുചിയായി ചിരിച്ചു മറിഞ്ഞു.

അന്തരീക്ഷത്തിൽനിന്ന് എന്തൊക്കെയോ എത്തിപ്പിടിച്ചതുപോലെ അപ്പാപ്പൻ 'പെരിയാറേ പെരിയാറേ' എന്ന ഭാര്യയിലെ സിനിമാപ്പാട്ടു മൂളാൻ തുടങ്ങിയതും ഗ്രേസിന്റെ അപ്പനമ്മമാർ ചിരി നിർത്താനായി പരസ്പരം വായ്പൊത്തി നിന്നു.

മുകൾ കിടപ്പുമുറിയിലെ ആകാശനിറവിരിപ്പിൽ പറന്നുയരാൻ തുടങ്ങുന്ന പക്ഷികളെ ഉരുമ്മി ഗ്രേസും ജോസിയും ഉടലുകൾ ചേർത്തു കിടന്നു. അവരുടെ ആദ്യരാത്രിയും ആദ്യപകലുമൊക്കെ ബാംഗ്ലൂരെ ഇരുളും സുഗന്ധവും മത്തു പിടിപ്പിക്കുന്ന ഹോട്ടൽ മുറികളിൽ കഴിഞ്ഞുപോയതിനാൽ രണ്ടാൾക്കും അത്ര വലിയ ആവേശമൊന്നും തുടക്കത്തിൽ തോന്നിയിരുന്നില്ല. എങ്കിലും എന്റെ പ്രിയനേ എന്ന് ഗ്രേസ് ജോസിയുടെ നെഞ്ചിൽ മുഖം ചേർത്ത് ചുമ്മാതങ്ങു പറഞ്ഞു. എന്റെ മൈഡിയർ കുട്ടിച്ചാത്തീ എന്നു വിളിച്ച് ഉമ്മവച്ച് ജോസിയും തകർത്തഭിനയിച്ചു.

ഗ്രേസിനപ്പോൾ കഥ പറയാനൊരു വെമ്പൽ വന്നുകയറി. അവളുടെ കുടുംബക്കാരാകെ അങ്ങനെയാണ്. എന്തുകാര്യം തുടങ്ങിയാലും ഒരു കഥ പറച്ചിൽ വേണം. അപ്പനപ്പാപ്പന്മാരിൽനിന്നു പകർന്നുകിട്ടിയ ശീലമാണ്.

ഗ്രേസിന്റെ അപ്പാപ്പനാണേൽ ബൈബിളും ഖുറാനും ഭഗവത് ഗീതയുമൊക്കെ അരച്ചുകലക്കി കുടിച്ചിട്ടൊന്നുമില്ലെങ്കിലും അവയിലെയൊക്കെ ചില ഉദ്ധരണികൾ എടുത്ത് കഥകൾ കടഞ്ഞെടുക്കുന്നതിൽ വിദഗ്ദ്ധനായിരുന്നു.

അപ്പാപ്പനീ കഥേക്കെ എഴുതിവച്ചിരുന്നേല് ഒരു ജ്ഞാനപീഠം ഉറപ്പാരുന്നു എന്ന് ഗ്രേസി കളിയാക്കാറുമുണ്ട്. അതൊക്കെ പറഞ്ഞു രസിച്ച്, എണ്ണം മറന്ന പെഗ്ഗുകളടിച്ച് ഗ്രേസും ജോസിയും ജനാലകൾ തുറന്നിട്ട് ആകാശത്ത് നോക്കി. സാവധാനം ചുരന്നുവന്ന ഏതൊക്കെയോ ആസക്തികളുടെ കുത്തൊഴുക്കിലൂടെ അവരൊഴുകി നടന്നു. കഥ പറയാൻ മറന്ന ആലസ്യത്തിൽനിന്നു പെട്ടെന്നാണ് ഗ്രേസ് ഒരുണർച്ചയിലേക്ക് കണ്ണുകൾ തുറന്നതും കഥാശരീരത്തെ എടുത്തുയർത്തിയതും.

നിലാവും ചന്ദ്രനും നക്ഷത്രങ്ങളും ആകാശവും പകുത്തു പകുത്തങ്ങനെ വരുന്ന ഒരു കഥ. ആദ്യമൊക്കെ അർദ്ധമയക്കത്തിലും ജോസി കഥകേട്ട് മൂളി. മുട്ടത്തുവർക്കിയെ വെല്ലുന്ന ഒരു തരളിതകഥ. കഥയിലാകെ ഓടിനടന്നത് ഫ്രില്ലുവച്ച നീല ഉടുപ്പണിഞ്ഞ ഒരു കൊച്ചു പെൺകുട്ടിയായിരുന്നു. അവൾക്കു പിന്നാലെ മൂപ്പു കൂടിയ പരന്ന കാലടി ശബ്ദം ആരുടേതെന്ന് എത്രയോ ആലോചിച്ചി

ട്ടും അവൾ കണ്ടുപിടിച്ചതേയില്ല. കഥയിൽ ഇടയ്ക്കൊക്കെ മേമ്പൊടിപോലെ സന്ധ്യമയങ്ങും നേരം എന്നോ ഒരു കൊച്ചു സ്വപ്നത്തിൽ എന്നോ ഒക്കെ തുടങ്ങുന്ന വരികളും മൂളിയിരുന്നു ഗ്രേസ്. 'ആദ്യരാത്രിയല്ലേ. അതാ ഇങ്ങനെ' എന്ന് ഗ്രേസ് ചുവന്നു തുടുത്ത് ജോസിയെ സന്തോഷിപ്പിക്കുകയും ചെയ്തുകൊണ്ടേയിരുന്നു.

ഒരന്തോം കുന്തോമില്ലാത്ത കഥയെന്നും നിന്റപ്പാപ്പനും അങ്ങനെ കഥയില്ലാത്ത ആളെന്നും ഗ്രേസിനോട് ജോസി നിർദ്ദാക്ഷിണ്യം പറഞ്ഞു. രണ്ടുപേരും കുറെ നേരം വാക്പോരു നടത്തി ജയിച്ചേ എന്ന ഭാവത്തിൽ കൈകൾ ഉയർത്തി. പിന്നെ പതിവുതെറ്റിക്കാതെ കല്യാണത്തിനു മുൻപ്

ചെയ്തിരുന്നതുപോലെ മേശമേൽ തൊട്ടുതൊട്ടിരുന്ന അവരുടെ പൂട്ടിവച്ച മൊബൈലുകളിലേക്ക് പരസ്പരം ഗുഡ്നൈറ്റും ഉമ്മകളും ഒറ്റക്കൊമ്പൻ സ്മൈലികളും വാട്ട്സ് ആപ്പ് ചെയ്ത് ഉറങ്ങിപ്പോയി.

താഴെ കുരിശുവര മുറിക്കരികിലെ ചാരുകസേരയിൽ

കാലുകൾ നീട്ടിവെച്ച് കിടന്ന അപ്പാപ്പന് ഉറക്കം വന്നതേയില്ല. ഉറക്കക്കുറവുള്ള അപ്പാപ്പൻ രാത്രിസഞ്ചാരം കൂടി തുടങ്ങുന്നു എന്നു കണ്ടപ്പോഴാണ് ഗ്രേസിന്റെ അപ്പൻ, അപ്പാപ്പനെ ഡോക്ടറെ കാണിച്ചു മരുന്നു വാങ്ങിയത്.

അന്നും അപ്പാപ്പൻ വൈൻ കഴിച്ചു. നല്ല നാടൻ കുത്തരിമാവു കൊണ്ട് പാവുകാച്ചി നിർമ്മിച്ചെടുത്ത കല്യാണസ്പെഷ്യലായ വെള്ളയപ്പം തേങ്ങാപ്പാലിൽ മുക്കി കഴിച്ചു. പിന്നെ പതിവുപോലെ ഉറക്ക ഗുളികയും കഴിച്ചാണ് ഉറങ്ങാൻ കിടന്നതെങ്കിലും അപ്പാപ്പന് ഉറക്കം നഷ്ടപ്പെട്ടു. ബദ്ധപ്പെട്ട് മുകൾനിലയിലേക്ക് കയറി ഗ്രേസിനേയും ജോസിയേയും വിളിച്ചുണർത്തി. കരിനീല ഗൗൺ വാരിയണിഞ്ഞ് ഗ്രേസും വെള്ള സിൽക്ക് ജുബ്ബ തലവഴി തിടുക്കത്തിലിട്ട് ജോസിയും ഒന്നിച്ചാണ് കതക് തുറന്നത്.

'ഈ അപ്പാപ്പനിതെന്തിന്റെ സൂക്കേടാ. ഈ പച്ചപ്പാതിരക്ക്.' ഗ്രേസ് ജോസിയുടെ ചെവിയിൽ പറഞ്ഞു.

'ഇതാണ് ഞങ്ങടെ അങ്ങോട്ടെ ഭാഷേല് നട്ടപ്രാന്ത്. നിന്റെ അപ്പാപ്പനതുണ്ട് കലശലായി. രാവിലെ പള്ളീലത്തെ പ്രകടനോം മണിയറയൊരുക്കലുമൊക്കെ കണ്ടപ്പളേ എനിക്കു തോന്നീതാ അത്.' ജോസി കലി പുരട്ടിയ ഒരു ദുഷ്ടച്ചിരി അപ്പാപ്പന്റെ മുൻപിലേക്കിട്ടു ഗ്രേസിനോട് പറഞ്ഞു:

'ഇന്ന് മരുന്ന് കഴിച്ചില്ലേ.' ഗ്രേസ് അപ്പാപ്പന്റെ നേർക്ക് ആംഗ്യം

കാണിച്ചു.

'അതല്ല ഗ്രേസ് മോളേ നീയെന്റെ കഥേക്കെ എപ്പളും കേക്കണെതാ. എന്നാലും നീയും ജോസി മോനും ഇപ്പളിങ്ങനെ ഒന്നിച്ചിരുന്നീ കഥ കേക്കണെന്നാ അപ്പാപ്പന്റെ ആഗ്രഹം. പണ്ടൊക്കെ ഞാമ്പാടുകേം കളിക്കേം ചെയ്ത ചവിട്ട് നാടകോക്കെ നീ എത്ര വട്ടം കണ്ടിട്ടുണ്ട് ഗ്രേസ് മോളെ. പളാപളാന്നുള്ള ചുവപ്പു കുപ്പായോം ഇട്ട്.' ഇന്നും നമ്മുടെ മുന്നിൽ ആരുമില്ലൊരു ധീരനുമില്ല എന്ന് പാടി അപ്പാപ്പൻ ചാടിക്കളിക്കുന്ന ഓർമ്മ ഗ്രേസിനെ ചവിട്ടിമെതിച്ചു.

'നമ്മുടെ പല പല വിദ്യകളാൽ ജയിച്ചിടുമെന്നും നമ്മുടെ പടകൾ' എന്നു മുദ്രകൾ കാട്ടുന്ന അപ്പാപ്പന്റെ നെടുനീളൻ രൂപം പനയോളം വളർന്നുമുറ്റി ഗ്രേസിനെ നടുക്കി.

'അപ്പാപ്പനിന്ന് ഭയങ്കര മൂഡാ. കൊറെ കഴിയുമ്പം കഥ പറഞ്ഞ് ഉറങ്ങിക്കോളും. മരുന്നും കഴിച്ചോണ്ടല്ലേ ഇരിക്കണെ. നമ്മക്കൊന്ന് മൂളികൊടുത്തേക്കാം.' ജോസി അല്പമൊന്നയഞ്ഞ് ഗ്രേസിനോട് ശബ്ദം താഴ്ത്തി പറഞ്ഞു.

പുകയിലഞെട്ട് അണപ്പല്ലുകൾക്കിടയിൽ തിരുകി കവിൾ വീർപ്പിച്ച് അപ്പാപ്പൻ രോമം നിറഞ്ഞ കറുത്ത കാലുകൾ വിസ്തരിച്ചു വിടർത്തി ചാരുകസേരയിൽ കിടന്ന് കഥ പറയാൻ ഒരുങ്ങി.

'അപ്പളിതിനാണ് അപ്പാപ്പൻ ഞങ്ങളെ ഇന്നിങ്ങോട്ട് കൊണ്ടോരാൻ വാശി കാണിച്ചെ അല്ലെ. അപ്പാപ്പന്റെ കഥകളൊക്കെ കേൾപ്പിക്കാൻ.'

ഗ്രേസ് അപ്പാപ്പന്റെ ഉറക്കം ചുരുട്ടിവച്ചിരിക്കുന്ന ചാരനിറക്കണ്ണുകളിലേക്ക് നോക്കി ചോദിച്ചു.

ജോസിയുടെ തല പുകയാൻ തുടങ്ങിയിരുന്നു. ഇങ്ങനെയൊരു കുരുക്ക് അയാൾ ഈ പാതിരാത്രിയിൽ പ്രതീക്ഷിച്ചിരുന്നതേയല്ല.

'സാത്താന്റെ ഓരോരോ പരീക്ഷണങ്ങളാ ഇതൊക്കെ' ജോസി കോട്ടുവായിട്ട് പറഞ്ഞു.

ഗ്രേസിനൊപ്പം മുൻപ് കഴിച്ചുകൂട്ടിയ സായന്തനങ്ങളിലും ഏസിയുടെ തണുപ്പിൽപോലും ചൂടു പിടിപ്പിച്ചിരുന്ന പ്രണയവേകലിനിടയിലുമൊക്കെ അവൾ അപ്പാപ്പനെക്കുറിച്ച് കുറെയേറെ പറഞ്ഞിട്ടുണ്ട്. അങ്ങേര് ഒരു പ്രത്യേക ജനുസാ. നിനക്കത് കല്യാണം കഴിയുമ്പം ബോധ്യാകും എന്നൊക്കെ പറഞ്ഞിട്ടുണ്ടെങ്കിലും ഇത്രത്തോളം കരുതിയതേയില്ല.

'ഇതിപ്പം ഒരൊന്നൊന്നര ജനുസ് തന്നെ.' ജോസി മുഖത്തെ ഉറക്കച്ചടവിന്റെ ഞൊറിവുകൾക്കു നേരെ കൈവിരൽ ഞൊടിച്ച് കാലിന്റെ പെരുവിരലിൽ ഉയർന്നുപൊങ്ങി ഗൗരവത്തിൽ പറഞ്ഞു: 'ഇനിയിപ്പം കഥേം കേട്ടോണ്ടിരിക്കാം. എന്നിട്ട് 'ഫസ്റ്റ് നൈറ്റ് സ്റ്റോറീസ്' എന്ന ടൈറ്റിലിൽ നീ നിന്റെ അപ്പാപ്പന്റെ ഒരു കഥപുരാണം എഴുതി ഉണ്ടാക്കി പ്രസിദ്ധീകരിക്കാൻ കൊട്.'

ഗ്രേസും ജോസിയും കഥ കേൾക്കാനെന്ന മട്ടിൽ അപ്പാപ്പൻ കിടന്ന ചാരുകസേരയുടെ ഇരുകൈകളിലും പിടിച്ച് മാർബിൾ തറയിൽ ചമ്രം പടിഞ്ഞിരുന്നു.

'നിങ്ങളിങ്ങനെ അലസമായിരുന്നല്ല ഈ കഥയൊക്കെ കേൾക്കേണ്ടത്. നമുക്കൊരിടം വരെ പോകാം. കഥകൾ കേൾക്കുന്നതിലും നല്ലത് അനുഭവിക്കുകയാണ്.' അപ്പാപ്പന്റെ സംസാരത്തിന് അതേവരെ ഗ്രേസ് കേട്ടിട്ടില്ലാത്ത ഒരു നിഗൂഢത വന്നത് അവൾ കണ്ടുപിടിച്ചിരുന്നു.

'വരൂ. പോകുന്ന വഴിയിലൊന്നും ചോദ്യങ്ങൾ പാടില്ല. നിലാവ് കണ്ട് നടക്കുക മാത്രം മതി.' അപ്പാപ്പൻ ദീർഘമായി നിശ്വസിച്ച് മുന്നിൽ നടന്നു. മഞ്ഞിൻ കണങ്ങളുടെ തണുപ്പേറ്റ് ഗ്രേസും ജോസിയും അപ്പാപ്പൻ അറിയാത്ത തരത്തിൽ കെട്ടിപ്പിടിച്ചാണ് നടന്നു നീങ്ങിയത്.

കൂർക്കനെട്ട കുന്നിൻചെരിവും കടന്ന് പകലൊക്കെ പാമ്പുകളുടെ രതിനോട്ടങ്ങൾ പിണഞ്ഞു കിടന്നിട്ടുണ്ടാകുമായിരുന്ന തൊണ്ടിലൂടെയാണ് അപ്പാപ്പൻ ഗ്രേസിനേയും ജോസിയേയും കൂട്ടിക്കൊണ്ടുപോയത്. കഥ പറയുമ്പോഴുള്ള അപ്പാപ്പന്റെ ആ പഴയ ഗർവ്വ് ഗ്രേസിനെ പൊതിഞ്ഞു. കാറ്റിനൊപ്പമുള്ള ഒരു വേഗത്തിലേക്ക് അവൾ ആനയിക്കപ്പെടുകയായിരുന്നു.

പുത്തൻപുരക്കാരുടെ പറമ്പിൽ ഈയിടെ കണ്ടുപിടിച്ച ഒരു ഗുഹയെ ചുറ്റിപ്പറ്റിയായിരുന്നു അപ്പാപ്പന്റെ ആ കഥ.

ഗുഹാമുഖം കഥയ്ക്കൊപ്പം ഒരു കൊടുങ്കാറ്റിന്റെ ഊർജ്ജത്തോടെ ഗ്രേസിനേയും ജോസിയേയും അതിനുള്ളിലേക്ക് വലിച്ചെടുക്കുന്നതായി അവർക്കു തോന്നി. അപ്പാപ്പന്റെ വാർദ്ധക്യം തീണ്ടാത്ത ശബ്ദം ഒരു മുഴക്കമായി അവർ കേൾക്കുകയും ചെയ്തു. പിന്നെ ഗുഹ ശക്തിയായി ചുരുങ്ങി വരുന്നതറിഞ്ഞ് ഗ്രേസ് അലമുറയിടാൻ തുടങ്ങിയെങ്കിലും അപ്പാപ്പൻ അവളെ തടഞ്ഞു. അവസാനത്തെ തുള്ളിവെളിച്ചത്തേയും പിന്നിൽനിന്നും ആരോ ശക്തമായി വലിച്ചെടുത്തതായുള്ള തോന്നലിൽ ജോസിയും ഭയന്നു.

ഗ്രേസും ജോസിയും പരസ്പരം ഗന്ധമേൽക്കുകയോ കാണുകയോ ചെയ്യാത്ത തരത്തിൽ അവർക്കിടയിൽ വലിയ ഒരു മറ രൂപപ്പെട്ടുവരുന്നത് അറിഞ്ഞ് ആരുടെയെങ്കിലും ഒരു ശ്വാസത്തിനായി ചെവിയോർത്തു.

ഗുഹയിലെ ഇരുൾ മാറി വെളിച്ചത്തിന്റെ വജ്രമൂർച്ചയിൽ മുറിവേറ്റതുപോലെ അപ്പാപ്പന്റെ ശ്വാസഗതിയേറ്റ് അവർ നീറി.

'കഥ കേട്ടിട്ടുപോലും നിങ്ങൾ ഭയന്നുപോയി. അപ്പപ്പിന്നെ എന്റെ തെയ്യാമ്മേടെ ധൈര്യത്തെപ്പറ്റി കേട്ടാൽ നിങ്ങളെന്തു പറയും.'

'ഇവക്കടെ അമ്മാമ്മയാരുന്നു തെയ്യാമ്മ കേട്ടോ. അപ്പാപ്പൻ ജോസിയോടെന്നപോലെ ഗ്രേസിനെ ചൂണ്ടി പറഞ്ഞു. അവക്കടെ പതിനഞ്ചു വയസിലാരുന്നു ഞാനവളെ കെട്ടി കൂടെ കൂട്ടീത്. കെട്ടീന്നൊന്നും പറയാമ്പറ്റില്ല. അവളന്നേ വേറൊരാളുടെ ഭാര്യയായിരുന്നു. സത്യം പറഞ്ഞാ അവള് തെരണ്ടിട്ട് പോലുമില്ലായിരുന്നു. എന്നിട്ടും ഞാനവളെ മോഷ്ടിച്ച് കൊണ്ടുവന്നൂന്ന് പറഞ്ഞാമതി.'

'നാട്ടിലാകെ തല്ലും വഴക്കും കൊലേമൊക്കെ നടന്നു. ഞാൻ വിട്ടുകൊടുക്കുവോ. രായ്ക്കുരാമാനം അവളേം പൊക്കിയെടുത്തോണ്ട് പോന്നു. അവക്കെന്നെ ഇഷ്ടമൊന്നുമല്ലാരുന്നു. പേടിയായിരുന്നു.'

'കണ്ടാ ദേ ഇതുപോലെ ഗ്രേസിനെപോലൊക്കെ ഇരിക്കും. വാറ്റുചാരായം കഴിക്കണപോലത്തെ ലഹരിയായിരുന്നു എനിക്ക് തെയ്യപ്പെണ്ണ്. മേൽച്ചുണ്ടിന് മേളിലെ ആ മറുക്. ഓ... അതിലൊന്ന് തൊട്ടാൽ ഞാൻ വികാരത്താൽ വിറങ്ങലിച്ച് കുരിശു വരക്കുവാരുന്നു. നമ്മടെ ഗ്രേസിനും ഉണ്ട് അതേ സ്ഥാനത്ത് അതേ മറുക്.' അപ്പാപ്പനിൽനിന്നു സീൽക്കാരംപോലെ ഒരു ശബ്ദമുയർന്നു കേട്ടപ്പോൾ ഗ്രേസ് നടുങ്ങി. പണ്ടെന്നോ കണ്ട ഗുഹയും അപ്പാപ്പന്റെ തീക്ഷ്ണഗന്ധവും സ്വപ്നമായിരുന്നോ എന്നറിയാനാകാതെ ഗ്രേസിന്റെ ചിന്തകൾ ഒരു ചുഴിയിലകപ്പെട്ടതുപോലെ വട്ടം കറങ്ങുന്നുണ്ടായിരുന്നു. 'ഇപ്പ നിങ്ങള് കഥേ കേട്ട ആ ഗുഹയില്ലേ. അവിടെ വച്ചാരുന്നു ഞങ്ങടെ ആദ്യ കൂടിച്ചേരൽ.'

'എല്ലാത്തിനും നമ്മുടേതായ ഒരു കയ്യൊപ്പു വേണം പിള്ളാരെ. അതല്ലേ ദേ ഇപ്പം നിങ്ങക്ക് ഞാന്തന്നെ മണിയറ ഒരുക്കീതും എന്റെ തെയ്യേടെ അതായത് ഈ ഗ്രേസിന്റെ അമ്മാമ്മേടെ ആദ്യമണമുള്ള ഈ ഗുഹേലേക്ക് കഥേക്കടെ നടത്തിച്ച് നിങ്ങളെ കൊ

ണ്ടോന്നതും.'

കുറേ നേരത്തേയ്ക്ക് ഗ്രേസും ജോസിയും നിശബ്ദതയിലും ഇരുട്ടിലും കുരുക്കഴിക്കാനാകാത്ത അസംഖ്യം നൂൽവരമ്പുകളിലൂടെ കാലിടറിയുള്ള വീഴ്ചകളുടെ ആഘാതമേറ്റവരായി കുഴയാൻ തുടങ്ങിയിരുന്നു. തൊട്ടുപിന്നിൽനിന്നും അപ്പാപ്പന്റെ ശബ്ദം വെറുമൊരു മുഴക്കം മാത്രമായി മാറുന്നതുപോലെ ഗ്രേസിനു തോന്നി.

ആ കാലടിശബ്ദങ്ങൾ ഘനമുള്ള പാറക്കല്ലുകളുടെ ഘർഷണം ഭൂമിയിൽ പതിക്കുന്നതുപോലെയാണെന്നും അവളറിഞ്ഞു. വെളിച്ചത്തിന്റെ കുറെയേറെ തരികൾ തൊട്ടെടുത്ത് വിതറി അപ്പാപ്പൻ തെയ്യാമ്മയെ കാണിച്ചുതരാമെന്ന വാഗ്ദാനത്തിൽ ഗ്രേസിന്റെ കയ്യിൽ മുറുകെ പിടിച്ചു. അവിടെ വച്ചാണ് അപ്പാപ്പൻ ഇരുട്ടിന്റെ ഒരു വലിയ സങ്കല്പമൂടി തുറന്നത്. അതിൽ ഒരു കൊച്ചുകുട്ടിയുടെ നിർമമതയോടെ തെയ്യാമ്മ ഗ്രേസിനെ നോക്കി അത്ഭുതപ്പെട്ടു കിടപ്പുണ്ടെന്നാണ് അപ്പാപ്പൻ തറപ്പിച്ച് പറയുന്നത്. ഗ്രേസും ജോസിയും എത്ര കൺതുറന്നിട്ടും ഇരുട്ടല്ലാതെ ഒന്നും കണ്ടില്ല. ഇടയ്ക്കെപ്പോഴോ ഒരു മാത്രയിലുള്ള കൺചിമ്മലിൽ ഒരു നീലമറുകിൽ നിന്നും മുളച്ചുപൊന്തിയ വള്ളിയിൽ കുരുങ്ങി താൻ ശ്വാസമറ്റ് കിടക്കുന്നതായി ഗ്രേസിനു തോന്നി. അവൾ മേൽച്ചുണ്ടിലെ മറുകിലെ പഴയ മുറിപ്പാട് അമർത്തിത്തുടച്ച് പനിച്ചു വന്ന ചോരച്ചൂടറിഞ്ഞു. പണ്ടെന്നോ ഒരു കൊടുങ്കാറ്റിൽ ചീറിവന്ന അപ്പാപ്പന്റെ മനം മടുപ്പിക്കുന്ന അതേ മണമേറ്റ് ഗ്രേസ് വിയർത്തു. പിന്നെ നിലം തൊടാനാകാതെ അന്തരീക്ഷത്തിലേക്ക് പറന്നു പോകുന്നതുപോലെയുള്ള ഒരു തോന്നലിൽ ഗ്രേസ് ജോസിയുടെ കൈകളിൽ മുറുകെ പിടിച്ചു. കോടിക്കണക്കിനു ശലഭച്ചിറകുകൾ ഭൂമിക്കുമേൽ ചിറകറ്റുവീണതും അപ്പാപ്പൻ ഉറഞ്ഞു ചിരിക്കുന്നതും ഗ്രേസ് മാത്രം കണ്ടു.

ജോസിയും ഗ്രേസും ഇരുട്ടിന്റെ ഒരു വൻകോട്ടയ്ക്കകത്ത് അകപ്പെട്ട് കഥാവാതിൽ തുറന്ന് പുറത്ത് കടക്കാൻ ബദ്ധപ്പെടുകയായിരുന്നു അപ്പോൾ. അപ്പാപ്പനിത് ഏതു നൂറ്റാണ്ടിലെ കഥയാണ് പറയുന്നതെന്ന് തിട്ടപ്പെടുത്തുവാൻ ഗ്രേസ് കൈവിരലുകൾ മടക്കി എണ്ണാൻ തുടങ്ങിയിരുന്നു.

○○

www.ingramcontent.com/pod-product-compliance
Lightning Source LLC
LaVergne TN
LVHW100312051026
849517LV00006B/2271
* 9 7 8 9 3 9 1 0 8 5 3 5 3 *